D1771495

இனம், மொழி, மதம், சாதி கடந்து
மானுட விடுதலைக்காக போராடி
மரணத்தை முத்தமிட்ட தோழர்களுக்கு
இந்நூல்...

தமுரு

பாப்லோ அறிவுக்குயில்

எதிர்
வெளியீடு

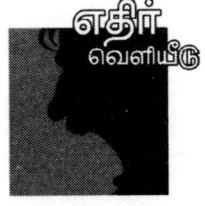

தமுரு
பாப்லோ அறிவுக்குயில்

முதல் பதிப்பு: டிசம்பர் 2014
எதிர்வெளியீடு, 96, நியூ ஸ்கீம் ரோடு, பொள்ளாச்சி - 642002.
தொலைபேசி: 04259 226012, 98650 05084.
வடிவமைப்பு: ரவிந்திரன்

விலை: ₹ 220

Thamuru
Author: Pablo Arivukuyil

© Pablo Arivukuyil
First Edition: December 2014
Published by Ethir Veliyedu, 96, New Scheme Road. Pollachi - 2.
Phone: 04259 - 226012, 98650 05084.
Email: ethirveliyedu@gmail.com
www.ethirveliyedu.in
Layout: Ravindran

Price: ₹ 220

All rights reserved. No part of this book may be reprinted or reproduced or utilised in any form or by any electronic, mechanical or other means, now known or hereafter invented, including photocoping and recording, or in any information storage or retrieval system, without permission in writing from the author.

பாப்லோ அறிவுக்குயில்

தந்தை இராணுவத்தில் பணிபுரிந்ததால் தொடக்கக் கல்வியினை, டேராடூன், பூனா போன்ற வட இந்திய நகரங்களில் பயிலும் வாய்ப்பினைப் பெற்றார். எண்பதுகளின் இறுதியிலிருந்து பல்வேறு சிற்றிதழ்களில் கவிதைகள் எழுதி வந்தாலும், தொண்ணூறுகளுக்குப் பிறகே சிறுகதை எழுத்தாளராக அறியப்பட்டவர், "கிளுக்கி" என்கின்ற முதல் சிறுகதைத் தொகுப்பின் வாயிலாக இலக்கிய வெளியில் கவனிக்கப்பட்ட பாப்லோ அறிவுக்குயில், இதுவரைக்கும் ஐந்து சிறுகதைத் தொகுப்புகளை தந்துள்ளார்.

வீ. அறிவழகன் என்கின்ற இயற்பெயருடைய இவர் தனக்கென்றொரு பணியினைத் தேடிக்கொள்ளாவிடினும், தேசாந்திரியாய் அலைவதையே பெரும்பணியாய் கொண்டுள்ளவரின் முதல் நாவல் இது. பதினோரு ஆண்டுகளின் காத்திருத்தலுக்குப் பிறகே தற்பொழுது 'எதிர் வெளியீடாக' வெளிவருகிறது.

முன்னுரை

இரண்டு வருடங்களுக்கு முன்பு இப்பிரதியைப் பற்றிய ஒரு உரையாடல் நிகழ்ந்தது; எனக்கும் என் நெருங்கிய நண்பர் ஒருவருக்கும். "அது என்ன தோழர் தலைப்பு வெச்சிருக்கீங்க? தமுரு, திமிரு..ன்னுகிட்டு "அந்த காலகட்டத்தில் தான் 'திமிரு' என்ற பெயரில் திரைப்படம் ஒன்று வந்திருந்ததாக நினைவு. நான் விரிவாகவே அவருக்கு எடுத்து கூறினேன் .

'மைய நீரோட்டத்தில் இருந்து எழுதக்கூடிய எழுத்தாளர்கள் யாராக இருந்தாலும், அவர் சுமாரான படைப்பினை எழுதியிருந்தாலும் கூட ஆஹா ஓகோவென ஊடகங்கள் மட்டுமல்லாமல் விமிரிசன சிகாமணிகளும் சேர்த்தே தலையில் தூக்கி வைத்துக் கொண்டு ஆடித்தீர்த்து விடுவார்கள்.அதே நேரத்தில் தரமானவொரு படைப்பை விளிம்பு நிலையில் உள்ள ஒரு படைப்பாளி தந்து இருந்தாலும், இந்த 'துருத்திகள் ' வாயை மூடிக் கொண்டு "கள்ளமௌனம்" கடைபிடிப்பார்கள். இது தான் தமிழ் இலக்கிய உலகம்,' என்று கூறியதோடு எடுத்துக்காட்டாக சில படைப்புகளையும் அதன் பொருட்டு எழுந்த விவாதத்தையும் கூறினேன்.

பிறிதொரு முக்கியமான செய்தியினை இங்கே பதிவு செய்தே ஆக வேண்டும்மென்று விரும்புகிறேன். இரண்டொரு முறை படைப்பு சார்ந்து நண்பர் ஜெயமோகனின் பெயரினை நான் உச்சரித்த போது, தீவிர இடதுசாரி தொடர்புடைய மற்றும் தலித்திய கருத்தியலை உடைய இருவேறு தோழர்களால் மிகக் கடுமையாக வசை பாடப்பட்டேன். ஜெயமோகனுக்கும்

எனக்குமான நட்பு எத்தகையானது? என்று கடும் சொற்களால் தாக்கப்பட்டேன். இப்பொழுது அதற்கான விடையாக நான் கூற விரும்புவது இது தான் : நான் அடிப்படையில் மார்க்சிய தத்துவத்தில் நம்பிக்கையுடையவன், தலித்திய பெரியாரிய கருத்தாக்கங்களின் மீதும் அதன் உண்மையான செயல்பாட்டாளர்களின் மீதும் அளப்பரிய மரியாதையை வைத்துள்ளேன், அதே நேரத்தில் சித்தாந்த தெளிவையும் மீறிய ஒரு நட்பு என்பால் ஜெயமோகனுக்கும் அவர்பால் எனக்கும் உண்டு ; இதை மூடி மறைக்க வேண்டிய அவசியமே இல்லை.

இப்பிரதியை பதினோரு ஆண்டுகட்கு முன்பேயே எழுதி முடித்து விட்டேன். சரியாகக் கூறவேண்டுமானால் 1997 — நவம்பர் மாதம். இத்தனை வருட இடைவெளி எப்படி? என்றெல்லாம் எழுதத் தொடங்கினால் இதுவே ஒரு நெடுங்கதையைப் போலாகி விடலாம் என்பதால் இத்தோடு நிறுத்திக் கொள்கிறேன்.

"தமுரு" — இதுவொரு தோலிசைக் கருவி. தற்பொழுது இவ்விசைக்கருவி புழக்கத்தில் இல்லாமல் போனதற்கு அதன் மிகப்பெரிய வடிவமே காரணமென்று கூறலாம். திடகாத்திரமான உடலும் நல்ல உயரமும் உள்ள நபர்கள் மட்டுமே இவ்விசைக் கருவியினை இசைக்க முடியும். தவிலைப்போல பலமடங்கு பெரிதான இத்தொல்லிசைக் கருவியை கழுத்தில் மாட்டிக்கொண்டு இரு கைகளிலுமுள்ள குச்சியால் சுழற்றிச் சுழற்றி அடிக்க... அதுவெழுப்பும் இன்னிசை பிரவாகத்தை என்னுடைய பதின்வயதில் கேட்டு அனுபவித்த அந்த மகிழ்வான நாட்களை நினைத்துப் பார்த்தே பெருமிதம் அடைந்து கொள்கிறேன். நான் கேட்டு களித்த அக்கணங்கள்... இனியும் அவ்வாய்ப்பு கிட்டுமா? தெரியவில்லை.

இப்புனைவில் இக்கருவியை பற்றிய யாதொரு குறிப்பும், விரிவான தகவலும் பதிவு செய்யப்படாவிட்டாலும், தலித் மக்களின் வாழ்வியலை அடையாளப்படுத்தும் குறியீடாகவே இத்தலைப்பினை சூட்டியுள்ளேன்.

இப்பிரதி நாவலா? குறு நாவலா? நெடுங்கதையா? எப்படி வேண்டுமானாலும் வகைப்படுத்திக் கொள்ளுங்கள், ஆனால் படைப்பைப் பற்றிய நேர்மையான விமர்சனத்தையே நான் எதிபார்க்கின்றேன். வேறென்ன எழுத?.

எழுதுவதைத் தவிர போக்கிடம் ஏதுமில்லாமல் இருப்பினும்—'எழுதுவதைத் தவிர' வேறு அனைத்து வேலைகளையும் செய்து கொண்டு திரியும் என்னையும் குடும்ப அமைப்பில் சேர்த்துக்கொண்டு என் தேவைகளையும் பூர்த்தி செய்து வரும் என்னுடைய இனையாளை நினைத்துப் பார்க்கிறேன். அவர் என் இணை /துணை மட்டுமல்ல—இந்தக் குடும்பத்தின் தலைவியே அவர்தான்—அவரே என்னைக் கருவில் சுமக்காத திருமதி. தா.செல்வம் என்கின்ற இரண்டாம் தாய். இவரோ எனக்குக் கிடைத்த வரம். நானோ அவருக்குக் கிடைத்த சாபம். முரணில் தொடர்கிறது என் வாழ்க்கை.

இன்னொன்று—ஒரு அண்ணனுக்குரிய கடைமைகள் எதையும் நான் செய்யாவிட்டாலும், என்மீது அளவற்ற பிரியத்தை வைத்துள்ள என்னுடைய தங்கைகள் புனித மேரி, அனிதாவையும், தன்னுடைய ஓய்வூதியத்தில் எனக்கும் சிறு பங்கினை பிரித்துத் தரும் என் தாய் நாகரத்தினம் அம்மாளையும், இனிய தோழர்கள் நிகழ் அய்க்கண், பொ.வேல்சாமி, பெருமாள் முருகன் இவர்களின் பேராதரவைப் பற்றியும் கூறிக்கொள்வதோடு, இப்புனைவை வெளியிட இசைந்த எதிர் வெளியீடு தோழர் அனுஷ் அவர்கட்கும் அச்சக தோழர்கட்கும் என் நன்றியினையும் வணக்கத்தையும் கூறி விடைபெறுகிறேன்.

பாப்லோ அறிவுக்குயில்,
ஜேக்கப் சீசர் இல்லம்,
ஜெயங்கொண்டம் பிரதான சாலை,
கருவிடச்சேரி (கிராமம்), கீழப்பழுவூர் (அஞ்சல்),
அரியலூர் (மா) 621707.
பேச: 96008 59954, 95245 94146

1

அடைமழையின் மூர்க்கம் மட்டுப்பட்டிருந்தது. நேற்றிலிருந்துதான் சூரியனே தன் முகங்காட்டத் தொடங்கினான். கருமேகங்களின் அணிவகுப்பும் கண்களையே பிடுங்கிக் கெடாசிவிடும் ஒளி வீச்சோடு பாயும் மின்னல் தெறிப்பும் அதையடுத்து திடுதிடுத் திடீரென விழும் இடியோசையுமாய் தெருசனங்களை எல்லாம் 'வெளியவாச' போகக் கூட விடாமல் மறித்துக் கொண்டு கொட்டித் தீர்த்த அடைமழையின் வேகம் குறைந்து வானம் வெளிவாங்கி அமைதியாயிருக்கிறது.

வெயில் மேலேரத்தொடங்கிய செத்தைக்கெல்லாம் பசிக்கு கொஞ்சமாய் கம்மஞ்சோற்றை கரைத்துக் குடித்துவிட்டு, கொட்டாயில் கட்டியிருந்த ஆடுகளை எல்லாம் அவிழ்த்து ஓட்டிக் கொண்டு மேலக்காட்டுக்குப் போனான் ரவி. கொரா குட்டியொன்று துள்ளிக்குதித்தபடியே அவன் பின்னாலேயே ஓடியது. கார்த்திகை மாதம் முடிய இன்னும் பத்து நாட்களே இருக்கிறது. இருந்தாலும் மார்கழி முடிகிற வரைக்கும் மழை இருந்து கொண்டுதான் இருக்கும். முன்பைப்போல தீவிரமாகவும் தொடர்ந்தார் போலும் கொட்டிக்கொண்டே இருக்காவிட்டாலும், திடீரென கருமேகம் சூழ சடசடக்கும், பூந்தூறலாய் தொடங்கி முணுமுணுப்பாய் எழுந்து அடிப்பின்னியெடுத்துவிட்டு அமைதியாகிவிடும். மீண்டும் வெளிவாங்கத் தொடங்கி சூரியத் தரிசனத்தைக் கொடுக்கும். அடைமழைக்காலமென்றால் இப்படித்தானே இருக்கும்.!

குளங்குட்டை வாரிகளிலெல்லாம் வழிந்து ஓடுகிறது மழைநீர்.

கரண்டக்கூட சிறு புல்லின்றி காய்ந்து சருகோடிக்கிடந்த தரிசுகளிலெல்லாம் பச்சைக்கட்டி இதழ்கள் விரிந்து செழித்துக் கிடக்கும் காட்டுப்புல்லே போதும்; ஆடு மாடுகளெல்லாம் பசியாற மேய. இனிமேல் காலத்தியாய் ஓட்டிச் சென்று மேய்க்கலாம் என்ற நினைப்பே நிம்மதியூட்டியது. அறுவடையும் தொடங்கி விட்டதென்றால், கண்விழித்ததும் கருக்கருவாளும் கையுமாய் போனால் போதும்; வேலை வித்தென்று தொடர்ந்து கிடைக்கும். பழம்பானைகளும் தானியங்களால் நிறையும். கம்போ வரகோ இடித்துத் திரவி வயிராற குடித்துவிட்டு பொழப்பைப் பார்க்கலாம். இந்த வருஷமும் பருவத்துடனே வந்து பெய்து சனங்களுக்கெல்லாம் தெம்பைக் கொடுத்தது அடைமழைக்காலம்.

புற்றிலிருந்து வெளியேறிக் கொண்டிருந்த ஈசல்கள் ஒவ்வொன் றையும் நாவால் சுழற்றிப்பிடித்து விழுங்கிக் கொண்டிருந்தது கரட்டு ஓணான்.

“போயி எம்மாந்நாயி ஆவுது பூப்பறிச்சிட்டு வர்றேன்னு போனவன இன்னும் காணுமே, இப்படியேக் கெடந்தாக்க பொணம் நாறிப்போவாது?”

“போனவனுக்கு வரத்தெரியாது செத்த சும்மா இறேன் பொட்டெ.” எரிச்சலோடு சொன்னான் தனபால். பாடை ‘ஆ’ வென்று வானத்தை பார்த்தபடியே கிடந்தது. பக்கத்திலேயே களவாட்டு மேளத்தோடு குந்தியிருந்தான் சுப்பிரமணியன். மேகப்பொதிகள் அங்குமிங்குமாய் அலைந்தபடியே இருந்தன.

தெக்கிக் காடெங்கும் வெள்ளரிச்செடிகள் செழிப்பாய் வளர்ந்திருந்தன. நன்றாக வளர்ந்திருந்த செடிகளில் அதிகமாகவே நெற்றுகள் குலுங்கிக் கொண்டிருந்தன. வீட்டிற்கு விரட்டிய பிறகும் தேடி வந்த கருப்பு, சேகர் எந்த வழியாக போயிருப்பானோவென்று குழம்பிப்போய் நின்றது. ‘வாடை’ பிடித்துக் கொண்டே ஓடியது, துத்தி தும்பையென ஒவ்வொரு செடியாய் முகர்ந்து பார்த்தது. நன்றாக வளர்ந்திருந்த வெள்ளரி குத்துச்செடியின் அருகே பின்னங்கால்களோடு சூத்தையும் மண்ணிலமுத்தி குந்தியது கருப்பு. பச்சை வண்ணத்தை கரைத்து ஊற்றியது போலிருக்கும் இலைகள் காற்றிலாடுவதை வேடிக்கைப் பார்க்கத் தொடங்கியது. தெற்கு நோக்கிப் போகும் ஒற்றையடிப் பாதையை கடந்தால் கிழக்கு மேற்காக வாரியொன்று குறுக்காக நீண்டுக் கிடக்கிறது. கோடைக்

காலங்களில் சனங்கள் நடந்து போகும் ஒழுங்கையாகவும் மழைக்காலமென்றால் நிலங்களில் தேங்கும் நீருக்கெல்லாம் வடிகாலாகி வாரியாய்ப் அவதாரமெடுக்கும். இதையும் கடந்தே சேகர் போயிருக்கிறான்.

பிலித்தொரடி முள்ளாங்குத்துக்கு அருகிலேயே வளர்ந்திருந்த எருக்கஞ்செடிகளில் குமிழ் குமிழ்களாக வெளிவந்திருந்த மொக்குகளை விலக்கிவிட்டு வெடித்து மலர்ந்திருந்தவற்றை கொய்து குள்ளப்புட்டியில் போட்டுக்கொண்டிருந்தான். பூக்களுக்களுக்கெல்லாம் தான்தான் காவலாளி என்பதைப் போல சுற்றிச்சுற்றி வந்து இடைஞ்சல் செய்து கொண்டிருந்த கருவண்டை, துண்டால் விசிறி விரட்டினான். எருக்கம் பூக்கள் குள்ளப்புட்டியின் கழுத்தளவு நிறைந்து விடவே, இதுபோதுமென்று அவசர அவசரமாய்த் திரும்பியவனின் பின்னாலேயே கொஞ்ச தூரம் பறந்து வந்து பார்த்த கருவண்டு செடிகளைத் தேடி ரும்பியது. வாரியில் இறங்கியவனின் கால்கள் உண்டாக்கிய நீரின் சலசலப்பால் காது விடைக்க ஓடி வந்து நின்று வாலாட்டிய கருப்பை கண்ட மகிழ்ச்சியில் செல்லமாய் வைதான் சேகர்.

"வூட்டப்பாக்கப் போவாம தொசங்கட்டிகிட்டே வந்துட்டியே." தலையைத் தடவிக்கொடுத்து விட்டு இவன் முன்னால் போகவும்,, ராட்சஷ கருவண்டைக் போல பின்னாலேயே ஓடியது கருப்பு. 'இம்மான் நேரங்கழிச்சி வர்றானே என்ற கோபத்தில் வேம்புவும் தனபாலும் மலுமலுவென்று ஏறினார்கள். சுப்பிரமணியும் அவர்களோடு சேர்ந்து கொண்டு வைதான்.

"சட்டு சடுக்கிண்ணு கிளம்புங்கடா... சாமிதுர பய வேற குழிய வெட்டிபுட்டு சுடுவாட்டுல காத்துகிட்டு கெடப்பான்." தன்னுடைய களவாட்டு மேளத்தை அடித்துக்கொண்டு சுப்பிரமணியன் முன்னால் போக, பாடையை தூக்கியபடி வேம்புவும் அவளுக்கு பின்னால் குள்ளப்புட்டியிலிருந்து எருக்கம் பூக்களை அள்ளியள்ளி பாடையின் மீது வீசிக்கொண்டே சேகரும் போனான். கொட்டின் தாள லயத்திற்கு ஏற்ப குமாரும் தனபாலும் ஆடிக்கொண்டே போனார்கள். அநியாயத்திற்கு இடுப்பை வளைத்து சூத்தை ஆட்டியாட்டி ஆடிப்போகும் குமாரைப்பார்க்க வேம்புவிற்கு சிரிப்பு சிரிப்பாய் வந்தது.

‘நந்தாங்குட்டை’ வரையே பாடையை வேம்பு தூக்கிக்கொண்டு வர அனுமதித்தான் சேகர்.

“பாடெய குடுத்துட்டு போப்பொட்டை, சுடுவாட்டுக்கெல்லாம் நீ வரப்புடாது.”

“ஏண்டா ஒனக்கு இத்தன பொச்சருப்பு?” நறுக்கென்று கேட்டாள் வேம்பு.

“பொட்டெப்புள்ளிவோல்லாம் சுருவாட்டுக்கு வரப்புடாது, என்னுமோ தெரியாத மாரி கேக்குறியே மொதல்ல நி பாடெய குடு...குடு.” பிடுங்கப் போவதைப் போல கையை நீட்டினான் சேகர்.

“கெடப்பயலுங்க மட்டுந்தான் சுருவாட்டுக்கு போவலாம்னு என்னா சட்டமா எயிதியிருக்கு?” எரிச்சலடைந்த சேகர் எட்டிபாடையை பிடுங்க த்தாவ, தரமாட்டேன்னு அவள் இழுக்க, இருவரின் மல்லுக்கட்டலில் பாடையிலிருந்து சரிந்து தரையில் விழுந்தது பிணம்.

“மூஞ்சியும் மொவரக்கட்டையும் பாரு ஒன்னாலதாண்டி எம்பொணம் இப்ப கீயே உயுந்துடுச்சி.” கோபத்துடன் வைதான் சேகர்.

“ஆரப்பாத்துடா வாடீ போடீன்னே... அக்கா தங்கச்சிண்ணு மொறதெரியாத ஓயிக்கக்குடிக்கி.” வஞ்சிக் கொண்டிருந்தவளை, “வரப்படாது போடீங்குறேன்.” பிடித்து தள்ளிவிட்டான். கீழே விழுந்தவள் ஆத்திரமும் அழுகையும் வர “என்னியாடா தள்ளிவுட்டே நீ மாக்குண்ணு போவ மல்லாந்து போவ... வர்ற பொங்க முட்டுக்கு நீயி இல்லாம போவ.” ஈர நப்புடன் கிடந்த மண்ணையள்ளி வாரி வாரி இரைத்து விட்டு திரும்பி போய் கொண்டிருந்தாள் வேம்பு.

அவள் அழுது கொண்டு போவதை பார்த்துக் கொண்டே நின்றவன், ‘அப்பாடா சனியன் ஒழிஞ்சுது...’ நிம்மதியடைந்தவனாய் மண்ணில் கிடந்த பிணத்தையெடுத்து பாடையில் கிடத்தி தூக்கிக்கொண்டு போனான். அதுவரைக்கும் பேசாமலிருந்த சுப்பிரமணி தன்னுடைய களவாட்டு மேளத்தை அடிக்கத் தொடங்க, ஆடி அசைந்தபடி ஊர்வலம் போய்க்கொண்டிருந்தது. குருதி வழிந்து காய்ந்து போன நிலையில் பாடையில் மல்லாந்து கிடந்தது கரட்டுஓணான்.

குழியை மூன்றுமுறை சுற்றிய பிறகு பாடையை கீழே இறக்கி, பிணத்தின் வாலைப்பிடித்து குழியில் போட்டு மண்ணைத்தள்ளி மூடினார்கள். ஒரு வாரங்கழித்து வந்து தோண்டிப் பார்க்க வேண்டுமென்று பேசிக்கொண்டே நந்தாங்குட்டைக்கு போகும் சரளைப் பாதையில் நடந்து போனார்கள். தோண்டிப்பார்த்தால் நாறித்தொலைக்கும் ஓணானின் எலும்புக்கூட்டைத் தவிர சில்லரைகள் எதுவும் இருக்காதென்று தெரிந்த பிறகும், பயல்களெல்லாம் மறுபடியும் திரிவார்கள் ஓணான்களை வேட்டையாட.

“இம்மாந்நாழி எவசாண்ட குடிச்சிபுட்டு வர்றேடா ஏம்மானங் கெட்ட படுவா.” தெருவை கோலிகிட்டு வர்றானே என்ற கோபத்தில் வைதார் பெரிய தமுரு.

“நந்தாங்குட்டைக்கு பொயிட்டு வர்றேன் தாத்தா.” பயந்து கொண்டே சொன்னான் சேகர்.

“நான் இந்தாண்ட கிளம்புனதும் திருட்டுப் பூனையாட்டம் பொசுக்கிண்ணு ஊரக்கோல பொயிடாம வூட்டுலேயே கெட, நான் குடித்தெருவு வர பொயிட்டு வந்துடுறேன்.” திண்ணையில் சாய்த்து வைக்கப்பட்ட நிலையிலேயே உறங்கிக் கொண்டிருந்த ‘கக்கிக்கழியை’ எடுத்து ஊன்றிய படியே படவாசலைத் திறந்து கொண்டு வெளியே போனார் ‘பெரிய தமுறு’ என்று ஊர்க்குடியான ஆட்களால் அழைக்கப்படுகின்ற சாமிநாதன். எப்படா கெழவனின் தலைமறையுமென்று காத்திருந்தவனுக்கு ஒரே குஷியாகிவிட்டது. கிளம்பலாம் என்றிருந்த போதுதான் அவனை ஈர்த்தது அந்த வினோதமான ஒலி. காதை கூர்மையாக்கி அந்த ஒலியை கேட்க ஆயத்தமானபோதுதான் மீண்டும் எழுந்தது “டொக்...டொக்...” வாசல் பக்கம் ஓடி வந்து சுற்றுமுற்றும் பார்த்தான். எங்கிருந்து வருகிறதென்று தெரியாமல் குழம்பிபோனான். ‘தனபாலு பயதான் வாயால சத்தங்குடுத்து ஒளியாங்கண்டம் காட்டுறானோ?’ படவாசல் வரைக்கும் சென்று ஒழுங்கையை ஒரு தரம் எட்டிப் பார்த்து விட்டு வந்து திண்ணையில் அமர்ந்தான். அப்பொழுது பார்த்து அதே ஒலி கேட்கவும் வெளியே வந்து ஒலி வந்து திசையைப் பார்த்துப்போனான். கள்ளியின் மறைவினில் நின்று கவனித்தான். குருவியொன்று தன்னுடைய நீண்ட அலகால் மரத்தை துளைபோட்டுக் கொண்டிருந்தது. அதன் கொண்டை அழகான பூவைப் போல் விரிந்திருக்க, செம்மஞ்சள் நிறத்திலமைந்த தலையை அங்குமிங்குமாய் சுழற்றி

பார்த்துவிட்டு பட்டென்று தலையைத் தூக்கி பார்க்கும் அதன் எச்சரிக்கை உணர்வுக்கூட அழகாகத்தான் இருந்தது. "ஓ! மரங்கொத்தி பயலா?" ரசித்து சிரித்தவன், அடித்து விரட்ட மனசின்றி வெறுங்கையை காற்றில் சுழற்றி வீசினான்.

சனங்களில்லாமல் தெரு வெறிச்சோடிக் கிடந்தது. சனி ஞாயிறென்று விடுமுறை நாட்கள் வந்தாலே சேகருக்கு ஒரே கொண்டாட்டம்தான். ஆயியும் அப்பனும் வேலைக்குப் போயிருக்காக. அண்ணன் பயல் தன் கூட்டாளிகளோடு மேலக்காட்டுக்கு ஆடோட்டிக் கொண்டு போயிருக்கிறான். பசியெடுக்கவே, வாழைக்கட்டையை ஒட்டியுள்ள தொட்டித் தண்ணியில் கை கால்களைக் கழுவிக்கொண்டு வந்தவன், வெண்கலக்கும்பாவில் இரண்டு ஆப்பை கம்மஞ் சோற்றுருண்டையை மொண்டு போட்டுக்கொண்டு, சோற்றுப்பானையை சாய்த்து நீராகாரத் தண்ணீரை ஊற்றிய கையோடு மேல் மல்லையால் மூடி பழைய இடத்திலேயே வைத்துவிட்டு வந்தான். மேற்காலத் திண்ணையில் கும்பாவை வைத்தபிறகு, கொஞ்சம் உப்பும் நான்கு ஊறுகா மிளகாயும் எடுத்துகொண்டு வந்து குந்தினான். ஒருவாய் கம்மங்கூழுக்கு ஒரு கடியென உரப்போடு சேர்ந்தே சோறு முழுவதும் உள்ளிறங்கியதும், வயிறு டம்மென்று புழுத்திக்கொள்ள, பசியாறிய பின்பு பெரிதாய் ஒரு ஏப்பம் விட்டான் சேகர்.

தாத்தா குடித்தெருவுக்கு போனாரென்றால் வீட்டுக்கு வந்து சேர எப்படியும் பொழுதாகி இருட்டி விடுமென்பது தெரியுமாதலால், மீந்துபோன கம்மங்கூழை கருப்பன் சட்டியில் ஊற்றிவிட்டு தனபாலின் வீட்டைப் பார்க்க ஓடினான். அழிஞ்சில் குச்சியை கட்டையில் வைத்து சீவிக் கொண்டிருந்தான் தனபால். ஏற்கெனவே ஒருமுறை அவன் வைத்திருந்த புள்ளோடு சேர்த்தே கோட்டியையும் அவனய்யா சுக்கிரன் கொடுவாளால் வெட்டி அடுப்பில் வைத்துவிட்டார். அதன் சாம்பல் இதோ இன்னமும் அவரைச் செடியின் இலைகளில் துகள்களாக படிந்திருக்கிறது. விடாப்பிடியாய் இன்னொரு கோட்டியையும் புள்ளையும் தயார் செய்துவிட்டான் தனபால். இருவரும் விளையாட, வீடு கட்டுவதற்காக ஒதுக்கப்பட்ட காலனி மனை வெட்டைக்கு கிளம்பி போனார்கள். கருவிகள் அவனுடையது என்பதால் அவனையே முதலில் விளையாடச் சொன்னான் சேகர்.

கோட்டியின் கூர்முனையால் தரையை செத்தி நீளவாக்கில்

குழியுண்டாக்கி அதில் புள்ளை வைத்து 'கெந்த' தொடங்கினான் தனபால். "செத்த இருடா." சொல்லிக்கொண்டே மேல்சட்டையை கழற்றி காட்டாமணக்கின் அடியில் வைத்து விட்டு வந்து, நேரெதிரே நின்றபடியே "கெந்துடா" என்றான் சேகர். எவ்வளவு எம்பினாலும் பிடிக்கமுடியாத உயரத்தில் பறந்துபோய் ரோட்டில் விழுந்தது கோட்டிப் 'புள்'. சேகரைப் பார்த்தபடியே ஓடி கோட்டியைத் தலைகீழாக பிடித்தபடி புள்ளியின் கூர்முனையில் ஓங்கியடிக்க மேலேழுந்ததை கோட்டியால் மீண்டும் சுழற்றி 'டபுளடித்தான்'. சீயப்பர் கோயிலுக்கு போகும் ஒழுங்கையின் முனையில் வந்து விழுந்தது புள்ளு. திரும்பவும் குஷியோடு அடித்தான். "ச்சே..." குறி பிசகிப்போய் காற்றில் சுழன்றது கோட்டி. 'அப்பாடா இப்பவாவது உட்டானே' என்று நினைத்துக் கொண்டு நின்றவனை 'காவந்து' எடுக்கச் சொன்னான் தனபால்.

நன்றாக மூச்சை உள்ளிழுத்து குனிந்து புள்ளையெடுத்தவன், தரையை ஒரு உந்து உந்திவிட்டு, "காவந்து...காவந்து..." பாடியபடி சிட்டாய் பறந்தான் சேகர். அவன் ஓட்டத்திற்கு ஈடுகொடுக்க முடியாமல் கோட்டியை வலது கையிலும் நழுவும் டவுசரை இடதுகையிலுமாய் பிடித்துக்கொண்டு பின்னாலேயே ஓடினான் தனபால். 'மூச்சுவுட்டுபுட்டு எடுக்குறானா இல்லியாண்ணே தெரியிலியே... வாச்சாங்குளி ஆட்டம்தான் ஆடுறாம் போலருக்கு...' பதைபதைப்போடு ஒழுகிய மூக்கை புறங்கையால் துடைத்து கொண்டே ஓடினான்.

காட்டாமணக்கின் அடியிலிருந்த மேல்சட்டையை எடுத்து வழிந்த வியர்வையை துடைத்துகொண்டு நின்றான், சேகர்.

"நீயி மூச்ச உட்டு உட்டுத்தானே பாடிகிட்டு வந்தே." என்றான் தனபால்.

"எவுத்தடா நா மூச்சவுட்டேன் சொல்லுடா பாப்பும்." கோபத்துடன் கேட்டான் சேகர். "பன்னீரு அண்ணங் கொட்டாயி கிட்ட ஓடியாரும் போதுதான் நீயி மூச்சவுட்டு பாடிகிட்டு வந்தே எனக்கு என்ன தெரியாதுண்ணு நெனச்சியா?" "அந்த மாரியாயிப் பிரியா சொல்லுறேண்டா நான் வாச்சாங்குளி ஆட்டம்லான் ஆடுலேடா." முகத்தை பரிதாபமாக வைத்துக்கொண்டு சொன்னான். "சரி சரி இப்ப நீயி வெளாடு அடுத்த ஆட்டத்துல நாம் பாத்துக்குறேன்." அரை மனதுடன் அவன் விளையாட சம்மதம் தெரிவித்தான்

தனபால் பய.

வரகு வைக்கோலுடன் ஒரு மாட்டுவண்டி கடமுடாவென்ற சத்தத்துடன் தெருவை நோக்கி போய்க் கொண்டிருந்தது. ஒரு ஜோடி செருப்பை கையில் பிடித்துக்கொண்டு வந்த வடக்காலத் தெரு புழுத்தான் தாத்தாதான் கேட்டார். "என்னடா பயலுவளா பள்ளியோடம் போவாம கிட்டிப்புள்ளு வெளாடிகிட்டு இருக்கீங்க." "இன்னைக்கும் நாளைக்கும் லீவு தாத்தா." சேகர்தான் சொன்னான். "ஆரூட்டுப் புள்ள நீயி?" கேட்டவர், வலதுகையை நெற்றிப்பொட்டில் வைத்துக் கொண்டு கூர்ந்து பார்த்து, "ஓ! நம்ப சாமிநாதண்ணன் பேரனா, பாத்து வெளாடுங்க குடித்தெருக்காரங்க போர வாற வய்யி இது." கரிசனத்தோடு கூறிவிட்டு, அவர் பாட்டுக்கு 'கருக்காயன்கொட்டாயிக்கு' போகும் ஒழுங்கையில் நடக்கத் தொடங்கினார்.

தூக்கும் தக்கன விறகுக்கட்டு சுமையோடு வியர்வை வழிய வழிய ஓட்டமும் நடையுமாய் போய்க்கொண்டிருந்தது ஆசனூர் கிழவி. லவுக்கையில்லாத வெற்று மேனியில் மாராப்பை விலக்கிக்கொண்டு அசைந்தாடிய சுரைக்காய்களில் ஒன்றை வெறித்தபடி நின்றவனை வைதான் சேகர். "ஆட்டத்த பாக்காம அப்படியென்ன வேடிக்கை மசுரு வேண்டிக்கிடக்கு? இப்ப நான் கெந்தப்போறேன்." இரண்டு கால்களையும் அகட்டி வைத்துக்கொண்டு குனிந்து பலத்தையெல்லாம் திரட்டி விசையோடு கெந்தினான். ரோட்டில் போய் விழுந்தது புள்ளு. வாகாய் கோட்டியை பிடித்து 'டபுளுக்கு டபுளடித்து' தனபாலை வாயைப் பிளக்க வைத்தான். கூட்டாளியைக் காட்டிலும் தூர அடித்து விட்டோமென்ற மகிழ்ச்சியில் ஓடினான் சேகர். விளையாடிக்கொண்டே சீயப்பர் கோயில் முனைக்கு சென்றவன் திரும்பவும் அடிக்க, கோயிலை ஒட்டியுள்ள துவரங்கொல்லையில் போய் விழுந்தது புள்ளு.

"இருடா போயி எடுத்துகிட்டு வர்றேன்." உள்ளே நுழைந்து துவரங்கொல்லையை அலசத் தொடங்கினான். சனி மூலையில் இரண்டு உருவங்கள் நிற்பது தெரிந்ததும், யாராக இருக்கும்? உற்றுப் பார்த்தான். ஏழுமலைக் கோனாரின் மனைவி செல்லபாங்கி ஆயியும் பன்னீரு அண்ணனும் நிற்பது தெரியவே, 'புள்ளும் வேணாம்... ...வேணாம்' என்று வெளியே வந்தவன், தனபாலிடம் விஷயத்தைச் சொல்லவும், அழத்தொடங்கியவன், "யேங்கோட்டிப் புள்ளே எப்படியாச்சும்

எடுத்து குடுடா," என்றான். "எனக்கு ஆட்டம் போச்சேன்னு நொந்து போயிருக்கேன், நீயி என்னடான்ன புள்ளு போச்சு யெம்புடுக்கு போச்சீங்குறே, வேணும்னா நீயி உள்ள போயி பன்னீரு அண்ணங்கிட்ட கேளு." பன்னீர்செல்வம் பெயரைச் சொன்னதும் வாயை மூடிக் கொண்டான் தனபால்.

இனிமேல் கழியைப் பார்த்து புள்ளு செத்தி திரும்பவும் விளையாடங்காட்டியும் அண்ணம் பயல் வந்திடுவான் என்ற நினைவே சேகரை வீட்டைப் பார்க்க போகச் சொல்லி துரத்தியது. பன்னீர் அண்ணனையும் சேகரையும் பொத்தாம் பொதுவாய் வஞ்சியபடியே வீட்டிற்கு போனான் தனபால். 'புள்ளைப்' பிரிந்த துயரோடு தனபாலின் கையில் தொங்கிக்கொண்டிருந்தது கோட்டி?

"பள்ளியோடம் போவாமா எங்கடா பேராண்டி சுத்திகிட்டு அலையிற?" பட்டக்கள்ளியாய் பார்த்து திருவியெடுத்து தட்டுக் கூடையை நிரப்பி கக்கத்தில் வைத்துக்கொண்டு வந்தமுளவி அம்மாயிதான் கேட்டது.

"ஸ்கூலு லீவு அம்மாயி." சொல்லிக் கொண்டே போய் படவாசலைத் திறந்துகொண்டு உள்ளே போனவனை வாலாட்டி வரவேற்றது கருப்பு. பூவரசைப் பார்த்தான் மரங்கொத்தி திரும்பி வரவேயில்லை. 'பயந்து போயி பறந்திடுச்சோ?' சங்கடமாய் உணர்ந்தான். குளவியொன்று உள்ளே போவதும் வெளியே வருவதுமாய் இருந்தது. இரண்டாம் முறையாக உள்ளே நுழையும் போதுதான் கவனித்தான். வீறிட்டு பறந்து வந்த குளவியின் கால்களுக்கிடையில் பச்சைநிறத்தில் புழுவொன்று நெளிந்து கொண்டிருப்பதை. ச்சூ....ச்சூவென துண்டால் விசிறி விரட்டினான். வெளியே போவதைப்போல போக்குக் காட்டிவிட்டு விருட்டென்று உள்ளே பறந்து போய் விட்டத்திலுள்ள துவாரத்தினுள் நுழைந்து கொண்டது. 'சரிசரி பொயிட்டு போவுது உடேன் கெடக்கு' தனக்குத்தானே சமாதானம் சொல்லிக்கொண்டான். கார்த்திகை மாசத்து காற்று தடவிக்கொடுப்பது போலிருக்கவே, விளையாண்ட அசதி கீழேத்தள்ள துண்டைக்கூட விரித்துப்போடாமல் அப்படியே திண்ணையில் சாய்ந்தான் சேகர்.

மேய்ச்சலை முடித்துக்கொண்டு ஓட்டி வந்த ஆடுகளை எல்லாம் கொட்டாயில் கட்டிய கையோடு நுணாவும் வேம்பும் கலந்த தழைக்கொத்தை கட்டிவிட்டு வந்தவனை,

‘ஏண்டாப்பயலே என்னெ உட்டுட்டுப்போனெ’ என்பதைப்போல சிணுங்கலாய் குரைத்து, தன் இரண்டு முன்னங்காலையும் மேலே தூக்கிப்போட்டு முகம் பார்த்து குரைத்து தன்னுடைய பிரியத்தை வெளிக்காட்டிய கருப்பின் தலையை வருடிக்கொடுத்தான் ரவி. தொட்டியில் தண்ணீரள்ளி கால்களையும் முகத்தையும் கழுவிக்கொண்டு துண்டால் துடைத்தபடியே வீட்டினுள் நுழைந்தபோதுதான் கவனித்தான்; தம்பி தூங்கிக் கொண்டிருப்பதை, செத்தநேரம் அவன் தூங்கட்டுமென்று அடுப்படிக்கு சென்றவன், கம்மஞ் சோற்றில் ஒரு உருண்டையைப் போட்டு வந்து நன்றாகக் கரைத்து கருப்புக்கு கொஞ்சும் ஊற்றிவிட்டு தானும் குடித்தான். கம்மங்கூழ் வழுவழுவென்று இறங்கி அடிவயிறு வரை குளிரவைத்தது. ஏப்பம் சத்தத்தோடு பலமாய் வெளியேறியது, சப்தம் கேட்டு விழித்துக் கொண்டவன், கண்களைக் கசக்கியபடியே, ‘‘என்னண்ணே வந்துட்டியா?” கேட்டான்.

“பரிச்சைக்கு படிப்போம்னு இல்லாமல் பகலில் என்னடா தூக்கம் வேண்டியிருக்கு?”

“இல்லண்ணே இப்பதான் படுத்தேன்.... அப்படியே அசந்துட்டேன்.”

“சரிசரி போயி மூஞ்சிய கழுவிவிட்டு வந்து படிடா... கோட்டுவா வழிஞ்சிருக்கு பாரு...” பித்தளை தவலைப்பானையும் வாளிக்கயிற்றையும் எடுத்துகொண்டு சர்க்காரு கேணிக்கு போனான் ரவி.

பத்து நாட்களுக்கும் மேலாக போதும் போதுமெனும் அளவிற்கு கொட்டித்தீர்த்த மழையால், ஆடு மாடுகளை காடுகரைகளில் காலாத்தியாய் விட்டு மேய்க்க முடிகிறது, சனங்களெல்லாம் தவியாய் தவித்து விட்டார்கள். இரண்டு நாளாகத்தான் மழையின் தீவிரம் படிப்படியாய் குறைந்து காலையில்தான் சுத்தமாய் விட்டு வானம் வெளிவாங்கி இருந்தது. கேணிக்கு இரண்டு நடைபோய்வந்து முதலில் குடித்தண்ணிக்கு குறைவில்லாமல் இரண்டு தவலைப் பானைகளோடு ஒரு செப்புக்குடத்திலும் ஈயத்தேக்சாவிலும் தண்ணீர்தளும்பும் படி நிரப்பிவிட்டு, வீட்டுப் புழக்கத்திற்கு நந்தாங்குட்டை வரை சென்றுவந்து ஊற்றினான். இரண்டு தொட்டிகளிலும் பழுப்பும் காவியும் கலந்ததொரு நிறத்தில்

நீர் தளும்பி கொண்டிருந்தது. பொழுது இந்தா அந்தாவென்று போய்க் கொண்டிருக்கும் போதே இருள் வேகமாய் வந்து இறங்கத்தொடங்கியது. தண்ணீர் பிடிக்கிற வேலையை எல்லாம் முடித்துவிட்டு படித்துக்கொண்டிருந்த தம்பியிடம் கேட்டான். “கெழவன் எங்கடாத்தம்பி போயிருக்காரு?”

“குடித்தெரு வர பொயிட்டு வர்றேண்ணு பொயிருக் காருண்ணே.”

“சரிசரி நீயிபடி”. கூறிவிட்டு, திண்ணையின் ஓரத்திலிருந்த அரிக்கேனை எடுத்துக்கொண்டு தொட்டிக்கு போனான் ரவி.

போர்ப் போட்டிருந்த வரகு வைக்கலில் இருந்து ஒரு இழையை விரலால் சுற்றிக்கொண்டு வந்து, அரிக்கேனிலிருந்து கண்ணாடியைக் கழற்றி கையிலிலெடுத்து, செம்மண்ணைத் தொட்டுத் தொட்டு கரிப்படிந்திருந்த கண்ணாடியை நன்றாகத் துடைத்து தண்ணீர் விட்டுக்கழுவி பளிச்சென உருவேற்றிய பிறகு பழைய சேலைத்துணியால் உள்ளேயும் வெளியேயும் துடைத்துவிட்டு கண்ணாடியை பொறுத்தி கொண்டுபோய் திண்ணையில் வைத்தான். விளக்கு மேடையிலிருந்து தீப்பெட்டியை எடுத்து பற்றவைத்து எரவாணக் கழியில் கட்டித் தொங்கவிட்டான். அடர்த்தியாய் சூழ்ந்திருந்த இருளை விலக்கிவிட்டு வெளிச்சம் படவாசல் வரையிலும் பரவியிருந்தது.

வீட்டு வேலைகளை எல்லாம் முடிப்பதற்கும் வேலைக்குப் போயிருந்த ஆயியும் அப்பனும் வீட்டுக்கு வருவதற்கும் சரியாயிருந்தது. ஒருபுறம் ரவியும் மறுபுறம் தம்பி சேகரும் படித்துக் கொண்டிருந்தார்கள். எருதுமாடுகளை காத்தமுத்துவும் கிடேரியை அஞ்சலையும் பிடித்துக் கொண்டு வந்தார்கள். தலையிலிருந்த வரகு வைக்கோல் கட்டை வாகாய் சாய்ந்து பொத்தொன்று கீழே போட்டார். காத்தமுத்து தவிடும் புண்ணாக்குமாய் கொட்டியிருந்த தொட்டியை, ‘தொட்டி மட்டையால்’ ஒரு கலக்கு கலக்கிவிட்டு மாடுகளின் தீராத தாகத்தை போக்கும்படி குடிக்க வைத்தார். வயிறுமுட்ட குடிக்கும்வரை முதுகை தடவிக் கொடுத்து கொண்டே நின்றவர், போதுமொன்று தலையைத் தூக்கிய பிறகே எருதுகளை கீழண்ட மூலையிலுள்ள மொளக்குச்சியில் கட்டினார். கிடேரியையும் தொட்டியில் காட்டிவிட்டு தெற்கால கடைசியில் கட்டியதோடு, தொரட்டியை எடுத்துக்கொண்டு

போய் கடலைப் போரினில் ஒரு கொடுங்கைக்கு கடலைக் கொடியை அள்ளிவைத்து கவணையின் உள்ளே ஆளுக்கு அஞ்சாரராய் போட்ட கையோடு, அதில் பாதியளவு கொடியை கிடேரிக்கும் போட்டுவிட்டு வந்தார். பகலெல்லாம் என்னதான் மேய்ந்திருந்தாலும் இரவில் அதுகள் அசைபோட வேண்டுமே!

படிக்கின்ற பிள்ளைகளை இடைஞ்சல் பண்ணக்கூடாதென்று வரகரிசியை மரவுரவில் போட்டு தீட்டத் தொடங்கினாள் அஞ்சலை. ஏற்கனவே கல்திருவையில் வரகாய்க்கொட்டி தொலும் பில்லாத வரகரிசியாய் வந்ததைத்தான் அடுக்குப் பானையிலிருந்து மூன்று படி வரகரிசியை எடுத்து தீட்டிக் கொண்டிருக்கிறாள். சின்னப் பூணுள்ள உலக்கையால் ஒரு தீட்டு தீட்டினாலே போதும், மர உலக்கையால் ஐந்து நிமிடங்கள் தீட்டியப்பிறகு உலக்கையை கொண்டுபோய் தாழ்வாரத்தில் வைத்து விட்டு வந்தவள், கல்லாலான களவாட்டை கீழே இறக்கி வைத்து விட்டு, தீட்டப்பட்ட வரகரிசியை கையால் நோண்டி முறத்தில் கொட்டி நன்றாக தவிடுபோக புடைத்தெடுத்து கொண்டே உள்ளே வந்தாள். நந்தனார் குளத்தில் குளித்து விட்டு வந்த காத்தமுத்து மனைவியை வையத் தொடங்கினார். “வூட்லதான் ஒரு பான கம்மஞ்சோறு கெடக்கே அப்புறமென்ன மயிர நக்குன வேலைய பாத்துகிட்டு இருக்கே... இருக்கிறத வச்சி ஒப்பேத்த முடியாது...”

“செத்த நீ சும்மா இரு, புரியாம கொள்ளாம பேச வந்திடுவே, நேத்திக்கி ஆக்குன சோத்த மழங்காலத்துல போயி புள்ளவோளுக்கு போடுடீங்கிறியே நாயமாய்யா அது? ரெண்டு வரவரிசியை போடுறதுலதான் குடும்பம் நொடிச்சிகிட்டு பொயிடபோவுது...” அவள் சொல்லுரதும் ஒருவிதத்தில் சரிதான் என்பதைப்போல எதுவுமே பேசாமல் வெளியே கிளம்பினார் காத்தமுத்து.

“இப்பதானே குட்டக்கி பொயிட்டுவந்தே அதுங்காட்டியும் பரபரக்குதோ... செத்தநாயி திண்ணையில குந்துனாயென்ன பாக்குக்கடிக்கிற நாழிக்குள்ள சோறாக்கிப் புடமாட்டேன்.” “ஆக்குடீ ஆக்கு ஒன்ன ஆரு வேணாம்னாங்க... நான் தெக்கால இடும்பண்ணன் வூடுவர பொயிட்டு வந்துடுகிறேன்.” துண்டையெடுத்து தலைப்பாகையாய் கட்டிக்கொண்டு தெருவில் இறங்கினார். வரவரிசியை பித்தளை சருவ சட்டியில்

கொட்டி மூன்று முறை 'கழனிபுட்டு' தளபுளாவென்று கொதித்துக் கொண்டிருந்த உலையில் போட்டு மல்லையால் மூடினாள். வேலைக் கலைந்து வீட்டிற்கு வந்த கையோடு வறுவோட்டில் கொட்டி வறுத்தெடுத்து ஆறப்போட்டு வைத்திருந்த சோளப்பொரியை துடைக்கப்பட்ட கல்லுரலில் அள்ளிப்போட்டு பெரிபூணுள்ள உலக்கையால் மாங்குமாங்கென்று இடித்தாள். வீசிய ஈரக்காற்றிலும் வியர்வை வழிந்தோடியது. "தம்பி பெரியவனே அடுப்புல ரெண்டு குச்சிய வெய்யிடா." உரலில் பொடிப்பொடியாகிப் போயிருந்த மாவையும் கெட்டிப்பட்டு பூணினுள் அப்பியிருந்ததையும் நோண்டியெடுத்து மாகாணியில் போட்டு, சேகரிடம் கொடுத்து திண்ணையில் வைக்கச் சொல்லிவிட்டு தொட்டிப்பக்கம் போனாள். கையைக் கழுவவும் நீரின் சலசலப்பிலேயே வழிந்தோடியது சிறுநீரும். காய்ந்த புளியும் மெலாரும் பீக்கருவை குச்சியும் விளக்கைப்போல் எரிந்து கொண்டிருந்தது. சோறு பொங்கத் தொடங்கியதும் தணலைக் குறைத்து அகப்பையால் திரவி விட்டான் ரவி. அதற்குள் நாட்டு வெல்லங்கலந்த சோளப்பொரியின் மணம் தெருவையே கூட்டிக் கொண்டிருந்தது. வாசம் பிடித்து எச்சிலொழுக நின்ற கருப்பு அங்குமிங்கும் ஓடி குரைப்பதும் அருகே ஓடி வந்து கொணட்டிக் காட்டுவதுமாய் 'என் பங்கு சோளப்பொரி மாவை கொடுங்களேண்டா' என்பதைப்போல வாலாட்டியது. கல்லுதட்டை எடுத்து ஆளுக்குக் கொஞ்சம் சோளப் பொரிமாவை கொடுத்து விட்டு சோற்றை வடிக்கப் போனாள். பானைக்குள் நுழைக்கப் பட்ட 'சோத்தலவு' கஞ்சியை மட்டும் வழியவிட்டுக் கொண்டிருந்தது.

படபடவென்று தூறல் விழத்தொடங்கியதும் கட்டிலை தாழ்வாரத்தில் சாய்த்து விட்டு திண்ணைக்கு வந்தார் பெரிய தமுறு. அஞ்சலை வரகரிசியை தீட்டிக் கொண்டிருந்த போதே, குடித்தெருவிலிருந்து வந்து கட்டிலில் உடம்பை கிடத்தியவர்தான் இப்பொழுது எழுந்து வருகிறார். மெல்ல வேகமெடுத்து பெருமழையாய் கொட்டத்தொடங்கிய செத்தைக்கெல்லாம் நனைந்து கொண்டே ஓடிவந்து கிழக்காலத் திண்ணையில் குந்தினார் காத்தமுத்து, மாமனாருக்கும் ஆம்படையானுக்கும் சோளப்பொரி மாவைப்போட்டு தின்னக்கொடுத்தாள். முன்னிலும் வேகமாய் வலுத்தது மழை. "பழையக் குருடி கதவத்தெரடிங்குற கதயா மானமிப்பிடி பேஞ்சித் தொலைக்குதே." வரவறுப்பு தடைபடுமே என்று

காத்தமுத்து புலம்பிக் கொண்டிருந்தார். "மார்கழி வர இப்புடித் தாண்டா இருக்கும் அட மயக்காலமுண்ணா சும்மா போச்சா பொங்க வர்ற வரைக்கும் இப்படித்தான் அப்பப்ப வரும் போவதும், இது அப்படியொண்ணும் தொடந்தாப்ல பெய்யாது பாரு... செத்தநாழி பொடபொடத்துட்டு உட்டுவிடும்." பருவகாலங்களின் விளையாட்டை எழுபது வருடங்களாக பார்த்து வருபவரின் அனுபவம் இப்படி பேசவைத்தது.

மகன்கள் இருவருக்கும் கல்லுத்தட்டிலும், பெரியவருக்கு குண்டு கிண்ணியிலும் புருஷனுக்கு வெண்கலக் கும்பாவிலும் போட்டு வைத்தாள். வரகரிசிச் சோறும் மொச்சைப் போட்டுவைத்த கருவாட்டுக் குழம்புமாய் வயிறு முட்ட திங்க வைத்தது; சோறும் குழம்பும் உண்டாக்கிய ருசி. சுடச்சுட உள்ளே போகும் ஒவ்வொரு கவளம் சோறும் மழைக்கு இதமாக இருப்பதை சுவைத்து உணர்ந்தனர்.

மழையின் வேகம் மட்டுப்பட்டிருந்தாலும் விடாமல் தூறிக்கொண்டிருந்தது. கிழக்காலத் திண்ணையில் பெரியவனும் மேற்காலத் திண்ணையில் கிழவரும் சின்னவனும் ஈச்சம்பாயை விரித்து படுத்துக் கொண்டார்கள். சாரலுக்கு தடுப்பாக கோணி தொங்கிக்கொண்டிருந்தது. உள் வீட்டிற்குள் அஞ்சலையும் காத்தமுத்தும் முடங்கிக் கொண்டார்கள். தாழ்வாரத்தில் போய் கருப்பு அண்டிக் கொண்டது. தெருவின் அமைதியில் மழையின் சப்தங்கூட ஒரே சீராக ஒலித்துக் கொண்டிருந்தது இவற்றையெல்லாம் அமிழ்த்து விட்டு வாலம்பாள் கிழவியின் ஒப்பாரி மழையில் நனைந்தப்படியே அலைந்து கொண்டிருந்தது. கண்களை மூடிக்கொண்டு படுத்திருந்தாலும் உள்ளுக்குள் நுழைந்து கனவாய் விரிந்து குழைவாய் கிழவியின் குரல் ஒவ்வொரு இரவுகளிலும் நடுநசியில் எழும் ஒப்பாரிக்கு துணையாய் பெருங்குரலெடுத்து அழும் நாய்களின் ஊளையும் சேர்ந்தே தெருவெங்கும் அலையும். பல்லாண்டுகளாய் ஓயாமல் ஒலித்துக்கொண்டே இருப்பதால் தெருசனங்களுக்கெல்லாம் தொந்தரவாய் இல்லாமல் பழகிப்போய் இருந்தாலும், இழப்பின் வலியை துயரில் குழைத்து ஒப்பாரியில் அவள் குரல் வெடித்தழும் போதெல்லாம் கேட்டும் சனங்களின் மனசைக் கலங்கடித்து வேதனையுண்டாக்கும். தினமும் கேட்டுக்கேட்டுப் பழகிப்போயிருந்தாலும், ஒவ்வொரு முறையும் வலாம்பாள் ஒப்பாரியை கேட்கும் போதெல்லாம்

கண்ணீர் வழிந்த நிலையில் கண்ணயரும் சனங்கள்தான் அதிகமென்கலாம்.

1967—ஆம் ஆண்டின் சித்திரை மாதத்தின் கடைசி நாளொன்றில் நடந்தேறிய சம்பவமது. பிறந்து பத்து நாட்களே ஆன சிசுவாய் மண்ணில் கிடந்தான்; பெயர் சூட்டப்படாத குழந்தையாய் ரவி. அதுவொரு கடுங்கோடைக்காலம். சரக்கொன்றை மலர்கள் கிளைகளிலெல்லாம் கொத்துக் கொத்தாய் பூத்து குலுங்கிக் கொண்டிருந்த பருவம். மணகெதி கிராமத்திலேயே தங்கியிருந்து கூத்து கத்துக் கொண்டிருந்தான் நடேசன். கூத்தின் பல்வேறு பாவங்களை எல்லாம் நுணுக்கமாய் கற்றுத் தேறியபிறகு ஒருநாள் தன்னுடைய வெகுநாளைய ஆசையை ஆயியிடம் சொன்னான் நடேசன்; தன்னுடைய முதல்கூத்தை உள்ளூரில் அரங்கேற்ற விரும்புவதாக. மகன் கூறியதைக் கேட்டதும் பதறிப்போன வாலம்பாள் கிழவி நடுங்கத் தொடங்கினாள். புலம்பியபடியே மகனிடம் ஊர் நிலையை எடுத்துக்கூறினாள். “பழி பாவத்துக்கு அஞ்சாத படாச்சிவோ வாழுற ஊரு இதுப்பா… வெள்ள வேட்டிய கட்டிக்கட்டு வீதியில போனாலே வெட்டி சாக்கிற ஆளுங்களா! ஒன்னெ, ராசா வேஷம் கட்டிஆட உடுவானுங்க… கீழ்க்குடியில் பொறந்துபுட்டு கிருதா மீச வெச்சிக்க முடியுமாப்பா? நல்லா ரோசன பண்ணி பாத்துபுட்டு அப்புறமா ஒரு முடிவுக்கு வா…” அவனாயி அழுது பார்த்தும், தடுத்து பார்த்தும் தங்கராசு படையாட்சி மகன் பழனிமுத்துவின் ஆதரவோடு—அந்தய்யா வீட்டு வாசலிலேயே அரங்கேற்றத்தையும் நடத்தி முடித்தவன் நடேசன்.

நம்ப ஊரிலேயே அதுவும் சேரியில் இப்படியொருத்தன் இருந்திருக்கானே! கூத்தைப்பார்த்த ஊர்த்தெரு ஆண்கள் பெண்களெல்லாம் மூக்குமேல் விரலை வைத்து ஆச்சரியப்பட்டு போனார்கள். என்னே குரலில் ஒரு ஏற்ற இறக்கம்! பார்வையில் அப்படியொரு கம்பீரம், நடையில் தனிமிடுக்கு… முறுக்கிய மீசையின் மேலிரு மயக்கும் கண்கள், துடிப்பான அந்த இளைஞனை ஒவ்வொரு இரவிலும் நினைத்து ஏங்கி, கனவினில் புணர்ந்து களித்து கிடந்த பெண்கள் ஊர்த்தெருவில் அநேகம் பேரென்று சொல்லாம். அதே நேரத்தில் ஒவ்வொரு ஆண்களின் மனதிலும், ‘பய எப்ப மாட்டுவான் கைய வெச்சி உடலாம்’ என்ற வன்மம் விஷத்தைப் போல ஏறிக்கொண்டிருந்தது.

வெளியூருக்குக் கிளம்பியவன் வர எப்படியும் ஒருவாரக் காலமாகும் என்பதால், கூத்திற்கு கிளம்பியிருந்தவர்களை த.பொட்டக்கொல்லையிலேயே காத்திருக்கச் சொல்லிவிட்டு, வாடகை சைக்கிளை எடுத்துக்கொண்டு 'அஞ்சுபுளி' வழியாக ஊருக்கு வந்தான். கைரேகையும் மறைந்து போய்விட்ட கருக்கிருட்டு நேரம், யார் கண்ணிலும் படாமல் ஊருக்குப் போய்விட்டு வந்துவிடலாமென்பதால் பெடல்களை வேகமாக உதைத்துக்கொண்டு போனான். செம்மண் புழுதியெல்லாம் டயரின் அழுந்தலால் மேலெழுந்து, பாதையின் இருபுறத்திலுள்ள கள்ளியில் படிந்தன. அவனுடைய எண்ணமெல்லாம் ஆயியை பார்த்த பேசிவிட்டு வந்து விடணுமென்ற யோசனையிலேயே மூழ்கி இருந்ததே தவிர, நாம குடித்தெருவுக்குள் சைக்கிளில் போகிறோமே என்ற எண்ணமே இல்லாமல் அவன் மிதிவண்டி இருள்வெளியில் முன்னேறிக் கொண்டிருந்தது. நெல்லுபள ஏரியின் கரை இறக்கத்தில் போய்க் கொண்டிருந்த போதுதான், வன்மத்தை அடைகாத்து வைத்திருந்தவர்களில் ஒருவனின் கண்ணில் பட்டுவிட்டான் நடேசன்.

"யார்றா அவன் சைக்கிள்ல போறவன்?" இருட்ல எப்படி கவனிச்சிருப்பான், பகீரென்றொரு பயம் அடிவயிற்றிலிருந்து மேலெழுந்தது. குரலைக்கேட்ட மறுநொடியே ஒரு காலை கீழே ஊன்றி பட்டென்று இறங்கி வண்டியை பிடித்துக்கொண்டே "நடேசங்க" என்றான்.

"யாரது?... ஓ! பற சீனிவாசன் மவனா?"

"ஆமாங்க"

"பறப்புண்டைக் கெல்லாம் ரொம்பத்தான் அதப்பேரிப் போச்சி, ஊர்த்தெருவுல எப்புடிரா நீ சைக்கிள்ல வரலாம்?"

"ஆண்டிமடம் பக்கம் கூத்தாட போறேங்க ஆயிகிட்ட ஒருவாத்த பேசிபுட்டு போவலாம்னு... ..." சொல்லிக்கொண்டிருக்கும் போதே அடிவிழத்தொடங்கியது.

"தெரியாம வந்துட்டேன்னு சொல்லுரேன்..."

"வம்மாளவோழி தெருவுல வந்ததும் இல்லாம மறுத்து பேசுறியா?

".... ...."

எதுவுமே பேசாமல் இருந்தவனை அடித்ததோடு சட்டையைப் பிடித்து தரதரவென்று தெருவுக்கு இழுத்துச்சென்றான் சண்முகம் படையாச்சி. பெரியசாமி ஆண்டையின் வீடுபோய் சேர்வதற்குள் நடேசனின் கள்ளி ஜிப்பா நார்நாராய் கிழித்தெறியப்பட்டது. ஒரு பறையன் தெருவழியாக சைக்கிள்ல வந்ததே மன்னிக்க முடியாத பெருங்குற்றம், இதில் கள்ளி ஜிப்பா வெள்ளை வேட்டி... இடைவாரு என வந்தால் விட்டுடுவானுங்களா? ஆண்டை வீட்டினை அடைந்த போது அவனிடம் எஞ்சியிருந்தது கால்சட்டை மட்டுமே.

இரண்டு பெருந்தலைகளும் அவர்களின் சேனை பரிவாரங்களும் இவனை என்ன செய்யலாமென்று ஆலோசனை செய்துவிட்டு, இறுதியாய் முடிவெடுத்தார்கள். ‘இவுன இப்படியே உட்டா ஊரு கட்டுமானம் என்னாவுறது? அவனவனும் வெள்ளையுஞ் சொள்ளையுமா மிரேடியையும் போட்டுக்கிட்டுல்ல வருவானுங்க,’ ஆத்திரப்பட்டு கத்திக் கொண்டிருந்த ஆட்களை எல்லாம் அமத்திய கையோடு — குடித்தெரு நாவிதனான தங்கராசுவை கூட்டி வரும்படி தன்னுடைய பண்ணையாளை அனுப்பி வைத்தார் பெரியசாமி. இன்னொருவனை பறச்சேரிக்கு அனுப்பி ஆளுங்களை எல்லாம் ஊர்க் கூட்டத்திற்கு வரச்சொன்னார்.

கைகள் இரண்டையும் வளைத்து பின்புறமாய் கட்டியிருந்தனர். முகம் வீங்கிப்போன நிலையில் இதற்கும் மேல் கெஞ்சுவதற்கோ வாயைத் திறப்பதற்கோ ஒன்றுமில்லை, எது நடந்தாலும் நடக்கட்டுமென்று நடேசன் அமைதியாக இருந்தான். லாந்தர் வெளிச்சத்தில் பார்த்ததும் முதலில் அதிர்ச்சியும் பிறகு வேதனையும் அடைந்தாள்; கணவனை இழந்துவிட்டு வீட்டோடு வந்திருக்கும் பெரியசாமியின் தங்கை ராமாயி. பறத்தெரு ஆண்களிலேயே நடேசன் என்றாலே அவன்மீது அவளுக்கு ஒருமரியாதையும் இனந்தெரியா ஈடுபாடும் மனதிற்குள்ளேயே வைத்திருந்தவளாயிற்றே!

ஊரின் மையப்பகுதியிலுள்ள அய்யனார் கோவில் வெட்டைக்கு இழுத்துச்சென்று அங்கிருந்த வேப்பமரத்தில் கட்டினார்கள். ஊரே திரண்டுவந்து வேடிக்கைப் பார்க்கத் தொடங்கியது. “இதுயென்னடிம்மா அக்கிரமமா இருக்கு?” “பாவம்டியம்மா அந்த பய” “குடியானவனுவ எல்லாம் கிருமங் கொண்டுல்ல அலையிராணுவ” தெரு சனங்களெல்லாம்

தங்களுக்குள்ளே முணுமுணுத்து கொண்டனர். ஆனால் இதற்கு நேர்மாறாகவே குடித்தெரு சனங்களெல்லாம் வாயைவிட்டே வைவதும் முணுமுணுப்பதுமாய் தங்களின் ஆங்காரத்தை எல்லாம் கொட்டித் தீர்த்தார்கள்: "என்னா நெஞ்சமூத்தங்குறே பறநாயி இது, ஊர்த்தெருவு வழியே சைக்கிளுல வந்திருக்கு?" "இத இப்படியே உட்டா நாளைக்கே வூட்டுக்கு வந்து ஓம்பொண்ண குடுன்னுல்ல கேப்பாணுவ" ஒவ்வொருவரும் ஒவ்வொரு விதமாய், குற்றங்குறை கூரியதோடு கட்டி வைத்து தோலை உரிக்கவேண்டுமென்றும் தமக்குள்ளாகவே பேசிக்கொண்டனர். ஓடிவந்து நின்ற ஊர்த்தெரு நாவிதன், கீழ்குடிகாரனுக்கெல்லாம் செரைக்க முடியாதென்று பவ்யமாக மறுத்து விட்டான்.

குஞ்சு குளுவானிலிருந்து கிழங்கட்டைகள் வரை கோவிலுக்கு சேரியே திரண்டு வந்திருந்தது. பெரியசாமியின் அய்யா முனியமுத்தாரின் காலில் விழுந்து கதறினார்கள்; நடேசனின் அய்யா சீனிவாசனும் அம்மா வாலம்பாவும். பெரிய தமுறு, முறுவன், செல்லன், பரட்டையன், இராமன் பறத்தெரு நாட்டாண்மைகளெல்லாம் இடுப்பில் துண்டைக்கட்டிக்கொண்டு குடித்தெரு பஞ்சாயத்தார்களின் காலில் விழுந்து, மன்னித்து விட்டுடும்படி கோரிக்கை வைத்தார்கள். மன்னிப்பும் கதறலும் கேட்பார் யாருமின்றி காற்றில் கரைந்தன.

செய்தியை கேள்விப்பட்டதும் வீசை பொன்னுசாமி கோனாரும், ஏழுமலை கோனாரும் வந்து சேர, இவர்களோடு தங்கராசு படையாட்சியின் மகன்களான பழனிமுத்து, நல்லமுத்து மருதமுத்துவும் இவர்களின் உறவுக்காரர்களும் என பாதி ஊரே திரண்டு வந்ததைப்போல பெருங்கூட்டமாய் வந்துசேர்ந்தார்கள். நடேசனின் முறுக்கான மீசையை சிரைக்கச் சொல்லி பறந்தெரு அம்மாசிக்கு கட்டளையிட்டார் சண்முகம் படையாச்சி. முடியாதென்று எதிர்த்தெல்லாம் பேசிவிட முடியாதென்பதால், நடுக்கத்துடனே சவரப்பையோடு எழுந்து வந்த அம்மாசியை பழனிமுத்துதான், "நீ போயி குந்துடா" என்று கூறி தடுத்துவிட்டு பஞ்சாயத்தார் முன்பு பேசவந்தார்.

"பெரியசாமியண்ணே குறுக்கால பேசுறேனேன்னு ஆத்திரப் படக்கூடாது, இவன் ஆரு எவுறு? நமக்கு ஊழியம் பாக்குற சேரிக்காரன்தானே, அப்படியென்னயிவன் பொல்லாத பொழையப் பண்ணிபுட்டான்னு கட்டி வெச்சிருக்கிங்க?"

“பழனி நீயி சேதியேன்னயிண்ணுதான் கேள்விப்பட்டிருப்பியே, இதுல என்னுமோ தெரியாதமாரி கேக்க வந்துட்ட ஊரு கட்டு மானத்த மீறுர சேரிக்காரன் எவனா இருந்தாலும் அவுனுக்கு பஞ்சாயத்துல கொடுக்குற தண்டனயிதுண்ணு தெரியாதா என்ன?”

“சின்னாண்டே என்னிய வேணும்னா கட்டிப்போட சொல்லுங்க, எம்மவன உட்டுடுங்க சாமிவளா.... வரம்வாங்கி தவம் வாங்கி பெத்த புள்ளயிது, என்னிய வேணும்னாக்க அடிங்க, கொல்லுங்க யேவூட்டுக் குருப்ப அழிச்சிடாதீங்க சாமியோவ்...? தாரை தாரையாய் கண்ணீர் வழிய பழனிமுத்துவையும் பஞ்சாயத்தாரையும் பாத்து கையெடுத்து கும்பிட்டபடியே நின்றார் சீனிவாசன். அழுது வீங்கிய முகத்தோடு நின்ற வாலம்பாளின் உடல் வெடவெடவென்று நடுங்கிக் கொண்டிருந்தது.

தங்கராசு படையாச்சிதான் வெற்றிலை எச்சிலை துப்பிவிட்டு பேசத்தொடங்கினார்.

“அவஞ்செஞ்சது தப்புதான் இல்லேங்குல ஒத்துக்குறேன். அவுனுக்கு அவுதாரம் போடுங்க தோ நம்ப பறசீனிவாசன் இருக்கான் கட்டிபுட சொல்லுறேன் அத வுட்டுபுட்டு அவன் மீசையை செரைக்க சொல்லுரதோ ஆளாளுக்கு அடிக்கிறதோ என்ன நாயமுண்ணு கேக்குறேன்? இதயும் மீறி செரைச்சாதான் ஆச்சி ஒதைச்சி அடிக்காம உடமாட்டோம்னு சொன்னீங்கண்ணா நா ஒரு ரோசன சொல்லுறேன் கேப்பீங்களா?”

கூடியிருந்த கூட்டம் என்ன சொல்லப் போராறு என்று கவனித்தப்படியே கசமுசாவென்று தமக்குள் பேசிக்கொண்டது. வெற்றிலைப் பாக்கை மென்று உமினியை விழுங்கியப்படியே... “தம்பி சொல்லுரததான் கேப்பமே மணியாரே தங்கராசு நீ சொல்லுடா” புகையிலைத் துணுக்கை கொரட்டில் அடக்கிக்கொண்டார் முனியமுத்தாரு. பெட்ருமாஸ் வெளிச்சத்தில் தன் கெளுத்தி மீசையை தடவியபடியே கூர்ந்து கவனிக்கத் தொடங்கினார். கிழவரை எரிச்சலுடன் பார்த்தார் பெரியசாமி.

“மொதல்ல அவங்கட்டவுத்து உடுங்க, என்னதான் அவென் கீசாதிக்காரனா இருந்தாலும் அவனும் நம்மூர்க்காரன் அதுவும் இளம் பிராயத்துக்காரன், அவனும் அவன்

சாதிசனங்களும் நம்பள அண்டிதான் பொழைக்கிறாங்க நான் இல்லேங்குல... நாமளும் அவங்க இல்லாட்டிப்போனா பொழப்ப ஓட்டமுடியாது எல்லாம் நாறிப்பொயிடும். அதனால் வெறும் நூத்தம்பது குடிசையேயுள்ள பறையனுங்களும் முப்பதே குடிசையுள்ள சக்கிலிவுளுகளும், ரெண்டாயிரம் தலக்கட்டுள்ள நம்மள எதித்துதிட்டு வாழ முடியாதுங்குறதும் எனக்கு தெரியும். நான் சொல்ல வர்றது என்னெண்ணா... நம்ம பற சீனிவாசன் மவன, ஒத்தைக்கு ஒத்தையா நம்மாளுல ஒருத்தன் எவன் அடிச்சி ஜெயிக்கிறானோ,... அவனே அவன் மொவத்த செரைக்கலாம், கட்டி வெச்சி அடிச்சி அவுதாரம் போடுலாங்குறேன்.”

சனங்களெல்லாம் தங்களுக்குள் பேசத்தொடங்க சத்தம் பெரிதாகி இரைச்சலாய் எழுந்தது. “இதானே சித்தப்பா ஒன்னோட நாயம்? தப்பு பண்ணுனவனுக்கு தண்டன தரணும்னு இல்லாம அவனுக்கு அனுசரனையா வேற பேசவந்துட்ட.” “எலேய் செத்த இருடா பெரியசாமி, அவன் என்னெ பெரிய குஸ்திக்காரனாடா? உடேன் அதியும் பாத்துபுடலாம்.” முனியமுத்தாரு சொன்னதையே பெரும்பான்மையான சனங்க சரிதானென்று ஆமோதித்தார்கள்.

மகன் தப்பிக்கிறதுக்கு ஒரு சின்ன நொழவு கெடச்சிட்ட நிம்மதி சீனிவாசனின் முகத்தில் தெரிந்தது. “நம்ப நடேசனின் கோவணத்தக்கூட அவுனுவளால தொடமுடியாது பாறேன்.” காத்தமுத்துவிடம் சன்னமான குரலில்சொன்னார் அம்மாசி.

இந்த வாய்ப்பை நழுவவிடக்கூடாதென்று...மனதிற்குள் வைராக்கியமும் திடமும் உருவாகி இருக்க பல வருஷத்து பசியோடு எழுந்து உறுமத்தொடங்கியது வேட்டை நாய்.

நடேசனை விட அரையடி தூக்கலாவுள்ள அவஞ்ஜோடி குடியானபப்பயல் ஒருத்தன் தொடையை தட்டிக்கொண்டு, ‘ஒரு கை பார்க்குறேன் தகடிக்கேண்ணு’ முன்னால வந்தான். “ஆருட்டு பய இவன்?” பெரியசாமி படையாட்சி அய்யா முனியமுத்து கிழவன்தான் கேட்டார்.

“மரிங்கிபிரியன் கொட்டா தொரக்கண்ணு நாட்டாரு பேரன் கதிர்வேலு” கண்ணாடியை தூக்கிப்பார்த்து போட்டு கொண்டு சொன்னார் பழைய மணியாரு.

பயமும் பதட்டமும் இல்லாமல் நிமிர்ந்து நின்றான் நடேசன்.

காசரை நார்க்கயிறால் இறுக்கிக் கட்டப்பட்டிருந்த இடம் வேறு திகுதிகுவென்று எரிஞ்சி தொலைச்சது. அடிவிழுந்த இடப்பக்க முகம்வேறு வீங்கிப்போய் விண்விண்ணென்று வலிதெறித்தது. விழுந்த குத்தால் பல்லில் மோதி காயமுண்டாகி இருந்த நிலையில் வீங்கிப்போன உதடு புதியதொரு உறுப்பாக துருத்திக் கொண்டிருந்தது. குருதி கசிந்திருந்த உதட்டின் மென்மையான உள்பகுதியை நாவால் வருடிக் கொண்டான். பதிலடி தரும் வெறி கங்காய் கனன்று கொண்டிருக்க, மனம் தன் குடிசாமியான பச்சையாயியை முணுமுணுத்து கொண்டிருந்தது. பழனிமுத்துதான் நாலுமுழ கிழுவு வேட்டியைக் கொடுத்து கட்டிக்கொள்ள சொன்னார்.

பெட்ருமாஸ் வெளிச்சத்தில் பார்க்கும்போது கருகரு வென்றிருந்த அவனின் உருவம், உள்ளொடுங்கிய வயிறு, அகலமாக புடைத்து கொண்டிருந்த மார்பு சதைத்திரட்சியோடு திரண்டிருக்கும் புஜங்கள்... சரிந்த திமிலோடு கூட்டத்தை அலட்சியமாய் பார்த்தபடியே போகும் ஜல்லிக்கட்டு காளையை போலிருந்தது நடேசனின் தோற்றம்.

வெறியோடு மேலே—பாய்ந்தவனின் ஒரு கையை இறுகப்பற்றி முறுக்கிய வேகத்தில் தன்னுடைய வலதுகாலால் அவனின் இடதுகாலை வாரிவிட, மல்லாந்த நிலையில் விழுந்தவனின் வயிற்றில் விசையோடு இறங்கியது வலதுகை முஷ்டி. அதன்பிறகு அவன் எழவேயில்லை. வயிற்றைப் பிடித்துக்கொண்டு வலியால் முணகியவனை இரண்டொருவர் கைத்தாங்கலாய் அழைத்து சென்றனர். அடுத்தடுத்து ஓடிவந்த இரண்டு இளைஞர்களில், தூக்கியெறிந்ததில் ஒருவனுக்கு கொழச்சி நழுவிவிட்டது. இன்னொருவனோ விலாவில் விழுந்த குத்தில் மூச்சைப் பிடித்துக் கொண்டு குத்திவிட்டான்.

இப்படியே விட்டால் ஊரின் மானம் ஒரு பறையனின் காலடியில் விழுந்து அவமானமடைய நேரிடுமென்று, தன்னுடைய ஒன்றுவிட்ட தம்பியை அழைத்து காதில் ஏதோ ஓதினார் பெரியசாமி. இதைக் கவனித்துவிட்ட தங்கராசு படையாச்சி தன்னுடைய மூத்தமகனான பழனிமுத்துவிடம் கிசுகிசுக்க, பழனிமுத்துவின் தம்பிகளான நல்லமுத்து, மருதமுத்து, அவர்களின் கூட்டாளிகள் நான்கு பேர் எல்லோரும் கூட்டத்தை விலக்கிக்கொண்டு நடேசனிடம் சென்றனர்.

“குடியானவன்னா ஒனக்கு அம்மா இளக்காரமா பொயிடுச்சா... மானுவம் பாக்கம அவென தூக்கிக்கிட்டு வாங்கடா...” அடிப்பதைப் போலவும், வைவதைப் போலவும் இளவட்டங்கள் நடேசனை சூழந்துகொள்ள, அங்கெழுந்த கூச்சல் களேபரத்தில் இங்கெ என்னெ நடக்கிறதென்று தெரியாமல் சனங்களெல்லாம் குழம்பிக்கிடந்தார்கள். ஒருகூட்டம் நடேசனை சூழந்துகொண்டு அழைத்துபோக, நாலைந்து இளவட்டங்கள், “அதோ பாரு பறவம்மாளவோழி தப்பிச்சி ஓடுறான் புடிங்க புடிங்க...” துரத்திக்கொண்டு ஓடினார்கள்; வேறு திசையை நோக்கி. இந்த ஓட்டமும் பாய்ச்சலும் பஞ்சாயத்தார்களையும் கூடியிருந்த குடித்தெருசனங்களையும் நம்பவைக்கவென்று யாருக்கும் தெரியாது. “இதுக்குத்தானே அந்த பயல மரத்துல கட்டிவைச்சி கொழுப்பேறி கெடக்குற ஓடம்புலேருந்து தோல உரிக்கணும்னு சொன்னேன். கேட்டியாய்ய... இப்ப என்னடான்னா நம்பள எல்லாத்தியும் நம்பவெச்சி ஓந்தம்பி ஊம்படிச்சிட்டு பொயிட்டான் பாத்தியா.” கோபத்தை எல்லாம் அய்யாவிடம் காட்டினான் பெரியசாமி. “நாயிப்ப என்னடா செய்யிரது? இப்புடிலாம் நடக்குமுண்ணாடா எனக்குத் தெரியும்.” அதற்குமேலும் வாயைத் திறக்காமல், துண்டை உதறி தோளில் போட்டுக்கொண்டு நடையைக் கட்டினாரு முனியமுத்தாரு. உட்கார்ந்து பார்த்து பார்த்து சூத்தெரிச்சலும் வயித்தெரிச்சலும் அடைந்திருந்த பஞ்சாயத்து பெருந்தலைகள் ஒவ்வொருவராய் கிளம்பிப்போக... வாய்க்கு வந்ததை பேசிக்கொண்டே சனங்களெல்லாம் கலையத்தொடங்கினர். ‘சின்னாண்ட மவன காப்பாத்தி புட்டாரு அவருபுள்ளெ பொண்டாட்டி நல்லாருக்கணும்.’ கண்ணீர் வழிய மனத்திற்குள் வாழ்த்தியபடியே தெருவைப் பார்க்க கிளம்பினார் சீனிவாசன். ‘பச்சையாயீ ஓம்புள்ளைய நீதான் பாத்துக்கணும்‘ வேண்டியபடியே ஆம்புடையானின் பின்னாலேயே போனாள் வாலம்பாள்.

எப்படியோ நடேசனை கூட்டத்தை விட்டு விலக்கிக்கொண்டு போய்விட்டனர். எப்படி தப்பித்துப்போனான்? எங்கு கொண்டு போனார்கள்? எந்த இடத்தில் தங்கவைத்தனர்? இவையெல்லாம் தங்கராசு படையாட்சியையும் அவரின் மகன்களையும் தவிர இரண்டாம் பேருக்கு தெரியாது.

“பங்காளிதான் சொரக்குடுக்கை அறுப்பான்னு ஊரு உலகத்துல சொலகக்கதய சும்மாவா சொல்லுரானுங்க,” “....

...." எதுவுமே பேசாமல் வெற்றிலைப்பாக்கைப் போட்டு மென்று கொண்டிருந்த அய்யாவை கண்டதும் ஆத்திரம் இன்னும் கூடியது. "குந்திருக்காம் பாரு ஒண்ணுமே தெரியாத மாரி... ஒக்காளவோழி எல்லாமே ஒன்னாலதாண்டா.." வைத்தோடு அடிக்கவும் கையை ஓங்கினார் பெரியசாமி. இங்கிருந்தா இருக்கிற கோவத்துல மகன் அடித்தாலும் அடித்து விடுவானென்று எழுந்து தெருவுக்குப் போனார் முனியமுத்தாரு. "எப்படி தப்பி இருப்பான்? அவன் எங்க இருந்தாலும் கொண்டாங்கடா... இனுமேப்பட்டு மானுவம் பார்க்கப்படாது." நடுத்தெரு, கருங்காயன்கொட்டா, மரிங்கிபிரியன் கொட்டா கொட்டாக்காட்டிலுள்ள ஒருசோட்டு பயலுங்களெல்லாம் சுளுக்கி, வரிச்சி, ஈட்டி, குத்துக்கோலு சகிதமாய் ராவும் பகலுமாய் தேடிப்பார்த்து அலைந்ததுதான் மிச்சம். நடேசன் எப்படி மாயமாய் மறைந்தானென்று யாருக்கும் தெரியவில்லை.

ரவி அசந்து தூங்கிக்கொண்டிருந்தான். வாலம்பாளின் ஒப்பாரியும் அடங்கிப்போயிருந்தது. சொண சொணவென்று தூறிக்கொண்டிருந்தது. விழிப்புத்தட்டியதும் துண்டையெடுத்து தலையில் போட்டுக்கொண்டு வாசலுக்கு வந்தார் காத்தமுத்து. தரையில் கால்வைக்க முடியவில்லை. மழைநின்ற பிறகும் வாசலில் தண்ணீர் ஓடிக்கொண்டிருந்தது. மழைநீரின் குளிர்ச்சி ஜில்லென்று வெடிநரம்பை பிடித்திழுத்தது. குளிர்காற்று வேறு வெற்றுமேனியை தழுவி வெடவெடக்க வைத்தது. காற்றில் அசைந்த பூவரசு மரத்தின் கிளைகள் சடசடத்து மழைநீரை உதறியது. வேலியோரத்தில் குந்தி மூத்திரத்தை விட்டுவிட்டு, வாசலுக்கு வந்து கீழே கிடந்த கோணியில் காலின் ஈரத்தை நன்றாக அழுத்தி தேய்த்து துடைத்துவிட்டு, வீட்டினுள் நுழைந்தார். அய்யா மேற்காலத் திண்ணை ஓரத்தில் முடங்கியிருந்தார். அஞ்சலையை மெதுவாக தட்டி எழுப்பவே தூக்கக் கலக்கத்திலேயே, "என்னய்யா?" என்றாள். சிறிது நேரங்கழித்து மீண்டும் எழுப்பினார். பாதி உறக்கத்திலேயே மல்லாந்து படுத்தவள், பழக்க தோஷத்தில் சேலையை முட்டிக்கு மேலே மழித்தபடியே "வாய்யா" என்றாள். தூறல் பெரிதாகி வலுக்கத் தொடங்கியது.

அம்மாவும் அப்பாவும் எப்பொழுது எழுந்தார்களென்று தெரியவில்லை. நன்றாக விடிந்திருந்தது. நேற்றிரவு பெய்த சுவடின்றி தண்ணீரெல்லாம் வடிந்து போயிருந்தது. சூரியன் மேலெழுந்து கொண்டிருந்தான். எருது மாடுகளை கையில்

பாப்லோ அறிவுக்குயில் | 33

பிடித்திருந்தார் காத்தமுத்து. கொழுக்கம்பி களக்காட்டை எடுத்துக்கொண்டு அஞ்சலையும் கிளம்பினாள்; வீசஆண்டையின் தெக்கிக்காட்டுக்கு கடலைக்கொடி பிடுங்க. படவாசல் வரைக்கும் சென்றவள் யோசனை வந்தவளாய் திரும்பி வந்து ரவியை பார்த்து பேசினாள்.

“தம்பி பெரியவனே ஆடுவளோட கெடரியையும் செத்த ஓட்டிகிட்டு போப்பா, ‘சன்னைங்கன் கொட்டா’ யிக்கு ஓட்டிகிட்டு போனீனா அங்கே நம்ப வீசஆண்ட கொல்லியிலேயே உட்டு மேய்க்கலாம், அறுப்பறுத்த கொல்லியில புல்லுபூண்டு ஆம்புட இருக்கும் ஆடுவள நல்லா வளைச்சி மேச்சிகிட்டு வா, சேகர அடிச்சிகிடுச்சிவுடாத புள்ளெ வெளாண்டுகிட்டு வூட்டுலேயே கெடக்கிட்டும்.”

அம்மா சொல்லசொல்ல சரிசரியென்று தலையாட்டினான் ரவி.

“நாழியாவுது வாடிக்கெடக்கு கதவடிச்சிட்டு நிக்கிறே” சத்தம் போட்டுவிட்டு காத்தமுத்து முன்னால் போக, பின்னாலேயே ஓடினாள் அஞ்சலை.

ஆணியில் மாட்டியிருந்த பையை எடுத்துக்கொண்டு உட்கார்ந்தான் ரவி. ஆங்கில புத்தகத்தில் மூன்றாம் பாடத்தின் கேள்வி—பதில்களை மனனம் செய்யத்தொடங்கினான். ஆண்டு பொதுத்தேர்வுக்கு இன்னும் மூன்று மாதங்களே இருக்கிறது; அதற்குள்ளாக படித்து முடித்தாக வேண்டும். இரண்டு மாதங்களுக்கு முன்பாகவே பாடங்களை எல்லாம் படிக்கத் தொடங்கிவிட்டான். என்னே! நேரந்தான் கிடைக்கமாட்டேன் என்கிறது. லீவு நாளன்றாலே ஆடுகளை மேய்த்துக்கொண்டு வருவதிலேயே நேரமெல்லாம் கரைந்துபோய் விடுகிறது. ஆடோட்டிக் கொண்டு போய்விட்டு வீடுவந்து சேர்ந்தாலோ; தண்ணீரெடுக்க, வாசல் பெருக்க கோழிப்பீ வார இப்படி எல்லா வேலைகளையும் செய்துகொண்டே இடையிடையே கிடைக்கும் கொஞ்ச நேரத்தில்தான் படிக்க முடிகிறது. இதுல செட்டி வெள்ளாழனுவ வூட்டு பிள்ளைங்களோட எப்படி போட்டிப்போட முடியும்? பத்தாததிற்கு எல்லா பயலுங்களும் ‘டியூஸனுக்கு’ வேற போறானுங்க, இங்கெ என்னடான்னா ஒவ்வொரு நாளும் பள்ளிக்கூடம் போய்விட்டு வருகிறதே பெரிய விஷயமால்ல இருக்கு. வீட்டு வேலை செய்யும் போதெல்லாம் இதுபோல ஏதாவது எண்ணங்கள் எழுந்து

அவனை இயக்கிக்கொண்டே இருக்கும். இவனோட வீட்டுலியாவது, 'நீ எவ்வளவு படிக்க முடியுமோ படி ராசான்னு' சொல்லுரதே பெரிய விஷயமில்லையா! "நாங்கதான் கைநாட்டா பொயிட்டோம் நீயாவது ஊருதெருவே மூக்குமேல கை வெக்கிறாப்ல படிச்சி ஒசந்த வேலைக்கு வாடாப்பா." ஒவ்வொரு முறையும் இவன் ஊர்சுற்றி விட்டு வரும் போதெல்லாம் தாத்தா சொல்லாமல் இருந்ததில்லை.

வீட்டு வேலைகளை எல்லாம் முடித்து அசமடக்கிவிட்டு கிடேரியை பிடித்துகொண்டு ரவி மட்டும் தனியாகப் போனான். இவனுக்கு முன்னாலும் பின்னாலும் ஆடுகள் போய்க் கொண்டிருந்தன. கிளம்பிய போதே தம்பியை வீட்டிலேயே இருக்கும்படி கண்டித்துவிட்டுத்தான் போனான். அண்ணன் சொன்னதிற்கெல்லாம் தலையை ஆட்டிய சேகர், அண்ணம் பயலின் தலைமறைந்த பிறகுதானே தெரியும்; 'போடா தஸ்க்காங்குறது'. கூட்டாளிகள் யாருமில்லாமல் தனியாக ஆடோட்டிக்கொண்டு போவது என்னவோ போலிருந்தது.

தெருசனங்களெல்லாம் நிலக்கடலை பிடுங்கவும், ஆயவும் கொல்லைக்காடுகளுக்கு சென்றுவிட, காவட்டை, கருப்பஞ் சருகு, வரகு வைக்கோல் பனைமட்டையென ஒவ்வொரு வீட்டின் தலைக்கவசமென விதவிதமாக வேயப்பட்ட கூரைகளெல்லாம் வெயிலில் காய்ந்து கொண்டிருந்தன. தனபாலை பார்க்க போகலாமா வென்று நினைத்தான் சேகர். செத்த இருந்துதான் பாப்போமே, அதற்குள் அவனே தேடிக்கொண்டு வரலாமென்று திண்ணையில் போய் குந்திக்கொண்டான். 'கருப்பு' அண்ணங்கூடவே ஓடிப்போயிருந்தது. வயிற்றை வலிக்கத் தொடங்கவே, எழுந்து நந்தாங்குட்டைக்கு ஓடினான். எதிரில் சாமிதுரை பயல் வந்து கொண்டிருந்தான். அவன் கையில் மூங்கில் சிம்பும், அதன் 'ட' வடிவ கொக்கி போன்ற முனையில் மரச்சக்கரமும் நுழைக்கப்பட்டிருந்தது. இப்பொழுது அவனிடம் கேட்கும் நிலையில் தான்இல்லை என்பதை உணர்ந்தவனாய், "ஏரிக்கு போறேன் நீயும் வர்றியாடா?" என்று கேட்டான் சேகர். அவன் வண்டியை உருட்டிக்கொண்டு ஓடுவதிலேயே கவனமாயிருந்ததால், "வர்ல போடா" கூறிய வேகத்தில் ஓட்டிக்கொண்டு ஒழுங்கையில் ஓடினான். அதற்குள்ளாகவே ஓடு ஓடுவென்று விரட்டியது அவனின் அடிவயிறு. ஓட்டமும் நடையுமாக போனவனை மறித்தான் கருப்பன்.

“இம்மா வேகமா எங்கடா போற?” கேள்வி கேட்டதோடு விட்டிருந்தால் பரவாயில்லை. கையை இறுக்கமாய் பிடித்திருந்தான்.

“உடு மாமா நான் ஏரிக்கு போவுணும்“ அவன் அவசரம் அவனுக்கு, புகையிலை துணுக்கோடு சிரிப்பையும் அடக்கிக் கொண்டு கேட்டான் கருப்பன். ஊர்முறைக்கு மாமா வேண்டும். எங்கே இவனைப் பார்த்தாலும் அக்கா மகனென்ற உரிமையில் விளையாடுவான், சில நேரங்களில் சேகரை அழவைத்து வேடிக்கையும் பார்ப்பான்.

“உடுமாமா உடுங்குறேன்ல... அப்புறம் வாயில வந்துடபோவுது” ஒரு சிம்பு சிம்பினான் சேகர்.

“அடயேங்கூத்தியாரே எங்கிட்டேயிருந்து திமிறிபுடுவியா நீயி.”

“அவனை உடுரா கருப்பா... பேலப்போறவன மறிச்சிக்கிட்டு என்னடா வெளாட்டிது?” மாடோட்டி கொண்டு வந்த பன்னீர் அண்ணன்தான் சத்தம்போட்டார்.

“எங்கடா போறேன்னா? அதச்சொல்லிபுட்டு போவேண்டியது தானே மாமா... அதவுட்டுபுட்டு உடுஉடுன்னா...” சேகரின் கையை விட்டுபுட்டு, பல்லுதெறிச்சி தரையில விழுந்திடுரமாறி சிரித்தான் கருப்பன். ‘அப்பாடா’ வென்று முணுவிய படியே குட்டைக் கரையை பார்க்க ஓடி, ஒரு பீக்கருவையின் அண்டையில் குந்தினான். அடக்கிவைத்திருந்த வலியையும் கோபத்தையும், வரவுச்சோற்று சக்கையை வெளியே கக்கியபோது ஓரேசீராய் சீறிக்கொட்டியது அடிவயிறு. நிம்மதி பெருமூச்சு விட்டவனின் கண்களில் குளங்கட்டி ததும்பி இருந்தது.

குட்டையில் இறங்கி அலம்பிகொண்டு மேடேறி கரையில் நடந்து வந்தான். ஏதோ ஒரு மரப்பலகையை கிடத்தி இழைப் புளியால் மெருகேற்றி கொண்டிருந்தார் மயிலாசாரி. “வெட்டிவேல” பண்ணவேலண்ணு எவனுக்கும் அடிமைவேல பாக்காம தச்சுவேல பாத்து பிழைப்பதோடு, கவுரமா எல்லோருமே ஆசாரி ஆசாரிண்ணு கூப்பிடும்போது கேக்கவே பெருமையா இருக்கு. அண்ணன் தன்னோட கூட்டாளி ஒருத்தங்கிட்ட சொன்னது நினைவுக்கு வந்தது. இழைப்புளியின் அசைவுக்கு ஏற்ப ‘ஓதை’ ஊஞ்சலைப்போல

ஆடிக்கொண்டிருந்தது.

வடக்கிக்காடு என்றால் பறந்தெரு சக்கிலித்தெரு என கடந்தால் போதும், தெக்கிக் காட்டுக்கு போவது என்றாலும் நந்தாங்குட்டையை கடந்தால் வரும்வாரியை ஒட்டியே ஆடுகளை மேய்க்கலாம். ‘சன்னைங்கன் கொட்டா’—விற்கு போவது என்றால்தான் மாச்சாளையே. வீட்டிலிருந்து கிளம்பினான் என்றால் கிழக்கு மேற்காகபோகும் வண்டிப்பாதையில் கிழக்கு நோக்கி போனோமானால் இரண்டு பர்லாங் தொலைவில் வடகடல் என்ற சிற்றூரும் அதற்குகிடையில் இருப்பது எல்லாம் கீழைக்காட்டு மானவாரியும் மோட்டருமாய் உள்ள நிலங்களுக்கு போகும் கொடிபாதைகளும், புதர்க்காடுகளும், மூங்கிக்குத்துமாய் பலநூறு ஏக்கர் விரிந்துகிடக்கிறது. மேற்கே போகும் செம்மண் வண்டிப்பாட்டை குடித்தெருவுக்கு போகிறது. அந்தபாதையில் நுழைந்தவுடனே வடக்காக பிரிவது சர்க்காருகேணிக்கு போகும் சரளைப்பாதை அதிலிருந்து மேற்காக ஒற்றையடிப் பாதை கருக்காயன் கொட்டாயிக்கும் நேரே வடக்கு நோக்கி கேணியைத் தாண்டினால் த.குடிகாட்டு ஊருக்குப்போகும் காட்டுவழி குறுக்குப்பாதை நீண்டுக்கிடக்கும்.

பழக்கத்தின் காரணமாக வடக்கு நோக்கிப்போன ஆடுகளை ஓடிப்போய் மரித்துநின்று மேற்குநோக்கி ஓட்டிவிட்டான் ‘ஒளிபாய் கடை வரையிலும் வடக்கால தெரு’ வென்று அழைக்கப்படும் அருந்ததியின மக்களும் தெற்கால பகுதி பறத்தெரு சனங்களின் வீடுகளும் தோட்டங்களும் இருக்கின்றன. ஒளிபாய் கடையிலிருந்து கிழக்கே சேரியும் மேற்கே ஊரும் பிரிந்திருக்க, எல்லைக்கோடாய் இருப்பதென்னவோ அவரின் மளிகைக் கடையே! தெருவுக்கு செல்ல இரண்டு வழியாக பாதை இருக்கிறது. ஒன்று; கடையிலிருந்து தெற்காக நந்தாங்குட்டையின் கரை வழியாக போகின்ற பாதை. இன்னொன்று வடக்காலத் தெருவை பார்த்தபடியே மேற்கே பிரியும் வண்டிப்பாதை. குடித்தெருவின் கடைசி எல்லையாகவும் மணகெதி கிராமத்திலிருந்தோ வெளியூரிலிருந்து வரும்போது ஊரின் தொடக்கமாகவும் ஐந்து வீடுகளேயுள்ள இருளர்தெரு இருக்கிறது.

முதலில் இருப்பது கீற்று பின்னி பிழைப்பை நடத்தும் தனவேலுவுடைய வீடு. அடுத்து இருப்பதோ ஊர்—சேரியென்று இல்லாமல் சுற்று வட்டாரப் புகழ் பெற்றுள்ள

‘பொத்த மண்டையனின்’ வீடு. அல்லும் பகலும் கூட்டம் நிரம்பி வழியும்; ‘வேலம்பட்டை’ சரக்கு பானை பானையாய் கன ஜோராக வியாபாரமாகிக் கொண்டிருக்கும். தனவேலுவை ‘நரச்சய்யா’ என்றுதான் பட்டப்பெயர் வைத்து பயலுங்க அழைப்பானுங்க. அவரின் மனைவி அவரைவிட பதினைந்து வயது சின்னவள், பேரு சரோஜா, பெயருக்கு ஏற்றதுமாரி ‘ஆட்டக்காரி தோத்தாடா’ என்பான் தங்கவேலு. லட்டுமாரி அந்த ஆயி, அப்படியே தின்னு புடலாம் என்பான் ஓட்டக்கிண்ணி பய. அவளின் பெரிய மகள்தான் சேகரின் ஜோடி; உள்ளூர் பள்ளிக்கூடத்தில் ஆறாவது படிக்கிறாள். எதிர்சாரியிலிருப்பது ஊரின் ஒற்றைக்குடியான, ‘புள்ளாப் பானையைப்போல வயித்தை புழுத்திக் கொண்டு போகும் எண்ணெய்ச் செட்டியாரு வீடு அது. ஊருக்கே ஆட்டி எண்ணெய் தரும் பெரிய செக்கு ஒன்று எப்பொழுதும் சுற்றி சுழன்றபடியே இருக்கும்.

குடித்தெருவை எல்லாம் கடந்து அய்யனார் கோவில், ஊர் பள்ளிக்கூடம், பெரிய ஏரி செல்லியம்மன் கோவில் என்று எப்படியோ சமாளித்து ஆடோட்டி கொண்டு வீச ஆண்டையின் கொல்லையில் ஓட்டிவிட்டான் ரவி. நெல்லு அறுவடை முடிந்திருந்த கொல்லையில் மண்டிக் கிடந்த புல்லை எருதுகள் பருபருவென மேய்ந்து கொண்டிருந்தன. வலுவானதொரு ரயில் பூண்டு செடியில் கட்டியிருந்த கிடேரி வரப்பிலுள்ளதை ஒன்றுவிடாமல் கரண்டத் தொடங்கியது. மாமர நிழலில் அமர்ந்து பரிச்சைக்கு படிக்கத் தொடங்கினான் ரவி.

வயல்வெளியெங்கும் சிந்திக்கிடக்கும் நெல்மணிகளை பொறுக்குவதும் பறப்பதுமாயிருந்த காட்டுப்புறாக்களை பார்க்க மனம் சந்தோஷம் கொண்டது. வேலிகள் ஏதுமில்லாமல் பத்துகாணி விஸ்தீரணத்தில் வரப்புகளால் சச்சதுரமாய் பிரிக்கப்பட்ட வயல், தூரயிருந்து பார்க்கும்போது, வாய்திறந்த நிலையில் வரிசையாகவைக்கப்பட்ட மூடப்படாத தொட்டிகளைப் போல பதினைந்து வீடுகளையே கொண்டிருக்கும் ‘சன்னைங்கன் கொட்டா’ என்றழைக்கப்பட்டு வரும் கோனார் தெருவுக்கு சொந்தமான நிலங்களே இவையெல்லாம்.

வேதியியல் பாடம்தான் மனதில் பதியவே மாட்டேங் குறது. வேதியியல் சுருக்கக் குறீயீடுகளை நினைவில் வைத்து

கொள்ளவே சிரமமாயிருக்கிறது. தமிழுக்கு கோனார் நோட்சும், ஆங்கிலத்திற்கு ஜெயக்குமார் நோட்சும் வைத்துள்ளான். அறிவியலுக்கும் ஒரு நோட்சை வாங்கிவிட்டால் படிக்க சுலபமாக இருக்கும். ஒவ்வொரு முறையும் அய்யாவிடம் சொல்லித்தான் பார்க்கிறான், காத்தமுத்துதான் எல்லாம் பொஸ்த்தகத்த படிச்சா போதுமென்று இந்தா அந்தாவென்று ஆவோட்டி கொண்டுவருகிறார்.

சுருக்கென்று தைத்ததும் 'சே எங்கெப்போயி கடிக்கிதுபாரு' கையை உள்ளேவிட்டு நெரடியெடுத்து நசுக்கி வெளியே போட்டான். நெருப்பு எறும்பு கஞ்சி கஞ்சியாய் போயிருந்தது. நெல்லறுப்பு கொல்லையைத்தாண்டி போய்க்கொண்டிருந்த கெடாவை வளைத்துக் கொண்டுவர ஓடினான். இவன் ஓடுவதற்குள் துவரங் கொல்லையினுள் நுழைந்த கெடா நெற்றுக் களாய்ப் பார்த்து கடிக்கத் தொடங்கியது. ஆட்டை விரட்டிவிடும் போதுதான் கவனித்தான், துவரையில் ஊடு பயிராக போட்டுள்ள காராமணி, மொச்சை, தட்டைப்பயிர் கொடியெல்லாம் துவரங் கழிகளை பின்னிக் கொண்டு ஏறியிருப்பதை.பருவக்குமரிகளின் சிரிப்பைப்போல கைப்பட்டதும் விளைந்துள்ள நெற்றுகள் எழுப்பிய ஒலி கேட்கவே இனிமையாயிருந்தது. நெற்றுகளை விட்டுவிட்டு நன்றாக விளைந்திருந்த தெறிப்பான பச்சைக் கொத்துக்களாய் பார்த்து பல்லில் வைத்து கரண்டிக் கொண்டே நிழலுக்கு வந்தான் ரவி.

கல்யாண வீடுகளில் மரங்களில் கட்டப்படும் கூம்பு ரேடியோவைப்போல், துவரங்கொல்லையின் ஓரங்களில் வரிசையாக நிற்கும் காசரைச்செடிகள் துவரையை விடவும் உயரமாக வளர்ந்திருந்தது. அதன் பசுங்கிளைகளில் வெவ்வெறு திசைகளைப்பார்த்து கொண்டிருக்கும் மலர்களை பார்க்க வசீகரமாய் இருந்தது. தூரத்திலிருந்து பார்க்கும்போது வெள்ளை மலர்களென நம்பவைக்கும், அருகில் வந்து பார்க்கும்போதுதான் அதன் மெல்லிய வேறுபாடே கண்ணுக்கு புலப்படும்; சாயம்போன சேலையைப்போல வெளிறிய மஞ்சள் நிறத்தில் அடிப்பகுதி கூம்பு வடிவில் சிறுத்தும் முனையில் இதழ்கள் விரிய சிரிக்கும். உள்ளே குங்கும நிறத்தில் மினுங்கும் இதழ்களில் நெருப்பெறும்புகள் ஊர்ந்து கொண்டிருந்தன.

மாமர நிழலில் படித்துக் கொண்டிருந்தவனின் அருகில்

வந்து அவர் நிற்கும் வரை ரவி கவனிக்கவில்லை. "காத்தமுத்து மொவனா நீ?" குரலைக் கேட்டதும் திடுக்கிட்டவன், எழுந்து நின்று "ஆமாங்கய்யா" என்றான்.

"எத்தனாவது படிக்கிற தம்பி?"

"பத்தாவது படிக்குறேங்கய்ய..." பணிவான குரலில் சொன்னான்.

"ஒப்பனாட்டும் படிச்சுபுட்டு பாதியிலேயே நின்னுடாதே நல்லா படி... சாப்புட்டியா?"

"கொண்டுகிட்டு வந்திருக்கேங்கய்யா." இவன் சொல்லிக் கொண்டிருக்கும் போதே அவரின் கண்கள் மரத்தினடியிலிருந்த தூக்குவாளியில் பதிந்தவுடன் "சரி...சரி" என்று வெள்ளையேறி இருந்த முரட்டு மீசையைத்தடவிக் கொண்டவரின் முகத்தில் சிரிப்பு இழையோடியது.

"நானும் ஒனக்கு தாத்தாமாரிதான் தாத்தாண்ணே கூப்டு, இங்கியே மாடு மேச்சிட்டு இரு, செல்விய சோறு கொண்டாரச் சொல்லுறேன்." 'வளர்ர புள்ளைக்கு இந்த சோறுலாங் காணுமா?' தனக்குத்தானே பேசியபடியே வரப்பின்மேல் நடந்து போனார்., எல்லோராலும் 'வீச' என்றும் சேரினங்களால் 'வீசஆண்ட' என்றும் அழைக்கப்படுகின்ற பொன்னுசாமி கோனார். ஆச்சரியப்பட்டு போனான் ரவி. இதுநாள் வரை நம்மையாரும் இதுபோல மரியாதைக்கொடுத்து பேசியதில்லையே! வரப்பில் நடந்து போகின்றவரையே பார்த்தபடி நின்றான் ரவி.

ஊமவெயிலடிக்க தொடங்கியது. மேகங்கள் ஒன்றோடொன்று மோதி இழையிழையாய் பிரிந்து மிதந்து கொண்டிருந்தன. தெருவெங்கும் பறக்கும் தட்டான்கள், நேற்று வரைக்கும் ஒன்றுரெண்டென பறந்தன. இன்றிலிருந்துதான் கூட்டங்கூட்டமாய் பறக்கத் தொடங்கி இருக்கின்றனர்; ஒரே அச்சில் வார்த்தெடுக்கப்பட்டதைப் போல மஞ்சள் வண்ணத்தில் கண்ணாடி இழையில் செய்த றெக்கைகளை அசைத்தசைத்து குறுக்கும் நெடுக்குமாய் பறந்து கொண்டிருந்தன. ஒன்றுக்கும் இன்னொன்றுக்கும் வேறுபாடுதான் தெரியவில்லை. எங்கிருந்து வருகின்றன? எங்கு போய் சேர்கின்றன? கண்டுபிடிக்க இயலாவிட்டாலும் 'பறத்தல்' மட்டும் தொடர்ந்தாற்போல் தொடர்கிறது.

மூங்கில் படலில் குந்திய ஊசித்தட்டானை பம்பி பம்பிப்போய் பிடிக்கப்போனான் சேகர். அருகினில் சென்று வாலைப் பிடிப்பதற்குள் பட்டென்று பறந்து போனது. "சே தப்பிடிச்சே" அங்கலாய்ந்து கொண்டான். அதுதான் இதுவா? இல்லை இது வேறொன்றா? தெரியவில்லை. அதே இடத்தில் வந்தமர்ந்தது பிறிதொரு தட்டான். மெழுகு கண்களை உருட்டிருட்டி பார்த்தது. பயல் மறுபடியும் விரலை குவித்துக்கொண்டு பிடிக்க முயன்றபோது, 'பட்'டென்று உருவிக்கொண்டு பறந்தோடியது. "சே! வம்மாளோழி தட்டான் ஆம்படவே மாட்டேங்குது..." ஏமாற்றிவிட்டு பறந்துபோனதை வைதபடியே வந்து திண்ணையில் குந்தினான் சேகர். இயலாமை அவனுள் குமிழ் குமிழாக மேலெழுந்து உடைந்து கோபத்தை வெளியேற்றியது; வசவாக. கையில மட்டும் ஆம்புட்டேன்னு வையி வம்மாய்புண்டே... ஒன்னோட நெக்கைவுள முறிக்காம உடமாட்டேன்." விர்றென்று பறந்ததையே பார்த்துக் கொண்டிருந்தான்.

பறந்து கொண்டிருந்ததில் ஒன்று வந்து பால்கள்ளியில் குந்தியது. உற்று கவனித்தபடியே அமர்ந்திருந்தவன், "வா... வா ஒன்ன இந்தவாட்டி மட்டும் புடிக்காம உடமாட்டேன்". கருவிக் கொண்டே எழுந்து போனான். ஆடாமல் அசை யாமல் அமர்ந்திருந்த தட்டானின் மீது கவனம் குவிந்திருக்க அருகினில் சென்றவன், எதையும் யோசிக்காமல் பட்டென்று வாலைப்பிடித்து விட்டான். பிடிபட்ட தட்டான் விடுபட முடியாமல், தன்னுடைய மயிரிழை கால்களால் அவனுடைய விரலை பிராண்டி பார்த்து சோர்ந்துபோய் வெறுமனே றெக்கைகளை காற்றிலசைத்து கொண்டிருந்தது. பிடித்துவிட்ட மகிழ்ச்சி ஒருபுறமென்றால், இதுவரையும் அகப்படாமல் 'டிமிக்கி' கொடுத்திட்டு பறந்திருக்கிறதே! அதன் றெக்கைகளின் மேல்பாதியை முறித்துவிட்டு கீழே போட்டான். கீழே விழுந்தபிறகும் தப்பிவிடலாமென்று ஊர்ந்துபோக தொடங்கியது பாதி றெக்கைகளை கிழித்துவிட்ட ஊசித்தட்டான் அதை எடுத்து உடைந்த சட்டியொன்றில் போட்டுவிட்டு, வேறொன்றை பிடிக்கக் கிளம்பினான். பிடிபட்ட மற்றொன்றையும் றெக்கைகளை முறித்துவிட்டு, இரண்டையும் கீழேபோட்டு "ஹைய் ஹைய்... இந்தாலே இருந்தாலே" மாடோட்ட தொடங்கினான். துள்ளித்துள்ளி குதித்துக்கொண்டிருந்தன; இரண்டு தட்டான்களும்.

இளஞ்சிவப்பு நிறத்திலொரு தட்டான் பறந்துவந்து

கள்ளியில் துருத்தி கொண்டிருந்த பிரண்டையில் அமர்ந்தது. பிடிக்க விரலை நீட்டியவனின் தலையில் பட்டென்று அடிவிழ, பதறித்திரும்பியவனை ரவி வையத்தொடங்கினான். "என்னடாயிது மயிர புடுங்குற வேலயிது? ஓங்கால முறிச்சிப்போட்டா தெரியும் ஒனக்கு... இன்னொருவாட்டி தட்டானுவுள புடி வெச்சிக்கிறேன்." கிடேரியை தொட்டியில் தண்ணிக்காட்டி கொட்டாயில் கட்டினான். ஆடுகளெல்லாம் வேலியில் படர்ந்திருந்த தூதுவளை உத்தாமணி கொடியிலுள்ள இலைகளையெல்லாம் தாவுகால் போட்டு கடித்துகொண்டிருந்தன.

"தாத்தா எங்கடா?"

"புல்லறுத்து வந்து போட்டுட்டு தெருவுக்கு போயிருக்காருண்ணே."

"சரிசரி செத்தநேரம் படுக்குறேன் அப்புறமா எழுப்பிவுடு என்னெ?"

சேகர் தலையாட்டவே, சாய்ந்துகிடந்த கட்டிலை நிமிர்த்தி போட்டு தாழ்வாரத்தில் படுத்தான் ரவி. தலையினடியில் கையை வைத்துக்கொண்டு எரவாணத்தை பார்த்தபடியே படுத்திருந்தான். உடல் அசதியை விட மனம்தான் பாரமாய் இருந்தது. திரும்பத்திரும்ப செல்வியின் முகமே நினைவில் தெற்றுப்பல் காட்டி இம்சைக்கொடுத்தது. அந்த நெளிநெளியான கூந்தலும், கொலுசு கலகலக்க நடந்து வந்த பாதமும், திமிராய் நிமிர்ந்து இருந்தாலும் தாவணிக்குள் ஒளிந்திருந்த அவையங்களும் சுண்டியிழுத்த பார்வையுமே காட்சியாய் விரிந்தன.

பத்தும் பத்தாதுமாய் வரவரிசிச் சோற்றை தின்றுவிட்டு மாமர நிழலில், அமர்ந்திருந்த போதுதான் வெள்ளை நிறத்தாவணி காற்றிலசைய இளம் பெண்ணொருத்தி வரப்பில் நடந்து வருவதை கவனித்தான். 'வீச' தாத்தாவோட பேத்தியாகத்தான் இருக்கவேண்டுமென்று யூகித்து, கொண்டான். பொன்னுசாமிக்கு கோனாரின் மகள் வயிற்றுபேத்தியவள். அவளை முதன்முதலாய் இன்றுதான் பார்க்கிறான். இதற்கு முன்பு அவன் பார்த்ததே இல்லை. உள்ளூர் பள்ளிக்கூடத்தில் அஞ்சாம்பு வரை படித்திருக்கிறாள் என்பதெல்லாம் செவிவழி செய்திதான். பொன்னுசாமி வேறு பிள்ளைகளெதுவும் இல்லாததலால், பாட்டனுக்கும்

அம்மாயிக்கும் உதவியாயிருப்பதே செல்விதான். பவுன்வளையம் காதில் ஊஞ்சலாட, பழுப்பிலையாய் மினுமினுப்பான மஞ்சள்நிறத்தில் தேவதையைப் போல் நடந்துவந்து நின்றாள். பருத்த உதடுகளையும் துருதுருவென்று அலையும் விழிகளையும் பார்த்தக் கணமே உடல்தேவையில்லாமல் முறுக்கிக்கொண்டது. தலையில் தட்டி அடக்கி வைத்தான்.

"பாட்டா குடுத்துட்டு வரச்சொன்னது." ஊடுறுவிப் பார்த்துப்பேசும் அவளின் விழிகளைப் பார்க்க அஞ்சியே தலையை கவிழ்த்த படியே தூக்குவாளியை எடுத்து நீட்டினான். "அத அங்கேயே வெய்யி" சுருட்டி கையில் வைத்திருந்த தேக்கிலையைக் கொடுத்தாள். நெல்லுச்சோறும் கருவாடம் போட்டு தாளித்த கத்தரிக்கா குழம்புமாக... அந்த மணம் மூக்கிலும், அந்த ருசி நாக்கினடியிலும் இன்னும் ஒட்டிக்கொண்டே இருக்கிறது. அவள் வந்ததும் தெரியவில்லை—சோறு போட்டுவிட்டு போனதும் தெரியவில்லை. எண்ணி நாலு வார்த்தைகள்தான் நறுக்குத் தெரிந்ததுபோல் பேசியிருப்பாள். அவளைவிட அந்த கருவண்டைப் போன்ற விழிகளே ஆயிரம் வார்த்தைகளை பேசியது போலொரு பிரம்மை அவனுள் எழுந்தது. அவள் சோறு போடும்போதுதான் கவனித்தான். கைகளிலும் கால் பாதங்களிலுமாய் ஓவியமாய் பதிவாயிருந்த மருதாணி எட்டிப்பார்த்து சிரிப்பது போலிருந்தது. மும்மூன்று முத்துக்கள் குதித்து குதித்து ஒவ்வொரு முறையும் பாதங்களை மண்ணில் பதிக்கும் போதெல்லாம், அதுவெழுப்பிய இன்னிசை காற்றின் வழியே மிதந்து வந்து இன்னும் ரீங்காரமிடுவதாய் ஒரு பேதலிப்பு குடைகிறது மனசை. அவள் நளின நடையும், பிடுங்கித்தின்னும் விழிகளும் இந்த ஜல்ஜல்லும்... ஆடுகளை ஓட்டிக்கொண்டு வீடு வந்து சேரும்வரை மனம் என்னென்னவோ பெனாத்திக் கொண்டே வந்தது. செல்வியை நினைத்துக் கொண்டே படுத்திருந்தவன் அப்படியே அசந்து தூங்கிப்போயிருந்தான். தாத்தா வந்து தட்டியெழுப்பிய பிறகே திடுக்கிட்டு எழுந்தான் ரவி. மேகங்கள் கூடி நெருக்கமாகி போனதால் 'இருளோகமாய்' எங்கும் பரவியிருக்க... சிறிது நேரத்தில் பொட்பொட்டென்று தூறல் போடத்தொடங்கியது.

தூறல் ஒன்றிரண்டாய் மேலே விழுந்துகொண்டிருந்தது. மேற்கால கள்ளியோரத்தில் ஒன்றுக்குவிட குந்தியவனின் காதில் விழுந்தது, பாடிக்கொண்டே ஓடிய சிறுமியின் மழைப்பாட்டு. வடக்கேயிருந்து ஓடிவந்த தங்கவேலுவின்

தங்கை வேம்புதான் பாடிக்கொண்டே வந்தாள்.

“மழவருது மழவருது நெல்லள்ளுங்க
முக்காப்படி அரிசிப்போட்டு முறுக்கு சுடுங்க
ஏறு ஓட்டுர அண்ணனுக்கு
எண்ணி வைய்யிங்க
சும்மா இருக்கிற மாமனுக்கு
சூத்தக் காட்டுங்க...”

முட்டிக்கொண்டிருந்த பாரத்தை இறக்கி ஆசுவாசப்படுத்திக் கொண்டு எழுந்தவனின் மனோநிலைக்கு ஏற்ப, சிறுமியின் குரல் மகிழ்ச்சியுண்டாக்கியது. மழை வலுக்கத்தொடங்கவே, வேகமாய் ஓடிய சிறுமியுடனேயே மதுரமான அக்குரலொலியும் தெருமுனை வரையும் இழைந்து தேய்ந்து மழையோடு மழையாய் கரைந்து போயிருந்தது.

“தூத்தல்ல எங்கடிக்குட்டி ஓடிட்டு ஓடியாரே... இரு இரு ஒண்ணம்பய வரட்டும் சூத்தாம்பட்டையிலேயே நாலு குடுக்கச் சொல்லுரேன்.”

“நாந்தா நெருப்புப்புட்டி இல்லேண்ணு பாய் கடெய்க்கு பொயிட்டு வர சொன்னேன்.”

உள்ளே அடுப்படியிலிருந்து மருமகள் கமசலை குரல் கொடுத்ததும், ‘அவளாச்சி அவமவளாச்சி எனக்கென்ன வேர்த்தா கெடக்கு’ தனக்குத்தானே முணுமுணுத்தபடி திண்ணையில் குந்தியிருந்தாள் மாமியாக்காரி பேச்சியம்மாள். மழையில் நனைந்து விடாமலிருக்க, பாவாடைக்குள்ளிலிருந்து தீப்பெட்டியை எடுத்துக் கொடுத்தாள் வேம்பு.

கொட்டாயில் ஆடுகளை கட்டிவிட்டு வந்த தங்கவேலு, தோண்டியை எடுத்துக்கொண்டு குட்டைக்குப் போனவனை மறித்தது கிழவியின் குரல். மழை லேசாய்தான் பூந்தூறலாய் தூறிக்கொண்டிருந்தது.

“ஏண்டாப் பயலே தூத்த உட்டதும் போனா என்னடா?”

“மழவொண்ணும் வலுக்குல அப்பாயி இதோ பொயிட்டு வந்துடுறேனே.”

அவள் பதிலுக்குக் கூட காத்திராமல் கைலியை மடித்து கட்டிக்கொண்டு வேகமாய் தெருவில் இறங்கினான்

தங்கவேலு. முறத்தை தலையில் கவிழ்த்தபடியே முன்னால் போய்க்கொண்டிருந்தாள்

மீனாட்சி.

"ஏய் மீனாட்சி பாத்துப்போடீ ஓளையில வழுக்கிழுக்கி உழுந்துடப்போற..."

"நான் பாத்துக்கிறேன் நீயும் தோண்டியும் பதனம் மாவோவ்..."சொல்லிவிட்டு களுக்கென்று சிரித்தப்படியே வீட்டிற்குள் நுழைந்து மறைந்தாள். அவள் சொன்னதிலும் ஒரு உள்ளர்த்தம் ஒளிந்திருக்கிறது. இப்பொழுது ஒரு வாரத்துக்கு முந்திதான், மழை வலுத்து ஊற்றிக் கொண்டிருந்த போது, கால்வழுக்கித் தடுமாறியதில் தலையிலிருந்த மண்தோண்டியை கீழே போட்டுவிட்டான் தங்கவேலு. உடைந்து கிடந்த ஓட்டாஞ் சில்லுகளை இவள்தான் பொறுக்கிக் கொண்டுபோய் குட்டைக் கரையில் போட்டுவிட்டு வந்தாள். அவளின் கிண்டலான பேச்சுக்கு பதிலெதுவும் கூறாமல் போய்க் கொண்டிருந்தான்.

கோயிலில் இரண்டொரு கிழங்களும் இளவட்ட பயல்களும் மழைக்கு ஒதுங்கியதைப் போல நின்று கொண்டிருந்தனர். பெரியசாமி படையாச்சி வீட்டில் பண்ணவேலை பார்க்கின்ற மாரியிடமிருந்து ஓசி பீடியொன்றை வாங்கி பற்றவைத்து இழுத்து கொண்டிருந்தான் ஊமக்கட்டாறு. ஒரே சீராய் தூறிக்கொண்டிருந்தது. பனியன் முற்றிலும் நனைந்து போயிருந்தும் கூட, மழைநீர் ஓடும் தரையில் வெறுங்காலோடு நடப்பதிலும், நனைவதிலும் சுகமாய் தானிருந்தது. என்னவொண்ணு குட்டைக் கரையோரமாய் போகும் போதுதான் உடம்பு கூசியது. பாதம் கூசியது. எல்லாம் கரையோரத்தில் இறக்கி வைக்கப்பட்டிருக்கும் சின்னஞ் சிறுசுகளின் 'சரக்கால்' உண்டான வாடையே, மழைநாளில் இப்பக்கம் வரவே அருவருப்பாய் இருந்தது.

கரையிலிருந்து கீழே இறங்கும் போதுதான் கவனித்தான்; தனக்கொடி துணிகளை தப்பி முடித்துவிட்டு குளித்துக் கொண்டிருப்பதை, இவனைக் கண்ட மாத்திரத்தில்,

"வா...மாமன்மொவனே வெக்கப்படாம வந்து தண்ணி மொண்டுகிட்டுப்போ..." அவள் குளிக்கும் விதமும் பேசிய விதமும் ஒரு மாதிரியாய் இருந்தது. பதிலெதுவும் பேசாமல்

தண்ணி மொண்டு கொண்டிருந்தவனின் அருகில் வந்து காதைத் திருகியவள், "இம்மாம் பெரிய ஆளா வளந்திருக்க தண்ணி மொள்ளத் தெரியல" அவன் கையிலிருந்த பானையை வாங்கி, மண் அப்பியிருந்த இடத்தை தண்ணீரால் நன்றாகக் கழுவிவிட்டு, குட்டைத்தண்ணியைப் பிடித்து அவன் தலைக்குத் தூக்கி விடும்போது எதேச்சையாய் 'பார்க்க' கூரான கத்தியை சரேலேன சொறுகியதைப் போல உடலில் அப்படியொரு 'அதிர்வு' உண்டானதை உணர்ந்தான் தங்கவேலு. "புள்ள என்னுமா நனைஞ்சி வந்திருக்குப்பாரு, இதுக்குத்தான் படுவாக்கி பொறந்த படுவாக்கிட்டெ சொன்னேன் தூத்தவுட்டதும் போடப்பயலேண்ணு... கேட்டானா, 'புடுக்கு மொளச்சிது எல்லாம் கெடாக்குட்டியால்லே திரியுது'."

"சும்மாரு கெழவி... வாயிக்கு என்னாண்ணு வந்ததையெல்லாம் பேசிக்கிட்டு..."

கொடியிலிருந்து அம்மா கொண்டுவந்த வேட்டியை எடுத்துக்கொண்டு பக்கத்திலுள்ள தாழ்வாரத்துக்கு போனான். துண்டை நன்றாக தண்ணீர் வடியும்படி இறுக்கிப்பிழிந்து துடைத்துக்கொண்டு கைலியையும் பிழிந்து கொடியில் துண்டோடு விரித்துப் போட்டுவிட்டு, வேட்டியைக் கட்டும்போதே கவனித்தான், தானும் ஓர் ஆண்பிள்ளையாய் மாறிக்கொண்டு வருவதை. வெட்கமாக இருந்தது. திண்ணைக்கு வந்தான் 'தாங்கடை'—யில் ஆறிக்கொண்டிருந்தது சோளச்சோறு. சோற்றைப் பார்த்தவுடனே முகம் ஏழு கோணலாய் போனதை பார்க்கலாம்.

"நெதேக்கும் சோளச்சோறுதான் ஆக்கணுமா? இண்ணைக் காச்சும் வரவு சோறாக்கி இருக்கக்கூடாதா?" கோபமாய் கத்தினான்.

"ஏண்டா இப்புடி கத்துற? சம்பார்ச்சி கொண்டாயாம் ஆரு வேண்டாமிண்ணது நெதக்கும் ஒனக்கு நெல்லுச்சோறும் கருவாட்டு கொழம்புமா வெச்சித்தாறேன், படிக்கிறப்புள்ள போட்டது தின்னு புட்டு போவுண்ணும் பேரு இதப்பாரு ருசி ருசியா கேக்குது... இப்படி நகசுவையா திங்க ஆசப்பட்டாக்க படுப்பு ஏறுமா?"

அம்மா பேசப்பேச எதுவும் மறுத்து ஒருவார்த்தைக் கூறாமல், கல்லுத்தட்டில் போட்டு வைத்த சோளச் சோற்றையும் மொச்சைக்கொட்டை குழம்பையும்

பிசைந்து பிசைந்து பசிக்கு உருண்டை பிடித்து உள்ளே போட்டுக்கொண்டு, சாப்பிட்ட வேகத்தில் தட்டில் கையை கழுவிவிட்டு வெளியே வந்தான். வீசிய குளிர்காற்று வருடி விடுவதைப் போல இதமாயிருந்தது. தூறல் சுத்தமாய் நின்று போயிருந்தது. ஒவ்வொரு வீட்டிலும் சோறாக்குவதிலும், தின்பதிலும் சண்டை போட்டுக் கொள்வதுமாய் மும்மரமாய் இருந்தார்கள். சிம்ளியும் அரிக்கேனும் இருளை விரட்டுவதில் போட்டிப் போட்டுக்கொண்டு வெளிச்சத்தை உமிழ்ந்து கொண்டிருந்தன. மழை நின்றுவிட்ட தைரியத்தில் பல நட்சத்திரங்கள் தலைக்காட்டத் தொடங்கின.

மாரியம்மன் கோவில் அருகேயுள்ள மின் கம்பத்தில் குண்டு பல்பு சோகமாய் மினுங்கிக் கொண்டிருந்தன. இதற்கு மண்ணெண்ணை விளக்கே தேவலாம்போல் தோன்றியது. கோவில் வெட்டையெங்கும் நீரில் நனைந்து நடந்து நடந்து உளையாகி போயிருந்ததால் விளையாடும் பிள்ளைகள் யாருமில்லாமல் வெறிச்சோடிப் போயிருந்தது.

கோவில் மேடையில் போய் உட்கார்ந்தான். மேலத்தெருவில் யாரோ ஒருத்தி தன் மகளைப்போட்டு அடித்துக்கொண்டிருக்க அழும் சிறுமியின் குரல் ஈரக்காற்றோடு சேர்ந்தே அலைந்து கொண்டிருந்தது. கூட்டாளிப் பயல்கள் யாராவது வருவார்களா வென்று எதிர்பார்த்து சிறிது நேரம் உட்கார்ந்திருந்து பார்த்தான், யாரும் வருவதாய் தெரியவில்லை. அய்யா தேடிக் கொண்டு வந்தாலும் வந்து விடுவாறென்று எழுந்தவன் வீட்டைப் பார்க்க நடக்கத் தொடங்கினான்.

காலையில் எழும்போதே மழை வலுத்தால் எப்படி பள்ளிக்கூடம் போவதென்று பயமும் சேர்ந்தே எழுந்தது; ரவிக்கு. இங்கிருந்து எட்டு கிலோமீட்டர் தூரமும் நடந்து சென்றுதான் படித்து முடித்துவிட்டு வரவேண்டும். த. பொட்டக்கொல்லை என்றால்கூட பரவாயில்லை போக மூன்று மையிலு வர மூன்று மையிலு என்று பள்ளிக்கூடம் போய்விட்டு வந்துவிடலாம். வெண்மானூறு குடித்தெருவானுங்க கொல்லையைத் தாண்டினாலே போதும், குடிகாட்டானுங்க கொல்லைக்காடும் அதற்கடுத்து சுடுகாடும் வந்ததும், அதையும் தாண்டிவரும் ஏரிக்கரையை ஒட்டியே போகும் சாரளைப்பாதையில் நடக்கத்தொடங்கினால், பொட்டக்கொல்லை—யின் ஊர் எல்லையில் சுடுமண் குதிரைகள் வரிசைக்கட்டி நிற்க புராதானக் கோயிலைப்

போல கடுங்காயும் முட்டையும் கலந்து கட்டப்பட்ட சுண்ணாம்புக்காரை பூசப்பட்ட கோயில் ஆறு தலைமுறைகளை கடந்த பிறகும் காசா மரங்கள் சூழ கம்பீரமாய் நிற்கும். பலமுறை பார்த்தப்பிறகும் திரும்பவும் பார்க்கத் தூண்டும்படி முறுக்கிய மீசையோடு வாளேந்தி நிற்பார் அய்யனார். அவரை பார்த்தக் காட்சி மறைந்த பத்தாவது நிமிடமே ஊர் வந்து சேர்ந்துவிடும். அங்கும் எட்டாம் வகுப்பு வரையுள்ள நடுநிலைப்பள்ளியே இருப்பதால், மேற்கொண்டும் நடப்பதைத் தவிர வேறு வழியில்லை. த.குடிக்காடு, த. பொட்டக்கொல்லை த. கீழவெளி த. நடுவெளி இப்படி எட்டுக்கிராமங்களை உள்ளடக்கிய தாய் கிராமமாக ஜெ. தத்தனூர் என்கிற பெரிய கிராமம், தார்ச்சாலையை ஒட்டிய மையப்பகுதியில் இருப்பது ஜெதத்தனூராகும். உடையார் பாளையம் ஜெமீனால் ஆளப்பட்டக் காலத்தில் நிர்வாக வசதிக்காகவும் வரி வசூல் செய்வதற்காகவும் இதைப்போல பல கிராமங்கள் பிரிக்கப்பட்டிருக்கின்றன.

பத்தாம் வகுப்பும் அதற்கு மேலும் படிக்க வேண்டுமென்றால், மேற்கே எனில் அரியலூருக்கும், கிழக்கேயெனில் உடையார் பாளையம் செயங்கொண்டத்திற்கோதான் சென்றாக வேண்டும். வெண்மானூரை ஒட்டியுள்ள இருபதுக்கும் மேற்பட்ட ஊர்களிலுள்ள சேரிகளிலெல்லாம் த.பொட்டக்கொல்லை வரைதான் பள்ளிக்கூடத்தையே 'எட்டிப்பார்ப்பார்கள்'. அதிலும் பெரும்பாலான பையன்கள் தொடக்கப்பள்ளியோடு நின்றுவிடுவதே வழக்கம். வெண்மானூர் சேரியிலிருந்து அதிகப்படியான பையன்கள் உயர்நிலைக்கல்வி வரை படிப்பதற்கு காரண கர்த்தாவே நடேசன் என்பவரின் தூண்டுதலாலும், படிக்கவேண்டியதின் அவசியத்தை ஒவ்வொரு வீட்டிலும் அமர்ந்து தங்களின் ஒரமுறை. பங்காளியென அனைத்து தரப்பு உறவுகளையும் பார்த்து பேசிப்பேசி மனமாற்றம் செய்ததிற்கு பலன்தான் பயல்கள் இப்பொழுது நடந்தாவது படிக்க வேண்டுமென்கிற ஆர்வத்தையும் நடேசனைப் போல நாமும் படித்துவிட்டு கௌரவமான வேலைக்கு போகவேண்டுமென்ற உந்துதலுமே—போக எட்டு வரவிட்டு என பதினாறு கிலோமீட்டர் தூரத்தையும்—'ப்பூ' வென ஊதிவிட்டு நடந்து போய் படித்துவரும் உத்வேகத்தை கொடுத்திருக்கிறது என்று சொல்லலாம்.

நல்லவேளை, ரவி பயந்ததைப் போல மழையெதுவும் வரவில்லை. நேற்று பொசாயவே ஒரு பாட்டம் கொட்டித்

தீர்த்த மழை நின்றுவிட்டது. விடிஞ்சதிலிருந்து பொட்டுக் தூத்தலில்லாமல், காலையில் திரண்டு பயமுறுத்திக் கொண்டிருந்த கருமேகமெல்லாம் கலைந்து போய் வானம் தெளிவாய் இருப்பதோடு சூரியனும் மேலெழ தொடங்கிவிட்டான்.

நிலம் தெளியுமுன்பே எழுந்துவிட்ட அஞ்சலையும் காத்தமுத்துவும் கருக்கருவாளை எடுத்து கொண்டு வரவறுக்கக் கிளம்பிப்போய் விட்டார்கள். அம்மா கொடுத்து விட்டு போயிருந்த எட்டணாவிற்கு, இட்லி விற்று வரும் தங்கம் ஆயியிடம் ஐந்து இட்டிலியை ரவி வாங்கிக் கொடுத்து விட்ட மகிழ்ச்சியில் அண்ணனுக்கு கூடமாட வீட்டு வேலைகள் செய்ய ஒத்தாசையாய் இருந்தான் சேகர். வாசல் கூட்டுவதிலிருந்து கோழிப்பீயை வாரிக் கொண்டுபோய் கொட்டிவிட்டு வருவதுவரை பெரிய தமுரு பார்த்துகொண்டார்.

தெருப்பையன்களெல்லாம், முன்கூட்டியே கிளம்பி வந்து ரவியை கூட்டிக்கொண்டு போனார்கள். முத்துக்கண்ணு பயல் மட்டும் வரவில்லை. அவன் எப்பொழுதுமே இப்படித்தான் ஒரு நாளைக்கு பள்ளிக்கூடம் வந்தானென்றால் மூன்று நாளைக்கு மட்டம்போட்டு விடுவான். பேசிக்கொண்டே போனதால் சர்க்காரு கேணி, முந்திரிக்காட்டையும் அதற்கடுத்துள்ள தரிசையும் கடந்து குடிகாடு வந்ததே தெரியவில்லை. இத்தனை சுருக்காகவா நடந்து வந்திருக்கிறோமென்று ஆச்சரியப் பட்டான் ரவி. படிக்கப்போகும் பையன்களில் ரவி பாண்டியன் இருவரும் பத்தாம் வகுப்பு ‘ஏ’ பிரிவிலும், முருகேசன், தங்கவேலு, பெருமாள் மூவரும் பத்தாம் வகுப்பு ‘பீ’ பிரிவிலும் படிக்கிறார்கள். மற்ற பையன்களான காளிமுத்து, முனுசாமி, முத்துக்கண்ணு இவர்களெல்லாம் ஒன்பதாம் வகுப்பு ‘ஏ’ பிரிவிலும் படிக்கிறார்கள். இவர்களெல்லோரையும் விட வயதில் மூத்தவர்கள் ரவியும் தங்கவேலும்தான். இருவருக்கும் பதினாறு வயதாகிவிட்டது.

சிரிப்பும் கும்மாளமுமாய் பயல்களெல்லாம் பேசிக்கொண்டே ஓட்டமும் நடையுமாக வந்து உள் நுழைந்த போதுதான், முதல் பெல்லையே அடிக்க தொடங்கி இருந்தார்கள். பள்ளிக்கூடத்திற்கு வந்தடையும்வரை மழையேதும் வராதது ஆறுதலாக இருந்தது. நனைந்து விட்டாலோ அவ்வளவுதான் பள்ளிக்கூடம் முடியிற வரைக்கும் ஈரமான சட்டைகளுடனேயே இருக்க

வேண்டியதுதான்; குளிரில் வெடவெடத்தபடியே பலகையில் நன்றாக குந்தியிருக்க முடியாது, நோட்டு புத்தகங்களைக்கூட இயல்பாக எடுத்து பிரித்து படிக்கவோ எழுதவோ முடியாது. எங்கே ஈரம்பட்டு தாள்களெல்லாம் நமநமத்து விடுமோ என்ற அச்சம் இருந்து கொண்டே இருக்கும். குடையோடு வரும் உள்ளூர் பையன்கள் ஒருவித இளக்காரத்துடன் பார்ப்பார்கள். தலை மயிரெல்லாம் கலைந்து ஈரத்துணியோடு இருக்கும் பையன்களை பார்க்கும்போது மழையில் நனைந்து ஒடுங்கிப்போய் திரியும் கோழிகளைப்போல தெரியுமோ என்னவோ?

ஏற்கனவே நடத்தி முடித்திருந்த பாடங்களை எல்லாம் படித்து பார்க்கும்படி சில ஆசிரியர்களும், பொதுத்தேர்வுக்கு எப்படி தயாராக வேண்டுமென்று அறிவுரையோடு சில ஆசிரியர்களுமாய், இன்றைய நாள் முழுவதும் வகுப்பில் பாடம் எதுவும் நடத்தப்படாமலேயே ஒவ்வொரு பீரியடுகளும் முடிந்து போனது, மதிய உணவு இடைவேளைக்கு பிறகும் ஒரு பீரியடு கழிந்து போய் மணி மூன்று இருக்கும், மேகங்கூடிருள் கவிழத்தொடங்கியது. மண்ணின் மணத்தோடு குளிர்காற்று வீசத்தொடங்கியது. மழை வரப்போகிறதென்று விளையாட்டு பெல்லடிப்பதிற்கு பதிலாக தொடர் மணி அடிக்கச்சொல்லி மாணவர்களை சீக்கிரமாகவே கலைத்து விட்டார் தலைமையாசிரியர்.

பள்ளிக்கூடம் விட்டதுதான் தெரியும்; மாணவர் களெல்லாம் திமுதிமுவென்று கலைந்து ஓடினார்கள். செட்டியார் கடையிலுள்ள திண்ணையில் ரவி, பெருமான், தங்கவேலு,முனுசாமி, காளிமுத்து பையன்களெல்லாம் முருகேசனுக்காக காத்திருந்தார்கள். பள்ளி வளாகத்தினுள்ளே வளர்ந்திருந்த புங்கை மரங்களெல்லாம் குடிகாரனைப்போல காற்றில் ஆடிக் கொண்டிருந்தன. சைக்கிள் வைத்திருக்கும் மாணவர்களெல்லாம் வேகவேகமாய் பெடல்களை மிதித்தப்படியே சிட்டாய் பறந்தார்கள்.

“அப்பாடா இப்பதான் நம்ப ஓட்டக்கிண்ணி பயலுக்கு வழி தெரிஞ்சிருக்கு” தாமதமாக வருகிறானே என்றெழுந்த கோபத்தை கிண்டலாய் பேசினான் காளிமுத்து. ‘மழவரங்காட்டியும் கெளம்பிடலாம்னா இவனென்னடான்னா கெழப்பய கணக்கால்ல ஆடி அசஞ்சிட்டு வர்றான்’ மனதிற்குள்ளாகவே எரிச்சலுடன் வைதான் தங்கவேலு.

“சட்டு சடுக்கிண்ணு வாடா.., ஓதப்புட்டியோடு நடக்கும் நம்ப மயிலாசாரி கணக்கால்ல வாற”. கடுப்படித்தான் ரவி.

“தூத்தப்பட்டா என்னே ஊசியா பொயிடபோறோம்“. அலட்சியமான பாவனையில் சொன்னான் முருகேசன்.

“கெளம்புங்கடா... கெளம்புங்க கெளம்புங்க ஓங்களுக்கு வேற வெத்தல பாக்குவெச்சி அழைக்கணுமோ? இல்லே செட்டியாரு ஆயியோட முட்டைய மோந்துபுட்டுதான் வருவீங்களா?” கடையில் யாருமில்லை என்பதை தெரிந்து கொண்ட பிறகே வார்த்தையை விட்டான் ரவி. முருகேசனால் உண்டாகியிருந்த எரிச்சல் ரவியின் கீநுட்டுப் பேச்சால் அடங்கி பயல்களிடமிருந்து வெடிச்சிரிப்பாய் எழுந்தன.

பள்ளிக்கூடத்தில் பிடித்த ஓட்டம், கடைத்தெருவையும் தாண்டி வெல்டிங்கடை, சந்தைக் கேட்டு கல்லுவெட்டுக்குழி என மூச்சிரைக்க ஓடியவர்கள் மூர்த்தியான் காலனித்தெரு வந்தப்பிறகே வேகத்தை குறைத்துக் கொண்டு நடந்து சென்றனர். இவன்களை இதுவரையும் விட்டு வைத்ததே அதிகமென்று, தூறல் பெரிதாகி மழையாய் கொட்டத்தொடங்கியது. மழை வலுப்பதிற்குள் மாந்தோப்பிற்கு ஓடிவிட வேண்டுமென்று மீண்டும் வேகமெடுத்தனர். இடையிலெங்கும் ஒண்டுவதற்கு இடமில்லை என்பதால், மாந்தோப்பு வரைக்கும் ஓட்டத்தை நிறுத்த வேண்டாமென்றான் ரவி. அங்குதான் கூரைவீடு ஒன்றும் ஓட்டு வீடொன்றும் இருக்கிறது. அந்த இரண்டு வீட்டிலும் குடியிருப்பவர்கள் த. கீழவெளி கிராமத்தைச் சேர்ந்தவர்கள். தார்ச்சாலையை ஒட்டினார்போல பத்துகாணி விஸ்தீரணத்தில் அவர்களுக்கு முந்திரிக்காடு இருக்கிறது. அக்கொல்லையில் உள்ள மரங்களைல்லாம் பத்தாண்டு கால இடைவெளியில் நன்றாய் நட்டு உருவாக்கப்பட்டதுதான், அதற்கும் முன்பு ரவியின் அய்யா காத்தமுத்து நடந்துவந்து படித்த காலத்தில் அவ்விடமே மாமரங்களால் சூழப்பட்டு இருந்ததால் ‘மாந்தோப்பு’ என்ற நாமகரணம் உண்டாக காரணமாகி இன்றளவும் நிலைத்து நிற்கிறது. புத்தகப்பையை தலையில் கவிழ்த்து கொண்டு ரவியும் முருகேசனும் முன்னால் ஓட, அடுத்து தங்கவேலுவும், அதற்கடுத்து பையன்களும் ஓடி வந்தார்கள். ஒரு கால் லேசான ஊனமென்பதால் கடைசியாக வந்தான் காளிமுத்து. மழை கரகரவென்று ஊற்றிக்கொண்டிருந்தது. ஒவ்வொருவரும் ஓட்டு வீட்டினுள் சென்று ஒதுங்கி நின்றார்கள். மேல்மூச்சு

வாங்க நனைந்து போயிருந்த மேல்சட்டைகளை கழற்றி பிழிந்து தலையை துவட்டியப்படியே மழையை வேடிக்கைப் பார்க்கத்தொடங்கினார்கள். எதிரெதிரே இருந்த திண்ணைகளில் அமர்ந்துகொண்ட பையன்களை பார்த்து, "நீங்கெல்லாம் எந்த வூரு புள்ளைவோப்பா?" உள்வீட்டுக்குள்ளிருந்து கிழவியின் குரல் கேட்டது? "வெம்மானூரு ஆயி" பெருமாள் பயல்தான் பதில் சொன்னான். எதிரில் குந்தியிருந்த ரவி எழுந்து வந்து சொன்னவனின் தலையில் 'ணங்'கென்று ஒரு குட்டு வைத்தான். தலையை தடவிக்கொண்டே "இப்ப எதுக்குடா என்னெ மொட்டுன?" வலி பொறுக்கமுடியாத கோபத்தில் கேட்டான் பெருமாள். உள்வீட்டை பார்த்துக்கொண்டே சன்னமான குரலில் சொன்னான் ரவி. "என்னடா பேச்சுயிது ஆயி கீயிண்ணுகிட்டு, அப்புறம் இங்கியும் நம்பள ஒண்டவுடாம தொரத்துரதுக்கா?" "அதுக்கா இப்படியா மொட்டுரது? 'காடை'க்கு எங்கிருந்துதான் இந்த ஆக்கின வருதோ?'' தனக்குத் தானே முணுமுணுத்து கொண்டான் பெருமாள். வெளியே வந்த கிழவி பையன்களைப் பார்த்து மீண்டும் கேட்டாள்.

"எந்நவூருண்ணு சொன்னீங்கடா பயலுவளா?"

"வெம்மானூரூ அப்பாயி" பதுவுசைப்போல முகத்தை வைத்துக்கொண்டு ரவி சொன்னதை கேட்டதும், பெருமாளுக்கு வலியையும் மீறி குபுக்கிண்ணு சிரிப்பு வந்தது. வாயுக்குள்ளேயே அடக்கிக்கொண்டான்.

"சரியீ வெம்மானூரூல எந்தத் தெரு?"

'ஆகா கெழவி கிட்டிக்கழிய போட்டுல்ல நெறிக்கத் தொடங்கிட்டா...' மனத்திற்குள் கருவியபடியே கிழவியை விழுங்கி விடுவதைப் போல் பார்த்தான் ரவி.

"நாங்கெல்லாம் பறத்தெரு." தங்கவேலுதான் பட்டென்று சொன்னான்.

"வெளக்காமித்து கட்டெக்கி பட்டுக்குஞ்சம் கேக்குதோ? எந்திரிங்கடா யேன் நக்கிவூட்டு நக்கியாருவளா, தீட்டு தெடக்கிண்ணு இல்லாம திண்ணையில ஏறிகிட்டு... வாசப்படியில நின்னா என்ன? கீநுட்டு மசுரா பேசும்போதே நெனச்சேன்... தூ..." காறித் துப்பிவிட்டு விரட்டினாள் கிழவி. வெளியில் துப்பியது மூஞ்சியிலபட்டது போலவே

அவமானமாயிருந்தது பையன்களுக்கு.

"வாங்கடா போவலாம்." புறப்படச் சொன்னான் ரவி.

"இருடா ரவி மழ நிக்கட்டும்." முருகேசன்தான் சொன்னான்.

"வர்ற கோவத்துக்கு அப்படியே செவுட்டுலியே குத்திடுவேன். வந்ததுக்குதான் வரும்படி வாங்கிகிட்டோம்ல இன்னுமென்ன வாங்கணும்னு இருக்க சொல்லுர, அந்தாயி பேசியதை பாத்தில்ல, என்னுமோ அவங்கவூட்டு திண்ணைய நாம பேத்து தின்னுபுட்டாப்ல பேசுனத பாத்தில்ல... மழயாவுது மசுராவது எல்லாம் கிளம்புங்கடா..."

சடசடவென்று வார்த்தைகளை கொட்டினான் ரவி.

நாறப்பு... டே 'இந்த நேரத்துல இவங்கிட்ட பேச்சுகொடுத்தா தீர்ந்தோம், அந்த நாறப்...டே மேலவுள்ள கோவத்தயெல்லாம் நம்மக்கிட்ட காட்டிபுடுவான்' என்று நினைத்தவனாய், முருகேசன் டக்கென்று கிளம்பி வாசலுக்கு வந்தான், அவனைத் தொடர்ந்து பையன்களும் வெளியே வந்தனர். சொண சொணவென்று தூறிக்கொண்டே இருந்தது.

எப்படா மழை விடுமென்று காத்திருந்தவளைப் போல் கிழவியும் வீட்டின் பின்பகுதிக்கு சென்றாள். சேலையை மழிக்கக்கூட அவகாசம் தராமல், அடக்கி வைத்திருந்தது எல்லாம் சடசடவென கீழே கொட்டியது; கால்களை நனைத்த படியே. அங்கே ஒரு சிற்றோடை மழைநீரில் கலந்து கரைந்து கொண்டிருப்பதை வேடிக்கைப்பார்த்து கொண்டிருந்தது; கிழவி அடைகாத்து வரும் 'காற்று முட்டை.'

ஓட்டமும் நடையுமாக பொட்டக்கொல்லை, குடிகாடு என கடந்து ஊர் எல்லையைத் தொடும்வரை பையன்கள் பேசிக்கொள்ளவில்லை. கிழவியின் வசவே ரீங்காரமிட்டப்படி துரத்தி கொண்டிருந்தது. ஒவ்வொருவரும் அவரவர் வீடுகளுக்கு பிரிந்துசென்றனர். திண்ணையில் அமர்ந்தபடி தாத்தா வெற்றிலை பாக்கை போட்டு குதப்பி கொண்டிருந்தார். ஈரத்துணியோடு நெருப்பு கேட்டு வந்த சேப்பாக்கியம் அத்தையை, பொழுது சாயங்காட்டியும் வந்தாயென்ன? என்று வைதுவிட்டு, அடுப்பில் எடுத்துக் கொள்ள சொன்னார். அய்யாவும் அம்மாவும் இன்னமும் வேலை கலைந்து வீடுவந்து சேரவில்லை. கீற்றுக் கொட்டாயில் எருது மாடுகள்

இரண்டும் கடலைக் கொடியை மொருமொருவென தின்று கொண்டிருந்தன. ஒரு ஓரமாய் பசுங்கிடேரி அசைபோட்டபடியே அடைந்திருந்தது. வீசிய குளிர்காற்றிலும் மழைச்சாரலிலும் ஆடுகளெல்லாம் ஒடுங்கியபடி நின்றன.

“பள்ளிக்கூடத்திலிருந்து சேகரு இன்னுமா வர்லே தாத்தா.” தம்பியையும் அவன் புத்தகப்பையையும் காணாததால் கேட்டான் ரவி. மழைத் தூவானம் பட்டு பை நனைந்து விடுமென்று கிழவர்தான் உள்ளே கொண்டுபோய் மாட்டச்சொல்லி இருந்தார்.

“வவுத்த வலிக்கிதுண்ணு கொல்லிக்கு ஓடி இருக்காண்டா.” சொன்னதோடு, கலயத்தில் மூடி வைத்திருந்த அவன் பங்கு தட்டப்பயிரை எடுத்துக் கொள்ளச் சொன்னார். மண் கலயமென்பதால் சூடு ஆறாமல் கதகதவென்றிருந்தது. ஆவி பறக்கும் சூட்டோடு அள்ளிப்போட்டு மெல்ல இதமாயிருந்தது. இப்படி மழைக்காலம் வரும் போதெல்லாம் தட்டைப்பயிறு, பச்சைப்பயிறு, காராமணி, கொள்ளு மொச்சை என விதவிதமான பயிர்களை அவித்து தாங்கடையில் கொட்டி அள்ளிக் கொடுக்கும் அம்மா. குளிருக்கு இதமாக மழையை வேடிக்கைப் பார்த்தபடியே ரவியும் அவன் தம்பி சேகரும் கொஞ்சம் கொஞ்சமாய் வாயில் அள்ளிப்போட்டு ருசித்து தின்பார்கள். போதாதிற்கு தன்னுடைய பங்கிலிருந்து ரவிக்கு அள்ளிக் கொடுப்பார் தாத்தா. அப்பா அம்மாவிடம் கொடுப்பதை, அம்மாவோ வீட்டின் கடைக்குட்டியான தம்பியிடம் கொடுத்து தின்னச் சொல்லும். இரண்டொரு ஈசல்கள் அரிக்கேனை சுற்றிச்சுற்றி பறந்து கொண்டிருப்பதை இவனைப்போலவே சுவரிலிருந்து வேடிக்கை பார்த்து கொண்டிருந்தது பல்லி.

2

அறுப்புக்கு போய்விட்டு 'சூ—அப்பாடா' வென்று களைப்போடு உள் நுழைந்தான் முத்துக்கண்ணு. தங்கை மீனாட்சி சோறாக்கி கொண்டிருந்தது.

"பாப்பா இன்னும் அம்மா வல்லியா?"

"இன்னும் வல்லண்ணே."

"அப்பாயி"

"தெருவுக்கு போயிருக்கண்ணே"

"நீயென்ன மீனாட்சி அடுப்புக்கிட்ட செய்யிற யேன் அக்கா இல்ல?"

"வரவரிசிய தீட்டிக் குடுத்துட்டு, கருவக்காட்டுக்கு பொயிட்டு வந்துடுறேண்ணு போயிருக்கண்ணே."

'இந்த புள்ளே எண்ணைக்கு ஆம்படையான குழியில தள்ளிபுட்டு வந்துதோ அதுலேயிருந்து அதுயெங்க போவுது? எவுத்த நிக்கிதுண்ணு ஆயியும் அப்பனும் சஞ்சலப்பட்டு சாவுணும்னே கங்கணம் கட்டிகிட்டு திரியும் போலருக்கு...' அக்காவை பற்றியே நினைத்துக் கொண்டிருந்தான் முத்துக்கண்ணு.

குடித்தெருவுக்கு போயிருந்த முளவிக் கிழவி அப்பொழுதுதான் சோறு வாங்கிக்கொண்டு உள்ளே நுழைந்தாள். கிழவி எப்பொழுதும் இப்படித்தான், தீபாவளி, பொங்கல்

அமாவாசை என்றில்லாமல், நினைக்கும் போதெல்லாம் குண்டானை எடுத்துக்கொண்டு குடித்தெருவுக்கு ஓடிவிடும். அவங்க ஆண்டைகள் வீடுகளிலோ இல்லை கூப்பிடும் வீட்டிலோ ஏதேனும் வீட்டு வேலைகள் செய்யச் சொன்னால், புட்டி, முறம் சொளகு என எதையாவது சாணிப்போட்டு மெழுகிக் கொடுக்கின்ற வேலையையோ இல்லை திருவை சுற்றுகின்ற வேலையையோ செய்து கொடுத்து விட்டு, தன் பங்கிற்கு கூலியென்று எதுவும் தரா விட்டாலும் கொடுக்கின்ற தானியம் எதையாவது வாங்கிக்கொண்டு, அவர்கள் மறந்து போயிருந்தாலும் இரவுக்கும் மறுநாளைய பொழுதுக்கும் சேர்த்தே சோறு குழம்பு வாங்கிக் கொண்டு, வந்துவிடும். இன்றும் அதுபோல்தான் 'ஆட்டுக்காரன் கொட்டா' தெருவிலுள்ள சண்முகம் படையாச்சி வீட்டிற்கு காலையிலேயே போய்விட்ட முளவிக்கிழவி அவரின் மனைவி வள்ளியம்மை ஆயிக்கு கூடமாடையாக வீட்டு வேலைக்கு உதவியாக, இரண்டு முறம், ஒரு சொளகு, ஒருவட்ட தட்டு, பெரிய தாங்கடை ரெண்டு, மூணு குள்ளப்புட்டி, ஒரு கொடிக்கூடை, ஒரு விதைப்புட்டி (வெரப்புட்டி) எல்லாவற்றையும் ஒரு இண்டு இடுக்கில்லாமல் சாணியால் மெழுகி காய வைத்து கொடுத்தாள். மார்கழி மாதம் வேறு பிறந்திடுச்சா பனிக்காலம் வந்தாலே வள்ளியம்மை பச்சத்தண்ணியில குளிக்கமாட்டாள். வென்னி வைப்பதற்கு காய்ந்த சுள்ளிகளாய் பொறுக்கிக் கொடுத்த கையோடு, இரண்டு படிக்குக் குறையாமல் வெண்சாமரம் சோளமும் (வெஞ்சாமரம்) ஒரு குண்டான் நிறைய சோறும் குழம்பும் வாங்கிக்கொண்டு வந்திருந்திருக்கிறாள் முளவிக்கிழவி.

"ஒக்கா எங்கடா போயிருக்கா?"

"நாயிப்பதான் வூட்டுக்கு வந்தேன், மீனாட்சிக்கிட்ட கேளு." முகத்தை வேறு பக்கமாய் திருப்பிக் கொண்டு எரிச்சலுடன் சொன்னான்.

"அவ எங்கிடிப் பொட்டெ போயிருக்கா?"

"கருவக்காட்டுக்கு பொயிட்டு வந்திடுறேண்ணு ஓடியிருக்கு அப்பியி." மீனாட்சி சொல்லிக் கொண்டிருக்கும் போதே உள்ளே நுழைந்தாள் தனக்கொடி.

"எங்கடித் தட்டுவாணி ஊரக்கோலிக்கிட்டு வர்ற?"

“ஏக்கிழவி ஒரு மனுஷி வெளிய வாசக்கூட போவப்படாதுங் குறியா நீயி... போவும்போதே அவக்கிட்ட சொல்லிபுட்டுதானே போனேன்... பவல்ல எவடி புருஷம்புடிக்க போவா? கேக்குறதா பாரு...”

“நாயிப்ப என்னடி சொல்லிப்புட்டேன்னு இப்படி மலுமலுண்ணு ஏறுர... வூடு வாசன்னு இருந்தா எங்கெப்போன எவுத்தப்பபோனேன்னு ஒரு வாத்த கேக்கமாட்டாங்களாடி? எங்கெடி பொயிட்டுவாறேன்னு கேட்டது ஒரு குத்தமாடி? ஊர ஒழுத்தப்புண்டெ என்னாவாத்த பேசுறா பாறேன்... அப்பாயிக்காரி நல்லதுக்குதானே சொல்லுவாண்ணு இல்லாம, அவடி இவடிங்குறாளே இது நாயமாடா தம்பி...”

“நீயாச்சி ஓம் பேத்தியாச்சி அந்த புள்ளெ வாத்தைக்கு நான்வல்ல ஆள உடு...” முறித்தது போல பேசிவிட்டு வெளியே வந்தான் முத்துக்கண்ணு. “ஏதாவது சொல்லப்போவ அந்த புள்ளே தம்பிண்ணுகூட பாக்காம ஏதாவது பேசிபுட்டா...” யோசித்து கொண்டே மாரியம்மன் கோவிலில் வந்து குந்தினான்.

முளவிகிழவியும் அதற்குமேல் ஒன்றும் பேசவில்லை. ‘ஆம்படையானை தூக்கிக் கொடுத்திட்டு எளந்தல கம்னாட்டியா வந்து கெடக்குறா.., பேசினா பேசிட்டுப் போறா உடேங்கெடக்கு...’ தனக்குத்தானே சமாதானமாக சொல்லிக் கொண்டாள். தங்கச்சியை எட்ட நகரச் சொல்லிவிட்டு குழம்பு வைக்க அடுப்படிக்கு போனாள் தனக்கொடி.

கடந்த வைகாசி மாதம்தான் தனக்கொடியை தெற்கு அம்பாபூரில் கட்டிக்கொடுத்தார் மாணிக்கம். வீட்டில் நடக்கின்ற முதல் சுபகாரியமென்பதால், சீரில் ஒரு குறையும் வைக்காமல் நல்ல முறையில்தான் கட்டிக்கொடுத்தார். மகளின் கல்யாணத்திற்காக ஒரு பயலிடம் கூட நயாபைசா கடன் வாங்கவில்லை. மாப்பிள்ளையும் ஒருவிதத்தில் உறவுக்காரர்தான் மாணிக்கத்திற்கு தாய்மாமன் மகன் வேண்டும், முளவி கிழவிக்கோ கூடப்பிறந்த அண்ணன் மகன். திருமணம் முடிந்தபிறகு வரும் மூன்றுவழியும் நல்லமுறையில் உபசரித்து அனுப்பி வைத்தார். முளவிதான் பேத்தியை தனியாகக் கூட்டிக்கொண்டு போய் விசாரித்தாள். “ஓம்பிரிசன் அன்பா அனுசரணையா இருக்கானா ஆயா, பாத்து பதனமா நடந்துக்க... நாம் பொறந்த எடம்

நாக்குமேல பல்லப்போட்டு யாரும் பேசிராதபடி நடந்துக்க, மாமியா மாமனா சொன்னா கேட்டுக்க, ஆரு எவுறு? ஒத்தையும் ஓம்மாமனும்தானே! சொன்னா சொல்லிபுட்டு போறாங்கிண்ணு கேட்டுகிட்டு அதுமாரி நடந்துக்க... வூட்ல பேசுரமாரி துடுக்குத்தனமா பேசிபுடாதே." இப்படி நல்லவிதமாய் புத்திமதி சொல்லி அனுப்பி வைத்தாள் முளவிக்கிழவி. கிழவியின் ஆசைக்கனவுகளை எல்லாம் மூன்றாம் மாதத்திலேயே குழிதோண்டி புதைத்துவிட்டு அப்பன் வீட்டுக்கே வந்துவிட்டாள் தனக்கொடி.

முழுசாக மூன்று மாதங்கள்கூட அவனுடன் சேர்ந்துவாழ கொடுப்பினை இல்லாமல் போய்விட்டது, அவளுக்கு. கல்யாணத்திற்கு பிறகு முதல்முறையாக ஆடிப்பெருக்கை முன்னிட்டு, அவள் கணவன் உடையார்பாளையத்திலுள்ள பெரிய ஏரிக்கு அழைத்துபோனான். அங்குதான் தங்களுடைய திருமண மாலையை தளும்பும் ஏரியில் போட்டுவிட்டு, தன்னுடைய மனைவிக்கு புதிய தாலிக்கயிற்றை கட்டிவிட்டு படத்திற்கு கூட்டிக் கொண்டு போனான் புதுமாப்பிள்ளை. அன்றும் அப்படித்தான் வேலைக்கு மண்வெட்டியை எடுத்துக்கொண்டு கிளம்பி போனவன்தான், என்றுமில்லாமல் ஆடிக்கழிவடை நாளான அன்றுதான் ஆசையோடு கட்டிப்பிடித்து முத்தம் பதித்து விட்டு போனான். அதுதான் அவனுக்கு வாய்ந்த கடைசி வாழ்க்கையென்று அவளுக்கு மட்டுமல்ல; வேலையை எல்லாம் முடித்துவிட்டு கிளம்பும்போது கண்ணில் தென்பட்ட எலிவளையில் கையை விடும்வரை அவனுக்குமே தெரியாது. நடுவிரவில் நறுக்கென்று ஒருவலி; எலிதான் கடிக்கிறதென்று சிரித்துக் கொண்டே கையை உள்ளே விட, சினங்கொண்ட நாகத்தின் இரண்டாவது கொத்தில் விஷம் விறுவிறுவென தலைக்கு ஏறத்தொடங்கிவிட்டது. அவ்வளவுதான்... பாம்புதானென்று தெரிந்து சுதாகரிப்பதற்குள் விஷம் தன் வேலையை காட்டத்தொடங்கிவிட்டது. கட்டிலில் போட்டு தூக்கிக்கொண்டு வந்தார்கள். ம்கூம் எந்த வைத்தியமும் பலிக்காமல், நான் போகிறேன் 'போறேனென்று' துள்ளத்துடிக்க புதுமனைவியை தன்னந்தனியாய் விட்டுவிட்டு போய் சேர்ந்து விட்டான் புதுமாப்பிள்ளை. தாலியை கழற்றி பால்செம்பில் போடுவதற்குள், அவள் காதில் வந்து விழுந்தது எல்லாம் நஞ்சை விடவும் கடுமையான வார்த்தைகள் ஒவ்வொருவரின் வாயிலிருந்தும் வெளியேறி விரியன் குட்டிகளாக கொத்தி குதறத்தொடங்கின. 'துக்கிரி புடிச்சவ,'

'சித்தரையில ஆளானவள கட்டுனது தப்பாப் போச்சே— அதான் மறு சித்திர வரங்காட்டியும் தூக்கிட்டா?' ஒவ்வொரு பகலும் தூக்கத்தை தின்று விட்ட இரவிலும்கூட மாமியாரும் நாத்தனாரும் போதாதென்று ஊரென்றும்—உறவென்றும் வீடு வந்த ஒவ்வொருத்தியும் வசவால் புரட்டி வறுத்தெடுத்து விட்டார்கள்.

மகளின் வாழ்க்கை இப்படி ஆகிவிட்டதே என்று மாணிக்கமும் அவன் பொண்டாட்டியும் மகளை வீட்டிற்கே கூட்டிக்கொண்டு வந்துவிட்டார்கள். 'பழசையெல்லாம் மகள் மறந்துவிட மாட்டாளா? மறுகண்ணாலம் பண்ணி' வைக்கலாமென்று காத்துக்கொண்டிருக்கிறார்கள். காலம் எல்லாவிதமான கவலைகளுக்கும் மருந்து வைத்திருக்குமென்று அவர்களுக்கு தெரியாதா என்ன? தனக்கொடி தாய்வீட்டிற்கு வந்து மார்கழியும் பிறந்து விட்டது. இந்த ஒருமாத காலமாகத்தான் யாரு எதைப் பேசினாலும் சிடுசிடுன்னு விழுகின்றாள். வெளியவாசப் போனால்கூட நேரங்கழித்தே வருகின்றாள். சிக்குப்பிடித்த தலையும் அழுது வீங்கிய முகமுமாயிருந்தவள், சீவி சிங்காரித்து கொண்டு போகவர இருப்பதுதான் பெற்றவர்களுக்கு ஒரே கவலையாய் இருக்கிறது. எப்படியாவது இந்த பூட மாசத்த கழிச்சிபுட்டா வர்ற தைக்கும் மேல தாரமுள்ளவன் கேட்டாக்கூட புடுச்சி குடுத்துடலாம். அதுவர இந்த முண்டெ ஒழுங்கா இருக்கணுமே! 'பாயில படுத்து' ஒனக்கக் கண்டவளாச்சே மவ சும்மா இருண்ணா இருப்பாளா?' பழனியம்மாளின் மனதில் மகளைப் பற்றிய கவலை நாளுக்குநாள் அதிகமாயிக் கொண்டே இருக்கிறதே தவிர குறைந்தபாடாய் தெரியவில்லை.

பூந்தூறலாய் பனி இறங்கிக்கொண்டிருந்தது. வீடு சிறிய தென்பதால் முத்துக்கண்ணு மாரியம்மன் கோவிலுக்கும், முளவி பருக்கலா வீட்டிற்குமாய் படுத்துக் கொள்ள போய் விட்டார்கள். முளவியைப் போலவே பருக்கலாவும் கணவனை இழந்தவள். இருந்த தன் மகளையும் த.குடிகாட்டில் கட்டிக்கொடுத்து விட்டதால், தனியாக இருப்பவளுக்கு பேச்சுத் துணைக்கு துணையுமாச்சி, படுத்துகொள்ள இடம் கிடைத்தது போலவுமாச்சென்று, இரவுக்கு மட்டும் இங்கே வரத்தொடங்கி விட்டாள். 'பருக்கலா' என்பது முதுமையை நெருங்கிக் கொண்டிருக்கும் 'பொன்னரும்பு' வாகிய அவளின் ஊரின் பெயரையே அவளின் பெயராகி போய்விட்டதால் தெருவிலிருந்து ஊரே அவளின் நிஜப்பெயரை மறந்துவிட்டு

'பருக்கலா' வென்றே அழைக்கிறார்கள். வயதென்று பார்த்தால் ஐம்பது இருக்கும், பார்த்தால் முப்பது வயது பெண்ணென்றே நினைக்கும் படியான உடல்வாகினை பெற்றிருக்கிறாள். தோற்றத்தை அப்படியே கூறவேண்டுமென்றதால், நரைக்காத தலையும், சுருக்கம் விழுந்திடாத முகமும், தளர்ந்து போகாத நிமிர்ந்த நிலையிலிருக்கும் பருத்த மார்பகமும் வேகமான மிடுக்கான நடையும் அவளை இளங்குமரிதான் என்றே பார்ப்பவரை நம்பவைக்கும்.

தெருவில் பருக்கலாவை பற்றி குசுகுசுவென பேசிக்கொள்வதில் முழுவதும் இல்லாவிட்டாலும் பாதி உண்மையிருந்தது. 'அவ கெழவிதானேன்னு நெனச்சிபுடாதீங்கடீ அவளுக்கு செறுவயசு பயலுவளதான் புடிக்கும். அவஆள மயக்குற வெதமே தனிதான். மூச்சுபுடி வழுந்துட்டா, கையிலோ காலிலோ சுளுக்கு விழுந்துட்டா நல்லெண்ணெய் தடவி சுளுக்கு எடுப்பதில் தெருவுலியே அவள அடிச்சிக்க ஆளேயில்ல. எவ்வளவு தாட்டிகமான பயலா இருந்தாலும் அள்ளையில கையவுட்டு தூக்கிக் குலுக்கியே கழுத்து சுளுக்க எடுத்து உடுவா. மூச்சிப்புடிப்புண்ணு போனால் நெஞ் சிலோ முதுகிலோ வலியுள்ள இடத்தில் பித்தளை செம்பைப் போட்டு புடிப்ப எடுத்து விடுவா. அதுக்கு இன்னொரு முறையும் இருக்கு. படுக்கையிலோ இல்லை தூக்க முடியாத சுமையை தூக்கியதாலோ உண்டான மூச்சுப்பிடிப்பு எதுவாகயிருந்தாலும், பருக்கலா போடும் மந்திரமே தனிதான். பாதிப்பு உள்ள நபர்கள் ஆண்களோ இல்லை பெண்களோ யாராக இருந்தாலும், அவர்களை கிழக்கை பார்த்து அமரச் சொல்லுவாள். நிமிர்ந்து குந்த சொல்லிபுட்டு வட்டமான சருவ சட்டியையோ இல்லை மண் சட்டியையோ எது கிடைக்கிறதோ முதலில் அதை எடுத்துக்கொள்ளுவாள். அதில் இடித்து பொடியாக வைத்துள்ள மஞ்சள் தூளை ஒரு சிட்டிகையளவு போட்டு கலக்கிய பிறகு, மிளகு அளவு சுண்ணாம்பை உருட்டி மஞ்சள் நீரில் போட, இரத்தச்சிவப்பாய் அலையடிக்கும் பாத்திரத்தை அமர்ந்துள்ள நபரின் முன்னால் வைத்து, வலது கையை மூடிக்கொண்டு வானத்தை பார்த்து முணுமுணுவென்று ஏதோ மந்திரம் சொல்வாள். பிறகு பித்தளை செம்பையெடுத்து அதில் நீளமாய் கிழிக்கப்பட்ட பருத்தித் துணியை சிம்ளியில் காட்டி, துணி நன்றாக எரிந்து கொண்டிருக்கும் போதே செம்பினுள் போட்டு, அதை அப்படியே வட்ட சட்டியில் தலைகீழாய்க்

கவிழ்க்க, 'வீச்சென' ஒரு வினோத ஒலி வெளியேற, "எயிந்திரி... எயிந்திரி ஓம் மூச்சுபுடி வெளியேறிடுச்சி." என்று உரத்துச் சொல்வாள் பருக்கலா. என்னவொரு ஆச்சரியம்? அடுத்த நொடியே... நல்லாகி விட்டதென்று சிரித்துக் கொண்டே வெற்றிலைப்பாக்கை போட்டுக்கொள்ள கொடுப்பார்கள். வயதானவராக இருந்தால் வாங்கிக்கொண்டு அனுப்பிவைத்து விடுவாள். முறுக்கான வாலிபனாக இருந்துவிட்டால், கதவை சாத்திக்கொண்டு வெத்திலையை அவள் கொடுக்க சுண்ணாம்பை தடவி வாய் சிவக்க சிவக்க இவன் மெல்ல... வியர்வை வழிய வழிய இருவருமாய் வெளியே வருவார்கள். பார்க்கின்ற ஜனங்களுக்கு 'மூச்சுபுடி எடுத்துகிட்டு வர்றாங்கன்னு' மட்டுமே தெரியும். இவள் பார்க்கும் கை வைத்தியத்திற்கு எவரிடமும் காசு வாங்கியதில்லை, மீறி கொடுத்தாலும், சிரித்தப்படியே வேண்டாமென்று மறுத்து விடுவாள். தேவையில்லாமல் யார்வீட்டு திண்ணையிலும் உக்காந்து கதைவடிக்க மாட்டாள். 'யாராயிருந்தா என்னெயேவூட்டுக்கே வரட்டுங்குறேன்' என்று கூறுபவள், சண்டையென்று வந்துவிட்டால் பறத்தெரு ஆளாக இருந்தாலும் இல்லை குடித்தெருக்காரனாக இருந்தாலும் 'வாடா—போடா' தான். தன்னைவிட மூத்த 'முறையுள்ள' ஆண்களை மட்டுமே மாமாவென்றோ மச்சானென்றோ பேசுவாள், சகோதர முறையுள்ளவர்களை அண்ணன்—தம்பி என்று பேசுவாள். இதைத்தவிர வேறு யாராக இருந்தாலும் அவளைப் பொறுத்தவரை தன்னுடைய 'இது'—வாகத்தான் நினைப்பாள் பருக்கலா.

முளவி தான் வாங்கிக்கொண்டு வந்திருந்த ஊர்ச்சேற்றை சட்டியில் போட்டு எடுத்துகொண்டு போனாள். ஏற்கனவே வீட்டில் மீந்திருந்த முருங்கையிலைக் குழம்பை சட்டியோடு வாசலுக்கு எடுத்து வந்து பருக்கலா ஊர் சோற்றில் ஊற்றி ஒன்றாக பிசறி ஆளுக்கு நாலு கவளம் என உருட்டுருட்டி வாயில்போட்டுக் கொண்டார்கள். மீந்துபோன சோற்றை குந்தியிருந்த தெருநாய்க்கு வழித்து வைத்துவிட்டு சட்டியில் தண்ணீர் ஊற்றி ஓர் அலம்பு அலம்பி வேலியில் ஊற்றியவுடன் வீட்டினுள் கொண்டுபோய் வைத்துவிட்டு வந்தாள் பருக்கலா. இரவுப்பூச்சிகள் ரீங்கிடலும் தெரு நாய்களின் குரைப்பொலியும் மட்டுமே இரவுக்கு துணையாய் விழித்துக்கொண்டிருந்தன. இடுப்பில் செருகி வைத்திருந்த பையை வெளியேயெடுத்து, சுருக்கவிழ்த்து துழாவிப்பார்த்து பாக்கொன்றை எடுத்தவள்,

பாக்கு வெட்டியில் வைத்து இரண்டாக்கி அதில் சின்னதாய் இருந்ததை முளவியிடம் கொடுத்துவிட்டு, இன்னொரு துண்டை வாயில் போட்டு குதிப்பிய படியே வெற்றிலையை இரண்டாக்கிழித்து சுண்ணாம்பை குவளையிலிருந்து இடது பெருவிரலால் கீறியெடுத்து பின்புற நரம்புகளின் மீது படிவதைப்போல சுண்ணாம்பை தடவி ஒன்றை தானும் பிரிதொன்றை அவளுக்குமாய் கொடுத்தவள், வெற்றிலைப்பாக்கை மெல்லத்தொடங்கினாள். மெல்ல... மெல்ல... சுரந்த எச்சிலை வாசலின் ஓரத்தில் முழிந்த பிறகு, நன்றாக அதக்கி மென்று உமிழ்நீரை விழுங்கினாள். தின்று முடித்தவுடன் வெற்றிலைப் போட்டு மென்று விழுங்குவதே ஒரு தனீ சுகம்தான். காம்புப் புகையிலையை திருகி இடதுபக்க குரட்டில் அடக்கிக்கொண்டு பருக்கலா பேசத் தொடங்கினாள். இவர்களின் பேச்சை ஆவலுடன் கேட்பதுபோல், இறங்கிக்கொண்டிருக்கும் பனியையும் ஒரு பொருட்டாக கருதாமல் பார்த்துகொண்டே இருந்தது அதே தெருநாய்; குத்துக்காலிட்டு அமர்ந்த நிலையில்.

3

ஆணியில் மாட்டியிருந்த பையை எடுத்தவன், கழுவி சுத்தமாய் வைக்கப்பட்டிருந்த அலுமினிய தட்டையெடுத்து பையில் வைத்து கொண்டு கிளம்பினான். கோலத்தின் மையத்தில் மலர்ச்சியாய் வைக்கப்பட்டிருந்த பரங்கிப்பூ வதங்கி போயிருந்தது. ‘பறிச்சிகிட்டு வந்து அம்மா ராவுலியே வெச்சிருக்குமோ?’ வாசலைப் பார்த்து கொண்டே படவாசலை திறந்துவிட்டு தெருவில் இறங்கினான் சேகர். ஒளிபாய் கடைவரை ஓடிவந்துவிட்டு வீட்டைப் பார்க்க திரும்பியது கருப்பு.

நந்தாங்குட்டை கரைவழியாக பேசிக்கொண்டே வந்த சாமிதுரையும் தனபாலும் சேகரோடு வந்து சேர்ந்துகொண்டனர். பேசாமல் வரும் சேகரை இருவரும் கேலிசெய்து பேசிக்கொண்டே வந்தனர். தனபாலை ஒருமுறை முறைத்தான் சேகர். அதுவரையும் வாய்க்கொள்ளாத சிரிப்புடன் வந்தவன் முகம் ‘சப்பென’ வற்றியதைப்போல மாற தலையை கவிழ்த்து கொண்டான். வேட்டியின் முணுச்சு அவிழுந்து கீழே இழுபடுவதுகூட தெரியாமல் கையை தலைக்கு மேலே உயர்த்தி ஆவேசங்கொண்டவரைப்போல உளறி உளறி பேசியபடியே போனார் குடித்தெரு ஆள் ஒருத்தர். எல்லாம் ‘பொத்தமண்டையார்’ சரக்கை காலங்காத்தால நீராகத்தைப்போல ‘உட்டுக்கட்டியதால்’ உண்டான எதிர்வினை இது. “திருச்சணாப்பள்ளி ஜில்லாவுலியே இந்த கொயிந்தபுடாச்சி மொவங்கிட்ட ஒண்டிக்கு ஒண்டி நிக்க ஆளு இல்லடா யேங்கட மசுரு நீயாடா என்ன பேசாமல் விலகிசென்றனர் மூவரும் சேகரைப் பார்த்ததும் வந்த சிரிப்பும்

பொசுக்கென்று அடங்கிப்போனது சாமிதுரைக்கு.

காளியம்மன் கோவிலைத் தாண்டி எசனையார் வீடு வண்டிக்காரன் வீட்டையும் கடந்து பையன்கள் போய்க் கொண்டிருந்தனர். கூடவே வந்த கருப்பை கல்லெடுத்து விரட்டுவதைப் போல பாசாங்கு செய்தும் போகாமல் தொசங்கட்டிக் கொண்டே வந்ததை படாதபாடு பட்டுதான் அனுப்பி வைத்தான் சேகர். ஊர்த்தெருவில் பயமில்லாமல் போய் வருகின்ற நாய் கருப்பு மட்டும்தான். பத்து நாய்கள் வளைத்தால்கூட அத்தனைக்கும் ‘ஜவாப்பு’ சொல்லிபுடும். கிட்டே நெருங்கி வந்தாலோ வாலை சூத்துக்குள்ள விட்டுகிட்டு மத்த நாய்களைப் போல பயந்து நடுங்கிக் கொண்டு நிக்காது. பாஞ்சிக்கிட்டு வந்ததில் எது படுநோஞ் சான்னு பாத்து அது சங்கப்புடிச்சி கவ்வி இரண்டு ஒதருதான் ஒதரும், மற்ற நாய்களெல்லாம் பயந்து கொண்டு பின்வாங்கி விடும். தப்பியோட வேற வழியே இல்லாத பட்சத்தில் கூட்டத்தினுள் புகுந்து சலம்பி எடுத்துவிடும். கருப்பங்கிட்ட மாட்டிகிட்டு இப்படி பல குடித்தெரு நாய்ங்க பரிதாபமா உசுர விட்டிருக்குங்க. பறநாயிக்கு இவ்ளோ ஆச்சான்னு அடிச்சி கொல்ல ஊர்த்தெரு ஆட்கள் சமயம் பார்த்து கொண்டுதான் இருக்காங்க? பள்ளிக்கூடம் வரும் வரைக்கும் சேகரின் நினைவில் கருப்பு ஓடிக்கொண்டே இருந்தான். அநியாயமாக குடித்தெருகாரங்கிட்ட சிக்கிவிட கூடாதென்றுதான் வீட்டைப் பார்க்க ஓட்டிவிட்டான் சேகர். கருப்பு இல்லாத வீட்டை அவனால் நினைத்துகூட பார்க்க முடியவில்லை.

பெரிய வகுப்புகளுக்கு பாடம் நடந்து கொண்டிருந்தது. ஆறாம் வகுப்பிலிருந்து எட்டாம் வகுப்பு வரைக்கும் பெரிய கட்டிடத்திலும், தாழ்வாரம்போல் இறக்கப்பட்ட கீழ்தளத்தில் முதல் வகுப்பிலிருந்து ஐந்து வரைக்கும் பாடம் நடக்கிறது. கீழே சிமெண்ட் தளமெல்லாம் கிடையாது, புழுதி பறக்கும் மண்தரைதான், அதற்கும்மேல் மரப்பலகைகளை போட்டிருக்கிறார்கள். அதில்தான் மாணவர்களெல்லாம் அமர்ந்து கொள்ள வேண்டும். ஏழாம் வகுப்பு மாணவன் ஒருவனை அடிப்பின்னியெடுத்து கொண்டிருந்தார்; கட்டச்சோலை வாத்தியார். பெரியசாமிதான் அவர் பெயர். ஏன் அவரை ‘கட்டசோலை’ என்று கூப்பிடுகிறார்கள் என்றுதான் தெரியவில்லை. பதினோராம் வாய்ப்பாடு சொல்லத் தெரியாததால்தான் அந்த பையனுக்கு ஆசிரியர்

‘பூசை’ நடத்திக்கொண்டிருந்தார். வேடிக்கைப் பார்க்க திரும்பியவனின் தலையில் பட்டென்று மூங்கில் சிம்பால் அடி விழவே பயந்துபோய் ஒழுங்காய் குந்தினான் சேகர். “அங்கென்னடா பார்வ ஒழுங்கா எழுது”. ஆறாம் வகுப்பு மாணவர்களுக்கு மாதிரி தேர்வு வைத்திருக்கிறார் சிலகால் வாத்தியார். பின்னால் குந்தியிருந்த சாமிதுரை பயல் “எலேய் காட்டுறா...காட்டுறா” வென்று சீண்டிக்கொண்டிருந்தான். இதை கவனித்துவிட்ட செட்டியார் வீட்டுபையன் எழுந்து, “சாமி துரக்கி சேகரு காட்டுராஞ் சார்” என்றான். அவ்வளவுதான் மூங்கில் கழியை எடுத்து, “ஏண்டா அவனுக்கு காட்டுனே.” என்று சேகருக்கு இரண்டடி விழுந்தது. “பாக்காம எழுதுடான்னா நீயி காப்பியா அடிக்கிற காப்பி யேன்வூட்டு நேய்பீ...” வைதலில் கிண்டலையும் வைத்து வீசியதோடு எழுந்தவனின் சூத்தில் கழி படார் படாரென விழுந்தது. அடிவிழுந்ததால் ஏற்கனவே வட்டுபோட்டு தைக்கப்பட்டிருந்த டவுசரிலிருந்து செம்புழுதி இதுவரை இருந்ததே போதுமென்று பதறியடித்து கொண்டு ஆவியாய் பறந்தது. அய்யோ அம்மாவென சூத்தை துடைத்துகொண்டு நின்றான் சாமிதுரை. “எருமையாட்டம் ஏண்டா நிக்கிற வாடா, இங்கெ வந்து முட்டிப்போடு.” கண்ணீர் துளிர்த்தது, துடைத்துகொண்டே சாரின் நாற்காலி இருக்கும் பக்கம் போனவனின் தலையில் ஒன்று போட்டு “போடுறா முட்டி” அதட்டினார் சிலகாலிலிருந்து வரும் கலியபெருமாள்சார். குளித்துகொண்டே இருந்தவன் தலையை தூக்கிப் பார்த்தான். இவனைக் கண்டதும் களுக்கென்று சிரித்தான் செட்டியார் வீட்டு பையன். ‘இருடா ஒன்ன வெச்சிக்கிறேன்.’ என்பதைப்போல முறைத்தான் சாமிதுரை. “சார் சாமிதுர என்னெ பாத்து மொறைக்கிறான் சார்,” என்றவனின் தலையில் மூங்கில் சிம்பால் ஒன்று வைத்து, “எழுதர விட்டுட்டு நீயெதுக்குடா அவனெ பாக்குற? செட்டியாரு வூட்டு குசும்பு ஒனக்கு போவாது போலருக்கே...” இந்த சார் பள்ளிக்கூடத்திற்கு வந்த பிறகுதான் இதுபோல அப்பப்ப பரிட்சையெல்லாம் வைக்கிராறு. இதுக்கூட ‘கட்டசோலை’ வாத்தியாருக்கு சுத்தமாய் பிடிக்கவில்லை.

உரும சோத்துபெல் அடித்துதான் தெரியும் அவனவனும் தட்டுகளை எடுத்துகொண்டு பெரிய ஏரிக்கு ஓடினார்கள். செட்டியார் மகனும் இன்னும் சில பெரிய குடும்பத்து பிள்ளைகளும், பையை பள்ளிக்கூடத்திலேயே வைத்துவிட்டு

சோறு சாப்பிட்டு விட்டு வர வீட்டுக்கு ஓடிப்போனார்கள். கோடைக்காலத்தைப் போல் வெயில் அடித்துகொண்டிருந்தது.

"எங்க தொரையில ஏண்டா கழுவுற?" குமாரைப்பிடித்து தள்ளிவிட்டான் குடியானத்தெரு சிறுவன்.

"ஓயா பிரிசன் கட்டுனதாடா இது?" அழுகையோடு சொன்ன குமாரை பிடித்து, தண்ணியில் அழுத்தப் போனவனின் முதுகில் ஒன்று வைத்து கரைக்கு இழுத்துவிட்டான் சேகர்.

"பள்ளிக்கூடத்துலதான் அடிச்சிக்கீறங்கண்ணா ஏரித் தொரையில கூடவா சண்டை போட்டுக்குவீங்க." அழுது கொண்டே புகார் சொன்ன குமாரை சமாதானப்படுத்தி அழைத்து வந்தான் சேகர். நான்காம் வகுப்பு மாணவர்களான இருவரும் ஏரிக்கரையில் நின்றபடி சண்டைப் போட்டுக் கொண்டதால், குமாரின் கால்சட்டை முழுவதுமாக நனைந்திருந்ததால் — டவுசரை கைகளால் முறுக்கி பிழிந்து கொண்டான்.

எட்டாம் வகுப்பு மாணவனொருவன் எல்லோரையும் வரிசையில் நிற்கசொன்னான், குடித்தெரு பிள்ளைகளின் வரிசையில் நின்று கொண்டிருந்த சேகரின் சட்டையைப் பிடித்து இழுத்து, "வடக்கால போயி நில்லுடா" என்று அதட்டினான், கோவிந்தசாமி படையாச்சி மகன் ராஜமாணிக்கம்.

"ஏய்யா சட்டெய புடுச்சி இழுத்த?"

"பின்ன எதுக்குடா குடித்தெரு புள்ளைவோ வரிசையில போயி நிண்ண?"

"நெதைக்கும் இந்த வரிசயிலதான் நிக்கிறேன் இண்ணைக்கு மட்டுமென்னயா புதுசா சட்டம் பேசுற?"

கோபத்துடன் பேசிய சேகரின் மூஞ்சியிலேயே இரண்டு குத்து விட்டான் இராஜமாணிக்கம்.

"என்னய்யா பேசிபுட்டேன் வா வாத்த இருக்கும் போதே கைய நீட்டுற."

"எதுத்தாடா பேசுற? பறந்தெரு பயலுவ வரிசையில போயி நில்லுடா..." அடித்ததோடு நெட்டித்தள்ளி வடக்கால வரிசையில் இழுத்து விட்டான்.

“என்னமோ இவுருக்குதான் கையி இருக்குறாப்ல அடிக்கு றாரு” அவனையும் அரியாமல் கண்ணீர் கொப்பளித்து வழியத் தொடங்கியது.

“சாப்பாட்டு நேரத்துல என்னடாயிது சத்தம்?” வெற்றிலை சீவுலைப்போட்டு குதப்பியபடியே வந்த கீழவெளி சிவசாமி வாத்தியார்தான் அதட்டலுடன் கேட்டபடியே வந்தவர் ராஜமாணிக்கம் பயல் புகாராக சொன்னதை கேட்டு, கோபங்கொண்டவராக “பெரிய வகுப்பு படிக்கிறவன் சொல்லுரத கேக்காம எடக்குமடக்காவா பேசுற, சொன்னாலும் சொல்லாட்டியும் நீ ஹரிஜன்ஸ்தானே போயி ஓவ்வரிசையில நிக்கவேண்டியதுதானடா” வாத்தியார் பேசிக்கொண்டு இருந்தபோதே தன்தரப்பு நியாயத்தை சொல்வதற்காக, “அந்தய்யாதான் சார்....” சேகர் பேசியது எதையும் காதில் வாங்காதவராய், “பறநாயிக்கு ரொம்பதான் கொழுப்பேறிப் போச்சு...” ஆத்திரங்கொண்டவர் அவன் முடியை இடதுகையால் இறுகப்பற்றி இடவலமாய் ஒரு சுழற்று சுழற்றி விட்டு முன்புறமாய் இழுத்து குனியச்செய்து வலது உள்ளங் கையால் சேகரின் முதுகில் இரண்டு அடிவைத்தார். தோலே வழண்டு போனதைப்போல வலியுடன் கூடிய எரிச்சலை தாங்க முடியாமல் “அய்யோ அம்மா” வென்று கதறித் துடித்தான் சேகர். தெருப்பையன்களெல்லாம் ஓநாயைக் கண்டு நடுங்கும் ஆட்டுக் குட்டிகளைப் போல மிரட்சியின் நிழல் படிந்த விழிகளோடு வாத்தியாரை பார்த்துகொண்டு நின்றனர்.

கோதுமை சோற்றை வாங்கிக் கொண்டுபோய் குந்தியவன். இரண்டு வாய்தான் உள்ளே தள்ளியிருப்பான், ‘ஏண்டா சாப்பிடுறே?’ என்று கோதுமை சோறு உள்ளே போக மறுத்தது. வாத்தியார் அந்த இடத்தை விட்டுப் போனதும் சோற்று தட்டை எடுத்துக் கொண்டு ஏரிக்கு ஓடினான் சேகர். ஆத்திரம் பொங்கி அழுகையாய் வழிந்துகொண்டிருந்தது. முகத்தோடு தட்டையும் கழுவிக்கொண்டு வகுப்பறைக்கு வந்தவன், பையுக்குள் தட்டை நுழைத்த மறுநொடியே கிளம்பி வெளியே வந்தவனை, “இருடா நானும் வர்றேன்” தனபால் பயல்தான் மறித்து கொண்டுகேட்டான். “சோசியரு கடயண்டவுள்ள அழிஞ்சிமர நெழல்ல நிக்கிறேன் வாடா...” பாதி வார்த்தையும் மீதி கண்ணீருமாய் வெளியே வந்தது படிக்கவில்லை என்றோ இல்லை குறும்பு செய்தானென்றோ அடித்திருந்தால் கூட அழுதிருக்க மாட்டான். சாதிய

இழுத்து வைததோடு அத்தனை பசங்க முன்னாலேயும் அந்த ‘பய’ அடித்தானே என்ற கோபமும் அதைவிட, ‘சின்ன வகுப்புப்பயல—ஏண்டா அடிச்சேனு’ ‘அவன் ஒரு வார்த்த கேட்காம, வந்து அடிச்சானே என்ற அவமானமே பெரும் வலியாய் அவனுள் குமுறலையும் கோபத்தையும் உண்டாக்கி இருந்தது.

அழிஞ்சில் மர நிழலில் நின்று கொண்டிருந்தான். பையைத் தூக்கிக்கொண்டு தனபாலும் சாமிதுரையும் வேக்வேக்கென்று நடந்து வந்தனர். மூன்று பையன்களும் தெருவைப் பார்க்க நடக்கத் தொடங்கினர்.

“நீ அழுவாதடா சேகரு ஒண்ணங்கிட்ட சொல்லி அந்தப்பயல நாலு சாத்து சாத்த சொல்லலாம்.” ஆறுதலாய் தனபால் பேசினான்.

“என்னடா பயலுங்களா உறுமப் பள்ளிக்கூடம் கெடயாதாட மூணு பேரும் முட்டா வர்றீங்க?” புழுத்தான் தாத்தாதான் கேட்டார். கமலை ஏற்றத்தில் தண்ணீர் இறைக்கப் பயன்படும் தோப்பையை கையில் வைத்திருந்தார். கிழிந்து போயிருந்ததை தைத்து எடுத்துக்கொடு குடியானவன் வீட்டிற்கு கொண்டு போய் கொடுத்து விட்டுவரத்தான் போய்க் கொண்டிருந்தார்.

“இல்லத் தாத்தா சோத்துத் தட்டெ வெக்கப் போறோம்.” தனபால் சொன்னான்.

“குடியானத்தெருவிலுள்ள சில வீடுகளில் தாழ்வாரங்களிலும் வாசலிலுமாக ஆண்களும், பெண்களும் கிழங்கட்டைகளும் பிடுங்கிப் போடப்பட்ட கொடிப்புட்டியும், எல்லா சாதிசனங்களும் கடலை ஆய்ந்து கொண்டிருந்தனர். ஒவ்வொருவரிடமும் குள்ளப்புட்டியும், தட்டுக்கூடைகளுமாக வாயை பிளந்தபடி குந்தியிருந்தன; ஆய்ந்துபோடும் நிலக்கடலைகளை வாங்கியபடி வேறுசில வீடுகளிலோ, அடைமழைக்காலம் முழுவதும் அடைமழைக் காலம் முழுவதும் அடுக்குப்பானைகளிலும், குதிரிலும், பத்தாயித்திலும், வீட்டிற்கு வெளியேயுள்ள தொம்பையிலும் பிரகூடுகளிலும் அடைபட்டு புழுங்கிக் கிடந்த தானியங்களெல்லாம் ஒவ்வொரு வீட்டின் வாசலிலும் காற்றோட்டமாய் வெயிலில் காய்ந்தபடி இருந்தன. சுடுதண்ணிக் குடிக்கும் (டீ) களப்பு கடைகளெல்லாம் வேலை வெட்டி இல்லாத கிழடுகள் வெற்றிலைப் பாக்கோடு ஊர்க் கதைகளையும் மென்றபடி இருந்தனர்.

அய்யனார் கோவிலை கடக்கும்போது தாத்தா சொன்ன வேப்பமரம் இதுதானாவென்று ஒரு நொடி கூர்ந்து பார்த்துவிட்டு நடந்தான் சேகர். அந்த வேப்பமரம் ஒரு ஆளாலெல்லாம் கட்டிப் பிடிக்க முடியாதபடி மிகப்பெரியதாக பருத்திருந்தது. இந்த நேரத்திலும் 'பொத்த மண்டையன்' வீட்டு வாசலில் 'குடி மகன்களின்' கூட்டம் குறையாமல் இருந்தது. சாராய நெடியும் போதையின் கூக்குரலும் தெருவையே சுற்றி வளைத்திருந்தன.

வீட்டிற்கு வந்ததும் மேற்காலத் திண்ணையில் ஏறி பையை ஆணியில் மாட்டிவிட்டு நந்தாங்குட்டைக்கு ஓடினான் சேகர். சனங்களில்லாமல் தெரு வெறிச்சோடியிருந்தது. மயிலு ஆசாரி மட்டும் மண்வெட்டிக் கழியை செத்திக் கொண்டிருந்தார். அந்த கமலம் அத்தையைக் காணவில்லை, எங்காவுது வேலைக்கு போயிருக்கும். குட்டைக்கரையின் ஓரத்திலுள்ள பூண்டுச் செடிகளை விலக்கிக்கொண்டு வேலியோரத்தில் போய் குந்தினான். குடித்தெரு கிழவியொருத்தி எருமை மாடுகளை மேய்த்து கொண்டிருந்தாள். வரகு அறுக்கப்பட்ட கொல்லையில் மண்டிக்கிடந்த புல் பூண்டுகளை எருமைகள் தலையைத் தூக்காமல் மேய்ந்து கொண்டிருந்தன. பீக்கருவை நிழலில் அந்தாயி குந்தியிருந்தது. டவுசரை சுருட்டி கையில் வைத்து கொண்டே குட்டைக்கு ஓடினான். எங்கேயோ சுற்றிவிட்டு வந்து எதிர்கரையில் நக்கி நக்கி தண்ணீர் குடித்துக் கொண்டிருந்த கருப்பு இவனைக் கண்டு விட்ட குயில் நாலு கால் பாய்ச்சலில் ஓடிவந்தது.

"வூட்ல இல்லாம எங்கடா போயி சுத்திபுட்டு வர்றே?" வாலை நன்றாக ஒரு சுழற்று சுழற்றி விட்டு அவன் முகத்தைப் பார்த்து பேசுவதைப் போல சிணுங்கலான குரலில் குரைத்தது கருப்பு.

"என்னடா பயலே பள்ளியோடம் போவாம குட்டக்கரைய சுத்திகிட்டு இருக்க?"

"பொயிட்டு வந்துட்டேன் அம்மியி."

முளவிக்கிழவி இடுப்பில் தட்டுக்கூடையை இடுக்கியபடி சுருவாட்டுக்கு போகும் செம்மண் ஒழுங்கையில் போய்க்கொண்டி ருந்தது. மாரியம்மன், கோவில் வெட்டையில் சின்னச்சின்ன வாண்டுகள் விளையாடிக்கொண்டிருந்தனர்.

அண்ணங்கிட்டெ சொல்லி அந்த குடியானப்பயல் மூஞ்சியிலேயே நறுக்கா நாலு குத்துவுட சொல்லணும். பள்ளிக்கூடத்தில் நடந்ததை நினைத்தவுடனேயே மனம் குமுறத் தொடங்கிவிட்டது. செயங்கொட்டத்திலிருந்து ஒரு சார் வந்துகிட்டு இருந்தாரு, அவரு இங்கெ எச்.எம்மா இருந்த வரைக்கும் எல்லோரும் ஒரே வரிசையில்தான் நிக்கவேண்டும்னு கண்டிஷன் போட்டிருந்தார். பள்ளிக்கூடத்தில் பயல்கள் யாரும் சாதிய இழுத்து வஞ்சிக்கொள்ளகூடாது. அவர் இருந்தது வரை எல்லாமும் நல்லாகத்தான் நடந்துகொண்டிருந்தது. அப்பொழுது ஐஞ்சாவது பாஸாகி ஆறாம்பு வந்த முதல் மாசத்துல ஒரு சம்பவம் நடந்தது. ஊரிலிருந்து மாமா வந்ததால அம்மா இட்லி சுட்டு இருந்தது, நாலஞ்சி இட்டிலிய தின்னுபுட்டு வந்ததால தண்ணிவெடை தவியா தவிச்சதால பித்தள தவலைப்பானையில கையவுட்டு தண்ணி மொண்டு குடிச்சிபுட்டன். இதே கட்டசோலை வாத்தியார்தான் படீர் படீரென மூங்கிக்சிம்பாலேயே தலையில அடிச்சிட்டாரு. அழுதுகொண்டே கிளாசுல வந்து குந்தியபோது, அப்பொழுது தான் உள்ளே நுழைஞ்ச சார்தான் என்னடா விஷயம்னு கேட்டு தெரிஞ்சிகிட்டாரு.'

"சேரித்தெரு பயலுங்க யாருக்கு தண்ணி தெவிச்சாலும் குடித்தெரு பையத்தான் தண்ணி மொண்டு தரணும், தண்ணிவெட தாங்காம நாம்பாட்டுக்கு போயி தண்ணி மொண்டு குடிச்சிபுட்டேன் சார்... அதான் சார் அடிச்சிபுட்டாரு" விஷயத்தை தெரிந்து கொண்ட எச்.எம் சாரு கட்டசோலை சாரை கூப்பிட்டு கடுமையா பேசிபுட்டாரு. அதோட இல்லாம தண்ணிக்குடிக்கிறது, உருமச்சோறு சாப்புடுறது பலகையில சேர்ந்து குந்துருது இதுல எல்லாத்துலேயும் எல்லா மாணவர்களும் ஒழுங்கா நடக்கணும் சாதி வேறுபாடெல்லாம் பார்க்கக்கூடாதிண்ணு சார் சொன்னது, ஊர்க்கார பெரிய மனுஷங்களுக்கெல்லாம் புடிக்காம ஒரு வருஷம் முடியரதுக்குள்ள அவர இந்த ஊர விட்டே மாத்திட்டாங்க. அவரு மாற்றலாகி போனப்புரம் இந்தெ கீழவெளி சிவசாமி வாத்தியாருதான் எச்.எம்மா வந்து சேர்ந்தாரு திரும்பவும் பழையமாரியே பள்ளிக்கூடம் நடக்க தொடங்கிடுச்சி.

முத்துசாமி மாமாவின் சேரில் குந்தியிருந்த பூனையொன்று இவனையும் பின்னாலேயே ஓடிவரும் கருப்பையும் கண்டதும் பயந்துபோய், தாவியேறி சேரின் மேலுள்ள மறைவான

பகுதிக்குப் போய் பதுங்கிக்கொண்டது. குருவிக்கார கிழவர் கண்ணிக்கட்டை ஒரு கையிலும் கௌதாரியுள்ள கூண்டை இன்னொரு கையிலுமாய் பிடித்துகொண்டு உடுக்குக்காரர் ‘கௌதாரி வேட்டைக்கு’ போய்க் கொண்டிருந்தார். இரண்டொரு பெண்கள் வியர்வை வழிய மூச்சு வாங்க வாங்க தலைச்சுமையோடு விறகுக்கட்டை தூக்கிக்கொண்டு காட்டிலிருந்து தெருவுக்குள் நுழைந்தவர்கள், அவரவர் வீடுகளுக்கு போனார்கள். லவுக்கை சீலையெல்லாம் வியர்வையில் சுத்தமாய் நனைந்து போயிருந்தது. ஒவ்வொருவருக்கும் எப்படா இந்த விறகுக்கட்டை கீழே போடலாமென்றிருந்தது.

திண்ணையில் வந்து அமர்ந்தவனை குத்துகாலிட்ட நிலையில் பார்த்துகொண்டிருந்தது கருப்பு. சுவரண்டையில் சுருட்டி வைக்கப்பட்டிருந்த பாயை எடுத்து உதறிவிட்டு படுத்தான் சேகர். பூவரசு வேம்பினூடாக வந்த குளிர்ந்த காற்று தாலாட்டுவதைப் போல இருக்கவே, கண்களை மூடிய சிறிது நேரத்திற்கெல்லாம் தூக்கத்தின் ஆழத்தில் நீந்தத் தொடங்கிவிட்டான். வாசல்படியில் படுத்துக் கிடந்த கருப்பு வெளியே வந்து பூவரசு நிழலில் குந்தியபடி கத்திக்கொண்டிருந்த தவிட்டுக் குருவிகளை வேடிக்கைப் பார்க்கத்தொடங்கியது.

தூங்கிக் கொண்டிருந்தவனை தட்டி எழுப்பினார் பெரிய தமுறு. திடுக்கிட்டு எழுந்து தூக்கக் கலக்கத்திலேயே பித்தாபித்தாவென்று சுற்றுமுற்றும் பார்த்தான் சேகர்.

“உருமத்துக்கு மேல ஏண்டா பள்ளியோடம் போவுல?” சாதாரணமாகத்தான் கேட்டார் பெரியதமுறு என்கிற சாமிநாதன். நடந்ததை எல்லாம் ஒன்றுவிடாமல் கூறினான் சேகர்.

இயல்பாக இருந்தவரின் முகம் மெல்ல மாறத்தொடங்கி ஆத்திரத்துடன் கத்தத் தொடங்கினார். “காரியம் பெருசா வீரியம் பெருசான்னானாம், கூறுகெட்ட ஒக்காளோழிக்கு புரிய மாட்டேங்குதே! என்னுமோ சாதிய சொல்லிபுட்டானாம். எசமானுக்கு அப்படியே கோவம் பொத்துகிட்டு வந்துடுச்சாம்... சொன்னா சொல்லி புட்டு போறான், படிக்கப் போனியா எவன் எதச் சொன்னாலும் வம்பிழுத்துகிட்டு வரப்போனியா? இன்னைக்கு அரநாளு போவுல ஆருக்கு நட்டம்? நம்ப

பறசாதியில்லாம பின்னயென்னா குடியானவனா? ரோசத்த வாத்தையில சண்டையில காட்டப்படாதுடா யேஞ்சாதி கெட்ட சின்னச்சாதிபயலே! படுப்புல... படுப்புல காட்டனும் சொன்னவனுவளவிட ஒருபடி தூக்கலா படிச்சி காட்டனும், நம்பள பாத்து ஊருதெருசனங்களே ஆஹா இன்னாம் மவனான்னு மூக்குமேல வெரல வெக்கிறமாரி அந்த ரோசத்தையும் கோவத்தையும் காரியத்துல காட்டணும்... த்தூ கரநெரமில்லாத வக்காளவோழி...”

தாத்தா வைய்ய வைய்ய வாயைத் திறக்காமல் கேட்டுக் கொண்டே இருந்தான் சேகர். ‘எது சொன்னாலும் இந்தெ கெழப்பய இப்படித்தான் குடியானவனுக்கு சப்போர்ட்டாவே பேசுவான், எல்லாம் கூழக்கும்புடு போட்டுபோட்டு அவனுவ சோத்தத் தின்ன விசுவாசம், அவுனங்கள எதித்து பேசுனா போச்சி, சொன்ன நம்ம மேலியே கொற கண்டுபுடிச்சி வைய்ய ஆரம்பிச்சுடுவான் நீயி பேசிகிட்டே இரு, அண்ணன் வந்ததும் நான் சொல்லாம உடமாட்டன். சர்க்காரு கேணிக்கு வடக்காலத்தானே அவம் முந்திரிக்கொல்ல இருக்கு அதுக்கு அந்த ராஜமாணிக்கம் பய வந்துதானே ஆவுணும், அப்ப பாத்துக்குறேன்...’ மனதிற்குள் கருவிக்கொண்டே இருந்தான் சேகர்.

4

அந்திவெயில் தடவிக் கொடுப்பதை போலிருந்தது. நந்தாங்குட்டையைத் தாண்டி வாரியின் மேற்கேயுள்ள பிலித்தொரடி முள்ளாங்குத்திற்கும் தெற்கேயுள்ள துவரங்கொல்லையில் பருக்கலா நுழைவதை 'ஊமகட்டாரு' பார்த்தபடியே பீக்கருவையின் அடியில் குந்தியிருந்தான். ஐந்து நிமிட இடைவெளிக்குப் பிறகே இவனும் துவரங்கொல்லையினுள் நுழைந்தான். பருக்கலா நடுக்கொல்லையில் நிற்பது தெரிந்தது. குட்டையாக இருந்ததால் அவள் என்ன செய்கிறாளென்று தெரியவில்லை. குத்துக்காலிட்டு குந்திக்கொண்டு பார்த்தான். நன்றாக விளைந்திருந்த பயித்தம் நெற்றுகளை உருவிஉருவி மடியில் போட்டுக்கொண்டிருந்தாள். இவனை விடவும் உயர்ந்து வளர்ந்திருந்த துவரம் பயிர்களை விலக்கிக்கொண்டு உள்ளே நுழைந்தவனை கண்டு முதலில் திடுக்கிட்டாலும் பிறகு சுதாகரித்துக் கொண்டு, 'இந்தெ குட்டெ சாண்டக்குடிக்கி எங்கெக் கிடந்திட்டு வர்றான்?' மனதில் நினைத்துகொண்டாள். "தொவடடா உடுட்ட பொட்டட" துவரையை உருவித் தரட்டாவென்று கேட்டான் கட்டாரு. "அது வேணாண்டா புளிச்சக்கீரய வேணும்னா உருவிக்குடுடா" வென்றாள். அவளின் ஜாடையை புரிந்து கொண்டவனாய், அவனை விடவும் இரண்டு மடங்கு வளர்ந்திருந்த காசரைச்செடியை ஒடித்து விடாமல் வளைத்து, தழைகளை உருவி மடித்து விட்டிருந்த வேட்டிக்குள் போட்டுக் கொண்டான். தோளில் தட்டி "போதும் வாடா" என்றாள். கொல்லைக்கு வெளியே வந்ததும் அவனின் வேட்டிக்குள்ளிருந்த புளிச்சக் கீரையை எல்லாம் இரண்டு கைகளாலும் அள்ளி தன்னுடைய

புடவை மடிக்குள் போட்டுக் கொண்டவள், இன்னும் இருக்கிறதாவென்று உள்ளே கையை விடப்போனவளை தடுத்து, "இட்டடா பொட்டெட." ஒன்றுமில்லை என்று தடுத்தவனின், கையை தட்டிவிட்டு, ஒரு கையை மட்டும் உள்ளே நுழைத்து, 'லபக்கென்று' பிடித்துகொண்டாள். வெட்கம் கவ்விக்கொள்ள நெளிந்தான் கட்டாரு. பட்டென்று கையை எடுத்துக்கொண்டவள், 'சாண்டக்குடுக்கி ஆளுதான் காப்புடிகணக்கா வளராம கெடக்கான்' தனக்குத்தானே சிரித்துகொண்டவள், புளிச்சக்கீரையை கடைஞ்சி வைச்சிருக்கேன், ராவுக்கு வர்றீயான்னு கேட்டாள் பருக்கலா, அவனுடைய மொழியில் எங்க வூட்டுலையும் புளிச்சகீரைதான் என்றான் ஜாடையில், செல்லமாய் தலையை தட்டிவிட்டு முன்னால் சென்றவள், நீ செத்த நேரம் சென்று வாடா என்று விட்டு, விடுவிடுவென்று வெளியேறி வாரியை தாண்டி நந்தாங்குட்டை கரையில் நடந்து சென்றாள். அவள் தலைமறையும் வரை கொல்லையிலேயே குந்தியிருந்தவன் குட்டைக்கரையை விட்டு அவள் போனப்பிறகே வெளியே வந்தான் ஊமக்கட்டாரு.

சூரியன் முழுவதுமாய் மறைந்து போன பின்பும் செம்மஞ்சள் வண்ணம் மெல்ல வானில் கரைந்து கொண்டிருந்தது. இருள் கவிழத்தொடங்கியதும் வேலையை கலைத்து விட்டனர். ஆய்ந்து போட்டதிற்கு கூலியாக இரண்டு மரக்கால் கடலையை கூலியாக வாங்கிக் கொண்டு கிளம்பினாள் அஞ்சலை.

நண்பர்களெல்லாம் மாரியம்மன் கோவிலில் ஒன்றுகூடி இருந்தனர். தங்கவேலு, பெருமாள், காளிமுத்து, முருகேசன், முத்துகண்ணு, ரவி எல்லோருமே ஆஜர்; முனுசாமியைத் தவிர. தெரு பிள்ளைகளெல்லாம் கோவில் வெட்டையில் விளையாடிக் கொண்டிருந்தனர். காரக்கா, கும்மி திருடன்—போலீஸ் என பிள்ளைகளின் விளையாட்டால் தெருவே கூச்சலும் இரைச்சலுமாய் இருந்தது. பள்ளிக்கூடத்தில் நடந்த விஷயங்களைப் பற்றி நண்பர்களெல்லாம் பேசிக் கொண்டிருந்தார்கள். பப்ளிக் எக்ஸாம் பற்றி முருகேசன் பயல்தான் ரொம்பவும் பயந்தான். ரவிதான் சாதாரணமாய் சொன்னான். "நாம ஒழுங்கா படிச்சோம்னா என்னா மயிருக்கு பயப்படணும், புஸ்த்தகத்துல இல்லாததையா கேட்டுடப் போறானுக" பேசிக்கொண்டிருக்கும் போதே முருகேசனின் அம்மா ஆறாயி கூப்பிட்டதும் "தோ வர்றேன்

பொட்டேய்” பையன்களிடம் எதுவும் சொல்லிக் கொள்ளாமல் ஓடியவனை பெருமாளுதான் கிண்டலடித்தான். “அந்த பெரியாயி வாயத் தொரந்துட்டா போரும் அந்தெ பெருப்பா பேண்டதும் போலததுமா ஓடுறமாரி இவனும் ஓடுறாம் பாத்தியா... இல்லேண்ணா கட்ட வெளக்காமிருல்ல பேசும்.” பயல்களிடையே சேர்ந்தார்போல ஒரே சிரிப்பலையாய் எழுந்து அடங்கியது. ‘வவுத்த பசிக்கிதென்று’ அடுத்து தங்கவேலு கிளம்பிப் போனான். நந்தாங்குட்டைக்கு என்று ரவியும் எழுந்திருக்கவே, அடுத்தடுத்து பையன்களும் கலைந்து தத்தம் வீடுகளுக்கு சென்றனர். பனி கடுமையாய் இறங்கத்தொடங்கியது. பனிக்காலம் மழைக்காலம் வந்தாலே சனங்களை வாசலில் பார்க்க முடியாது. பொழுது இருக்கும்போதே சோறுதின்று ஊற்றி மூடி விட்டு படுத்து விடுவார்கள். விளக்குகள் அணைந்த பிறகும் சில வீடுகளில் பேச்சுக் குரல் மட்டுமே கேட்டுக்கொண்டே இருக்கும்.

ரவி வீட்டிற்குள் நுழையும் போதே, காத்தமுத்து வையத் தொடங்கிவிட்டார். “புள்ளெ வெளிவாசப் பொயிட்டு வரப்படாதா சும்மா கெடய்யா... ரெண்டுவாய் சாப்பிடட்டும்.” மகனுக்கு ஆதரவாக புருஷனிடம் அனுசரணையாய் பேசினாள் அஞ்சலை.

“நான் அவனெ கேள்வியே கேக்கப்படாதடீ... எப்ப நான் வாயத்தொரந்தாலும் குறுக்கால குறுக்கால பேசிகிட்டு...சம்பாரிச்சி நொட்டடிக்கிறவன் எதுவுமே கேக்கமாட்டான? வல்லாரோழி எப்பப் பாத்தாலும் ஏடிச்சி மயிரா பேசிக்கிட்டு...”

“ஆரு கேக்க வாணாம்ணது, புள்ளெ சோறு தண்ணி குடிச்ச பெறவு கேட்டா என்னெண்ணுதானே சொன்னேன், நீயு கேளேன் ஆரு வேணாம்னா? நீயி மட்டுந்தான் சம்பாரிச்சுநொட்டுர நாங்கெல்லாம் ஒழைக்காம கொள்ளாம குந்திகிட்டா திங்கிறோம்.”

“இப்ப நான் என்னடி சொன்னேன்? நீயெதுக்கு வதுலுக்கு வதுலுக்கு வாயாடுற, அப்பங்காரன் புள்ளைவுள கண்டிசன் பண்ணக்கூடாதா? வக்காள ஒழுத்தன் வூட்டுல வாயே தொறக்க முடியாதுடா எப்ப எதசொன்னாலும் கேட்டுக்குவோம்னு இல்லாம மரிச்சி ரெண்டு வாத்தைய பேசாம உடமாட்டா? ச்சே... நீயாச்சி ஓம்மவனுவளாச்சி

எக்கேடாவது கெட்டுப்போங்களேன் எனக்கென்ன?" ரெண்டு வாய் அள்ளிப்போட்ட நிலையில், பொசுக்கென்று கோபமெழ எழுந்தவர் கையை கழுவிக்கொண்டு வெளியேறினார்.

"நான் இப்ப என்னய்யா சொல்லிபுட்டேன் சாப்புடாம போற, சாப்புட்ட பொறவு பேசிக்கிலாம்ணுதான் சொன்னேனே... வேவாத வெய்யிலிலுல கெடந்து வந்த மனுஷன் சோறு திங்காம போவுறத பாரேன்... எலேய் சின்னவனே போடா... போயி ஒப்பார இட்டுகிட்டு வாயேண்டா கல்லுக்கணக்கா குந்தியிருக்க போடாத்தம்பி அப்பா பசியோடு போராறு..."

"காலையில நீராகாரத்த குடிச்சிபுட்டு வேலதலப்புலேயே பசிபசின்னு கெடந்த மனுஷன் இப்படி கோவிச்சிகிட்டு போறாரே... ஏதோ வாத்தவறி நானும் ரெண்டு வாத்தைய பேசிபுட்டேன்..." திரண்ட கண்ணீரை முந்தியால் துடைத்துகொண்டாள் அஞ்சலை. அப்பாவை அழைத்துவர ஓடியவன், "அப்பறமேலு வர்றேன்னிட்டு போவுதும்மா." மூச்சிரைக்க வந்து சொன்னான் சேகர் தாங்கடையில் கொட்டி ஆற வைத்திருந்த சோற்றை தட்டில் போட்டு பிள்ளைகளுக்கு கொடுத்து விட்டு, பானையை மூடி அடுப்படியில் வைத்தவள் சாப்பிடாமல் திண்ணையில் சுருண்டுகொண்டாள்.

பையன்களெல்லாம் படித்துக் கொண்டிருந்து விட்டு இருவரும் மேற்கால திண்ணையில் தூங்கிப் போயிருந்தார்கள். வடக்காலத் தெருவுக்கு போயிருந்த காத்தமுத்து வத்தனிடம் பேசிக் கொண்டிருந்து விட்டு, கோபம் அடங்கிப் போய்விட, பசி மெல்ல நாகம் போல தலையை தூக்கவே, "சரி வர்றேண்ணே" என்று சொல்லிவிட்டு வீட்டிற்கு கிளம்பியவரோடு பின்னாலேயே கருப்பனும் ஓடிவந்தான்.

தூங்கிக்கொண்டிருந்தவளை காத்தமுத்து தட்டி எழுப்பவே, திடுக்கிட்டு விழித்தவளுக்கு முதலில் ஒன்றுமே புரியவில்லை. விடிந்துவிட்டதோ என்று எழுந்தவளுக்கு, மங்கலான ஒளியொடு அரிக்கேன் எரிந்து கொண்டிருப்பதும், மகன்கள் திண்ணையில் தூங்கிக்கொண்டிருப்பதையும் பார்த்தவுடன்தான் புரிந்தது, கலைந்து கிடந்த கூந்தலை சுருட்டி கொண்டைப் போட்டுக்கொண்டு சட்டியிலிருந்த தண்ணீரை கவிழ்த்து நீரை கீழே சிந்திவிடாமல் கையில் வாங்கி முகத்தையும் கையையும் துடைத்தபடி, வெண்கல

கும்பாவை எடுத்து சோறு போட்டு கருவாடும் அவரைக்காயும் போட்டு வைத்த குழம்பு ஊற்றி வைத்தாள். குழம்பு மூக்கைத் துளைக்கும் மணத்தை வீடெங்கும் பரப்பிக் கொண்டிருக்க, உருட்டி உருட்டி வாயில் போட்டுக்கொண்டிருந்தார் காத்தமுத்து.

"நீ தின்னுட்டியா?" கரிசனத்துடன் கேட்டர்.

"அப்புறமா திங்கிறேன் நீ மொதல்ல சாப்டு" என்றாள் அஞ்சலை.

"தட்டுல போட்டுகிட்டு வந்து ஒக்காரு சேந்தே திங்கலாம்."

"சாப்புடுதோ வந்துடுறேன் அலமலக்குல நம்ப கருப்புக்கு சோறு போட மறந்துட்டேன்." அவன் பெயரை சொன்னவுடனே நன்றியுடன் வாலை வேகமாய் ஆட்டினான் கருப்பு. சட்டியில் சோற்றைப் போட்டு பிசையும்போதே, தமக்குதான் போடப்போகிறா என்று தன் தட்டை நோக்கி ஓடினான். சட்டியிலிருந்து பருக்கையேதும் மிச்சம் மீதமில்லாமல் வழித்து தட்டில் போட்டதோடு, பித்தளை செம்பில் தண்ணீரை சாய்ந்து கொண்டு போய் பக்கத்திலுள்ள பீங்கான் தட்டில் ஊற்றிவிட்டு வந்தவளுக்கு ஆச்சிரியமாக இருந்தது; தின்றுவிட்டு கும்பாவில் சோறைபோட்டு குழம்பு ஊற்றிக்கொண்டிருந்த புருஷனைப் பார்த்ததும்.

"இரு மாமா நான் வந்து போட்டு தர்றேன்.

"ஒனக்கு தாண்டி சாப்புடு... எனக்கு போதும்."

வெற்றிலைப் பாக்கு பையை பிரித்து களிபாக்கை இரண்டாக வெட்டி வாயில் போட்டுக் குதப்பியபடியே எதிர்திண்ணையில் போய் குந்தினார் காத்தமுத்து. வெற்றிலையில் சுண்ணாம்பைத் தடவி மெல்ல... மெல்ல ஊறியெழுந்த சாற்றை தட்டியை நீக்கி வெளியே முழிந்தார். வெற்றிலையும் பாக்கும் சுண்ணாம்பின் சேர்மானத்தில் குருதிச்சிவப்பு நிறமாகி வாயுக்குள் மணமுண்டாக்கி கொண்டிருந்தது. வெற்றிலைப்பாக்கு பையின் கடைசி பெரையிலிருந்து புகையிலையில் ஒரு துணுக்கை எடுத்து கையில் உருட்டியெடுத்து குரட்டில் அடக்கிக்கொண்டார். பசியாறிய பின்பு போட்டுக்கொள்ளும் தாம்பூலச்சுவை ஆனந்த மனோநிலையை தந்திருந்தது.

சாப்பிட்டு முடித்து தண்ணிஊற்றி மூடிவிட்டு வந்து குந்தியவனிடம் பையிலிருந்து ஒவ்வொன்றாய் எடுத்துக் கொடுத்தார். சாப்பிட பிறகு இரவு நேரங்களில் மட்டும் வெற்றிலைப் போடும் பழக்கமுடையவள் அஞ்சலை. கணவனும் மனைவியுமாக கூடும் இரவுகளில் கலவிக்கு பிறகும் ஒருமுறை போட்டுக்கொண்டு மகிழ்வோடு குதப்பியபடியே படுத்துக்கிடப்பாள். இன்றும் அப்படித்தான் அவள் கேட்பதிற்குள்ளாகவே அவனாக எடுத்துக்கொடுத்தது ரொம்பவும் சந்தோஷத்தை கொடுத்தது அஞ்சலைக்கு.

திண்ணையிலிருந்து எழுந்து வெளியே வந்தவள், வெற்றிலை எச்சிலை வேலியின் அடியில் முழித்துவிட்டு, வாழைக்கட்டைக்கும் அருகே கொஞ்சம் தள்ளிப் போய் ‘முட்டிக்கொண்டு வந்ததை’ பெய்தவள், கை காலோடு மேலையும் கழுவிக்கொண்டு உள்ளே நுழைத்தாள். ஈச்சம்பாயை விரித்துப்போட்டு உள்வீட்டின் வடக்கால மூலையில் படுத்திருந்தார் காத்தமுத்து. மார்கழிப் பனியின் வாடைக்கு இதமாயிருந்தது ஆம்படையானின் அணைப்பு. இறுக்கிப்பிடித்திருந்த காத்தமுத்துவின் மேலிருந்து வீசிய வியர்வைக் கவிச்சைக்கூட அவளுக்கு பிடித்தமானதாகவே இருக்க, கண்ணாடி வளையல்களை கழற்றி தலைமாட்டு ஓரத்தில் வைத்த அவளின் குறும்புக்கார விரல்கள், கோவணத்தை அவிழ்க்கத் தொடங்கியது.

இன்று முளவிக்கிழவி... பருக்கலா வீட்டுலேயே சோறு தின்றுவிட்டு முடங்கிக்கொண்டது. இருவரும் ஊருக்கதைகளை பேசியபடியே படுத்திருந்தனர். ஆள் யாரோ நடந்து வருவது போலிருக்கவே, பேச்சை குறைத்துக் கொண்டு கவனித்தனர். சோறு திங்கும் நேரத்திற்கு மட்டுமே வந்து விட்டு போகும் தெருநாய் எங்கிருந்தோ ஓடி வந்து குரைத்து தன்னுடைய விசுவாசத்தை காட்டியது.

“எந்திரியண்ணி யாரோ வர்லாப்ல இருக்கு, ஓந் தலமாட்டுல தான் நெருப்புப்புட்டி இருக்கு எடுத்து குடு.” தன்னருகில் கிடந்ததை எடுத்துக் கொடுத்தாள் முளவி. விளக்கை ஏற்றிவிட்டு, மூங்கில் பிளாச்சு கதவை திறந்துகொண்டு வெளியே வந்தனர். வாசலில் ஊமக்கட்டாரு நிற்பதைக் கண்டதும் சிரித்தபடியே கேட்டாள் பருக்கலா.

“என்னடா சாண்டக்குழக்கி இன்னேரத்துல?” விளக்கு

வெளிச்சத்தில் சத்தம்போட்டு பேசிய படியே ஜாடையில் கேட்டாள்.

"இஞ்சடடா புளிச்...புளிச்..ஊட்டாடு சோடு... ..." சாயங்காலம் புளிச்சக்கீரையை கடைஞ்சி சோறு தாரேன்னு சொன்னியே என்பதைப்போல அவனின் பொருளறிய முடியாத விதத்தில் ஒலித்த மொழியின் அர்த்தத்தை அறிந்து கொண்டாள், இருந்தாலும் அவன் 'எதிர்பார்த்து' வந்தது வேறொன்றை என்பதை புரிந்து கொண்ட உடனே, "சோத்த ஊத்தி மூடிட்டேண்டா புழிஞ்சிப்போட்டு தரட்டா." என்றாள். இரண்டு கைகளையும் வெளியே விரித்துக்காட்டி, தன்னையே இறுக்கிக் கட்டிப்பிடித்து கொண்டு பனியில் எனக்கு ஒத்துக்கொள்ளாது என்றான்.

"அந்தப்பய பேச்சயேம் பேசிக்கிட்டு உடு அண்ணியா." பருக்கலாவின் பேச்சை இடமறித்தாள் முளவிக்கிழவி. பருக்கலா கண்ணாலமாயி வந்தபோது அவனம்மா மாசமாகி இருந்தாள். தலைப்பிரசவம் பெண்பிள்ளை பிறந்தது, இவனுக்கு நேர்மூத்தது. அவளையும் கட்டிக்கொடுத்து மூன்று பிள்ளைகளுக்கு தாயாகி விட்டாள். இரண்டாவது செத்துப்போயே பிறந்ததாக ஊரில் பேசிக்கொண்டார்கள். மூன்றாம் பிள்ளையாகத்தான் இந்தப்பயல், கடைக்குட்டியான இவனின் தம்பிகூட கல்யாணம் முடிந்து இரண்டு பிள்ளைகளுக்கு தகப்பனாகி விட்டான். இவனின் நிலமைதான் இப்படியாகிவிட்டது. இப்பவயசு இவனுக்கு முப்பத்தஞ்சிக்கும் மேல இருக்கும். இவனிடம், கல்யாணம் எப்போவென்று கேட்கின்ற ஆட்களிடமெல்லாம், பொண்ணு பாத்துகிட்டு இருக்காங்க... இன்னும் ரெண்டு மாசத்துல நடக்குமென்று பதினைஞ்சி வருஷக்காலமா சொல்லிக் கொண்டுதான் வருகின்றான். அவனும் ஒரு மனுஷப் பொறப்புதானே! ஊரு உலகத்த பார்க்க அவனுக்குள்ளும் ஆசா பாசம் இருக்கும்தானே... அவெந்தான் என்ன செய்வான்? அவளின் மனது அவனுக்காக துயரப்பட்டது. இதுபோலவொருவனுக்கு உதவி செய்யிரதுலதான் உண்மையான சந்தோஷத்த— புண்ணியத்த இந்த ஜென்மத்துல அடைய முடியுமென்று நம்பினாள்.

செருக்க வரவுக்கும், அரைப்படி கால்படி பொட்டுக் கம்புக்கும் ஓடையிலேயும் ஓடப்புலேயும் படுத்துக்கெடந்த நிகழ்வுகளெல்லாம் ஒவ்வொன்றாய் நினைவுக்கு வந்து,

காட்சியாய் விரிய... இமைகள் கவிழ்ந்திருந்த போதிலும், உருளும் விழிகளுக்குத் தெரியும் விட்ட கண்ணீரைப் பற்றியும், துயில முடியாமல் உலர்ந்து போயிருந்த இரவுகளைப் பற்றியும். மலையனை கட்டிக்கொண்டு வந்த போதே அவள் வனப்பையும், நடையின் அசைவையும், நெடுநெடுவென்று உயரமான அவளைப் பார்க்க வேண்டுமே! பார்க்கிற பயல்களின் விழிகளில் பட்ட மறுநொடியே—ஆசை, நாய்க்குட்டியாகி அவள் பின்னாலேயே அலையத்தொடங்கிவிடும். லவுக்கையைப் போட்டறியாத அந்தகாலத்து மனிதர்கள் ஒவ்வொருவரும் ஒவ்வொரு விதமாய் பேசி உமினிக் குடித்தார்கள். பொறாமையால் இல்லாததையும் பொல்லாததையும் வாயில் போட்டு மென்று துப்பினார்கள்; 'ஏச கதைகளாக.' 'மலயம் பய இந்த வெடய எங்கிருந்தும்மா கொண்டாந்தானோ, ஆட்டக்காரி மாரி மொலைய ஆட்டி ஆட்டிகிட்டுல்ல திங்கு திங்குண்ணு நடக்குறா...' வென்றும், 'அவ தூக்கிக் கட்டியிருக்குற லவுக்கயென்ன? சூத்தத்தாண்டியும் நீண்டு கெடக்குற மசிரென்ன? அவ மெலட்டுர மெலட்டும், அவ நொடிக்கிற நொடிப்பும் அப்பப்பா... செட்டிச்சி வெள்ளாழச்சி கணக்கால்ல நல்லெண்ணைய்ய தடவி சீவி சிங்காரிச்சிகிட்டு போறா' தலைக்கு வேப்பெண்ணெய்யையோ விளக்கெண்ணைய்யைய்யோ தடவிக்கொள்ளும் பழக்கமுடைய பெண்களுக்கு நல்லெண்ணெய் தடவிக்கொள்வதென்பது பொறாமை கொள்ளும் விஷயம்தானே!

மகளுக்கு அப்பொழுது ஒரு வயசிருக்கும். மழைமாரி பெய்யாமல் சனங்களெல்லாம் திசைக்கு ஒருவராக பஞ்சம் பிழைக்கபோன காலத்தில்தான், பொன்னரும்பை ஊரில் விட்டுவிட்டு தெரு சனங்களோடு வெளியூருக்கு கிளம்பினான் மலையன். போனவன் போனவன்தான், பழம்பானையில் கொட்டி வைத்திருந்த தானியத்தைக்கொண்டு மூன்று மாதங்களை ஒப்பேற்றி விட்டாள். ஊர்த்தெருவுலேயே சோத்துப் பஞ்சம் தலைவிரித்தாடும் போது இவள் மட்டும் என்ன செய்வாள்? காடுகரையெல்லாம் தீப்பற்றி எரியும்போது, குடிக்க தண்ணிக்கூட கிடைக்காமல் காடுகாடாக—ஓடை ஓடைப்பென்று அலைந்து அலைந்து பார்த்துவிட்டு ஊரை விட்டே ஓடியவர்கள் அனேகம்பேர். வறண்டு போயிருந்த கிணறுகளிலெல்லாம் உலர்ந்து போய் விரைத்து கிடக்கும் தவளைகள் நிகழப் போகும் துர்மரணங்களை முன்னறிவிப்பது போலிருந்தன. குடித்தெருவில் இரண்டு வீடுகள் மட்டுமே

தாக்குப்பிடித்தன வென்று சொல்லலாம். ஒன்று பெரியசாமி படையாட்சியின் அய்யா முனியமுத்தாரு வீடு, இன்னொன்று சண்முகம் படையாட்சி வீடு. பெரிய குடும்பமான அவங்களே 'ததிங்கிணத்தோம்' போடும்போதெல்லாம், கீழ்குடியெல்லாம் எந்தெ மூலைக்கு? பறத்தெருவில் பாதி சனங்கள் கொஞ்ச நஞ் சமிருந்த பிஞ்சைக்காடுகளை எல்லாம், ஒருப்படி தானியத்துக்கு எழுதிக் கொடுத்தார்கள். ஒருசோட்டு குமரிகளுக்கு மட்டும் சில ஆண்டைமார்கள் ஒரு லோட்டா கூழைக்கொடுத்து காலை விரிக்க வைத்தார்கள். எல்லாம் கொஞ்ச நாளைக்குதான், பிறகு அவர்களும் ஊரை விட்டு கிளம்ப வேண்டிய நிலைக்கு ஆளானார்கள். அந்தமாரியான பஞ்சகாலத்துலதான், ஒரு மரக்கால் அளவேயுள்ள செருக்கவரவை கொடுத்துவிட்டு, பொன்னரும்பை இரண்டு 'நா' ராவும் பகலும் கொலப்பட்டினி கெடந்த நாயிவளுக்கு கறி கிடைச்சதைப் போல கொதறி எடுத்தானுங்க. இப்படித்தான் முதன்முதலாய் வந்த பஞ் சகாலமும் ஊர்க்குடியான ஆளுங்களும், கட்டுக்குலையாத அவள் உடம்பையும் பிடிக்கொடுக்காமல் வைரம் பாய்ந்தது போலிருந்த அவள் மனசையும் பணிய வைத்து, முதுகில மண் ஒட்ட வைத்தது எல்லாம் இன்னும் அடிமனசில் கசடாய் தங்கிபோய் அரித்துகொண்டிருந்தது.

எல்லாமே கொஞ்ச நாளைக்குதான் என்பதைப்போல, மழை மாரி பெய்யத்தொடங்கி அடுத்த ஒரு வருஷ காலத்திற்குள் மெல்ல பழைய நிலைக்கு ஊர் மாறி வந்தது. ஊர் பழைய நிலைக்கு திரும்பி என்ன ஆயிடுச்சி? பொன்னரும்பு ஆம்படையான் போனவன் போனவன்தான் இன்றைய தேதிவரை என்னவானான்? ஏதானான்? தெரியவேயில்லை. மலையனோடு போனவர்களில் பாதிப்பேர்கள் ஊருக்கே திரும்பிவிட்டார்கள். சிலர்களோ பஞ்சம் பிழைக்கப்போன ஊர்களிலேயே தங்கிவிட, இவனைப் பற்றிய தகவல்தான் எதுவுமே தெரியவில்லை. 'அவம்பிரிஞ்சி வேறவூரு ஆட்களோட போனவன்தான் பிறவு நாங்க பாக்குல...' ஒவ்வொருவனின் வாயிலிருந்தும் அடக்கி வெச்சிருந்து துப்பும் பொலைக்கட்டையைப்போல, ஒரே பதிலாய் வந்து விழுந்தன. சீமத்தண்ணி இல்லாமல் எத்தனை இரவுகளை இருட்டிலேயே கழித்திருப்பாள். ஒரு வேளைய கம்மங்கஞ்சியோடு எத்தனை எத்தனை நாட்கள் அவளை தூங்கவிடாமல் முழிச்சிகிட்டே இருக்க வைத்திருக்கும். அழும் குழந்தைக்கு கொடுக்க பாலில்லாமல் அது அழுவ...

அந்த சின்னஞ்சிறு குழந்தையோடு சேர்ந்து இவ அழுவ... 'இரவுண்ணு ஒண்ணு இருந்ததுனா பவலுண்ணு ஒண்ணு வந்துதானே ஆவுணும்....' அவளை காட்டுக்கொடியென இறுக்கி மூச்சை திணறடிக்கும்போதெல்லாம், அதிலிருந்து விடுவிடுக்கும் மந்திரத்தைப்போல அவ்வப்போது முணுமுணுத்து கொள்வாள்.

கையிலிருந்த களக்காடும், தொழிலும் மனத்திடமும் கடந்த பத்தாண்டுகளையும் கடந்து வர உதவியிருக்கிறது. இவள் போகாத ஊரில்லை பார்க்காத வேலையில்லை... ஓடி ஓடி உழைத்தாள் பொன்னரும்பு. களைவெட்டு, கடலைஆய, நடவு, நெல்லறுப்பு, மிளகாய்ப்பழம் எடுத்தல், கட்டுதூக்குதல், கட்டு அடித்தலென அவள் செய்யாத வேலையா? தெக்கிசீமையிலுள்ள பல கிராமங்களுக்கு 'பொன்னரும்பு' என்று சொன்னால் போதும், இன்ன ஊர்க்காரி அவ, என்றும், இப்படிப்பட்ட மனுஷி அவளென்றும் நல்லவிதமாய் சொல்லும்படி பேரெடுத்து இருந்தாள்.

மகளுக்கு பத்து வயதானது, அதன்பிறகுதான் எவன் கொல்லைக் காட்டுலேயும் குனிந்து நிமிரக்கூடாதென்ற முடிவுக்கு வந்தாள். சம்பாரித்து வைத்திருந்த செருவாட்டைக் கொண்டு நாலே நாலு கொடி ஆடுகளை சந்தையிலிருந்து வாங்கி வந்தவள்தான், இதுவரைக்கும் அவளை ஆடுகளும்— ஆடுகளை அவளும் பசியின்றி சோத்துபஞ்சமின்றி வாழவைத்துக்கொண்டு வருது. கூரைவீட்டுக் காரியாக இருந்தாலும், சீர்சினத்தில் எக்குறையும் வைக்காமல், தன்னுடைய பிறந்த ஊரான 'பருக்கலுக்கு' அருகேயுள்ள 'காட்டாங்குறிச்சி'— யில்தான் மகளைக் கட்டிக்கொடுத்து பேரப்பிள்ளைகளையும் பார்த்துவிட்டாள். பஞ்சக்காலக் கொடுமைதான் அவளையும் ஒரு மனுஷியாய் மாற்றியது என்று சொல்லலாம். ஆம்பளைகள் யாராக இருந்தாலும் அவளைப் பொறுத்தவரை தன்னுடைய 'இது' வாகத்தான் நினைத்துகொள்வாள். எவனிடமும் கைநீட்டி காசு வாங்க மாட்டாள். விரும்பினாலும் சரி... காலைச் சுற்றிச் சுற்றி நாயாய் அலைந்தாலும் சரி... இவளுக்கு பிடித்தால் மட்டுமே 'போவாள்.' அப்பொழுதுக்கூட இவள் சொல்லுரதைதான் 'இருப்பவனும்' கேட்கணும், இல்லாவிட்டால், 'எழுந்திரிச்சி, ஓடுடா சாண்டக்குடிக்கி' என்று விரட்டிவிடுவாள். தெருவில் பாதி ஜனங்களுக்கு பணங்காசு 'எடமொடைக்கு' கடன்கொடுத்து உதவுரதே பருக்கலாதான். கண்ணீர் வழிந்து

காய்ந்து போயிருந்தது. இவளைப்போலவே ஆந்தை ஒன்று அலறிவிட்டு எங்கோ பறந்துபோனது. கவிழ்ந்த இமைகளுக்குள் அசைந்து கொண்டிருந்த விழிகள் சொக்கிப்போய் கிறங்க, தூங்கிப்போயிருந்தாள்; பருக்கலாவென்று அழைக்கப்படுகின்ற பொன்னரும்பு.

5

பூடமாசமென்று கிராமத்து மக்களால் சொல்லப்பட்ட மார்கழி மாதமும் முடிந்து போயிற்று, இருந்தாலும் காலைக்கருக்கலில் பனிமூட்டம் சூழ்ந்திருக்க, வீசும் சாரலைப்போல பனி இறங்கிக் கொண்டிருந்தது. நீர்க்குடம் சுமந்த நிலையில் ஊர்ந்து செல்லும் நத்தையாக ஒவ்வொரு புல்லின் நுனியிலும் குமிழ் குமிழ்களாய்த் தெரியும் பனித்துளிகளில் கதிரொளி பட்டு மின்னிக் கொண்டிருந்தன. நடந்து போகும்போதே வரப்பின்மேல் பதியும் வெற்று பாதங்கள் பனியில் நனைந்து போயிருக்கும் அருகம்புல்லில் பட, கால்வெடி நரம்புகளினுள்ளும் பாயும் குளிர்ச்சி இதமாயிருக்கும். விளைந்திருக்கும் நெல்மணிகளோடு கர்வம் ஏதுமின்றி தலை கவிழந்து நிற்கும் நெற்பயிர் விளைந்திருக்கும் வயலோரத்திலுள்ள வளைகளைப் பார்த்தப்படியே போய்க் கொண்டிருந்தார்கள்.

“கிளுக்கிய கொண்டாந்திருந்தா ஒரு தூக்குப்பை கனக்க நண்டு புடிச்சிகிட்டு போவலாம்டா.” ஒவ்வொரு வளையையும் பார்த்துகொண்டே வந்த தங்கவேலுதான் சொன்னான். பின்னாலேயே வந்து கொண்டிருந்த ரவி எரிச்சலுடன் பேசினான்: “மாட்டுப்பொங்கலுக்கு பூப்பறிக்கப் வந்தோமா? இல்லெ நண்டு நத்தைவுள புடிக்க வந்தோமா? பேசுறாம் பாரு...”

தைமாதம் பிறந்து விட்டாலே விவசாயிகளுக்கு மட்டுமில்லை பையன்களுக்கும் ஒரே கொண்டாட்டம்தான். முதலில் போகிப் பண்டிகை வந்துவிட்டாலே வீட்டிலுள்ள

உடைந்துபோன சட்டிப்பானைகளிலிருந்து பழஞ்சேலை, கோரைப்பாய் ஈச்சம்பாய் கிழிந்த துப்பட்டிகளை எல்லாம் ஏரிக்கரையிலும், குப்பைமேட்டிலும் முட்டுச்சந்திலும் வைத்து எரியூட்டுவார்கள். கூரை வீடுகளின் உள்ளேயும் வெளியேயும் மெழுகப்பட்ட மண் சுவரும் தரையும் வாசலுமாய் சாணிப்பாலின் மணம் துர்வாடையை விரட்டியடித்து கொண்டிருக்கும். சொணையோடு உருவி வரப்பட்ட முற்றாத பச்சை நெல்மணிகளை பாதி வேக்காட்டில் எடுத்து, உரலில்போட்டு குத்தியெடுத்தால் மணத்தோடு வெளிப்படும் அவல், பயல்களின் டவுசரிலும் பெரியவர்களின் வேட்டி முணிச்சியிலும் பதுங்கியிருந்து அவ்வப்போது ருசியான தினியாகி மகிழ்வூட்டும். பச்சரிசி மாக்கோலத்தின் மையத்தில் பரங்கிப் பூ அமர்ந்திருக்கும் வசீகிரப் புன்னகையுடன்.

அனேகமானவர்களின் வயல்களில் அறுவடை முடிந்திருந்தது. நெல்லறுக்கப்பட்டுவிட, விடுபட்டுள்ள அடிக்கட்டைகளோடு ரயில் பூண்டுச்செடிகள், தும்பை, கரிசலாங்கண்ணி என வயல்களெங்கும் வளர்ந்திருக்க, வரப்போரங்களிலோ, நீர்முள்ளி கொட்டைக் கரந்தைகளுமாய் பயிரில்லாத மகிழ்ச்சியில் செழித்துக் கிடக்க... வயலே களைகளாலும் வைத்தியசெடிகளாலும் நிறைந்து பச்சைப் பசேலென்று காட்சியளித்தது. பரமசிவன் வயலில் மட்டும் நெல்மணிகள் கொழித்து வளைந்து நின்றன, எப்படியும் பொங்கல் முடிந்தபிறகு அறுவடையாகும். இவன் உள்ளூரில் படித்து கொண்டிருந்த காலங்களில் நடவுக்கு போய்விட்டு வரும்போதெல்லாம், பித்தளை தூக்குவாளியில் நண்டுகளை வைத்து மூடாமலேயே கொண்டுவரும் அப்பாயி. எல்லாமே வயல்வெளிகளில் தானியங்களை தின்று கொழுத்து போயிருக்கும் வயல்நண்டுகள். வாளியை மூடாமல் வைத்திருந்தாலும் ஒன்றுகூட வாளியைவிட்டு வெளியே வந்துவிடாது. மேலேறுவதை கீழிருக்கும் நண்டுகள் பிடித்திழுத்து உள்ளே தள்ளிவிடும். இதைப் பார்த்துதானே என்னவோ தெரு சனங்களெல்லாம் இப்படி சொல்வார்கள் போலும்: 'நண்டுவளப் போலவே சாதியானுவளையும் முன்னேறவுடாம தானும் முன்னேறாம கெட்டழியிற நாறப்பய சாதியாச்சே' தெருவுல இதுபோல பேசிக்கொண்டிருந்த பலமுறை கேட்டிருக்கிறான் ரவி.

கொடுக்கை தூக்கிக்கொண்டு கடிக்கத் தாவுவதை வாகாய் பிடித்துத் தூக்கி ஓடுடைத்து கறிச்சட்டியில் அப்பாயி போடும்

அழகே தனிதான். கொடுக்குகள் உடைபடாமல் விடப்படும் சிலதுகள் உடல்ஓடு எடுக்கப்பட்ட நிலையிலும், ‘ஆ’வென கொடுக்கினை விரித்த நிலையில் இருப்பதை பார்க்க பாவமாக இருக்கிறதென்று அப்பாயியிடம் சொல்லுவான் ரவி. “கொண்ணா பாவம் திண்ணா தீறும்டா பயலே” அன்பொழுக சொல்லுவாள் கிழவி. வரவரசிச்சோறும் நண்டு குழம்புமாக, ஓரப்பின் ஓணக்கையில் சூ—அப்பாவென்றபடியே தின்று முடிப்பான். அருகே அமர்ந்து கொண்டு பெரிய கொடுக்குள்ள நண்டாய் பார்த்தெடுத்து வாயில் வைத்து கடித்து வெள்ளை வெளேரென்று தெரியும் நண்டுக் கறியை நோண்டியெடுத்து கொடுப்பாள். மற்றொரு நாளைக்கோ ஊமச்சியாய் பார்த்து பொறுக்கிக் கொண்டுவரும். “அய்யே இதுயென்னா அப்பாயி நத்தைவளப்போயி புடிச்சாந்திருக்கே... உவ்வே.” குமட்டுவதைப் போல முகஞ்சுளிப்பான். “ அட படுவாப் பயலே தண்ணிக்கொண்டுகிட்டு போவுமே அதுவயில்லடா இது., இதுவெல்லாம் ‘ஊமச்சிங்க’ வயக்காட்டுல உள்ள வாய்க்காலுல மேயும்... வறுச்சட்டியில கொட்டி வறுத்தெடுத்தா போதும்டா பயலே ஒங்கூட்டுருசி எங்கூட்டு ருசியா! ஒவ்வொண்ணும் நறுக்கு நறுக்கிண்ணு நெய்க் குடிக்கிறமாரி இருக்கும்டா... இந்த ருசியிலேயே ரெண்டு கும்பா களிய உள்ளே எறக்கிபுடலாம்.” அப்பாயி சொல்லும் தோரணையே தின்னும் ஆவலை தூண்டி விடும்.

அம்மா வயல்வேலைக்கு போய்விட்டு வரும்போதெல்லாம் வெறுங்கையோடுதான் வருகிறது. ஒருமுறை ரவி ஆசையோடு கேட்டதிற்கு “இப்பெல்லாம் எங்கெடா ஊமச்சி நத்தைவுளுலாம் கெடக்குது, அவனவனும் யூரியா சல்பேட்டுன்னு சீம ஓரங்களையே போட்டு வயக்காடுவளையே பாஷாணமாக்கி விட்டுவானுவளேடா தம்பி... இந்த நாத்தத்துல நத்தமட்டும் தண்ணியில எப்படி வாழும் சொல்லு? எல்லாமே பூண்டத்து பொயிடுச்சிடா தம்பி.” அம்மா சொல்லும்போதே குரலில் வேதனையும் வேக்காடும் இரண்டற கலந்திருக்கும். விடுமுறை நாட்களில் அதுவும் பயிரில்லாத கோடைகாலங்களில் கூட்டாளிகளோடு சேர்ந்துகொண்டு, வயல்வயலாய் அலைந்து நண்டுகளை பிடித்துக்கொண்டு வந்தால் காரஞ்சாரமாய் குழம்பு வைத்துத்தரும்.

வயல் வரப்புகளையெல்லாம் கடந்து கல்லங்காட்டிற்கு வந்து சேர்ந்தபோது, சூரியன் மேலேறி இருந்தான். கள்ளியில் பின்னியபடி படர்ந்து பூத்துக்கிடந்த பூலாப்பூக்களை எல்லாம்

அலக்கால் அறுத்து கீழேபோட்டான் ரவி. நால்வருக்கும் போதுமான பூலாப்பூக்கள் கிடைத்துவிட்ட மகிழ்ச்சியில் இன்னும் வடக்கே என்று போனார்கள்.

காடெங்கும் சீவம்புல்லும் சூரைப்புதருமாய் வளர்ந்துகிடக்க, போட்டி போட்டபடி கௌாவும் செழித்துக்கிடக்க, இடையிடையே தன் மஞ்சள் மலர்களை காற்றில் விரித்து ஆடியபடியே நிற்கும் ஆவாரஞ்செடிகள், செடியின் நடுப்பகுதியை முறித்துவிடாமல், மொட்டும் மலருமாக ஒவ்வொரு சின்ன கிளைகளிலும் கொழித்துக் கிடந்த மலர்க்கொத்துக்களை மட்டும் மளுக்கு மளுக்கென்று ஒடித்து, ஆளுக்கு ஒரு கட்டு தேறும் அளவிற்கு தழைகளோடு சேர்ந்தே கட்டிக்கொண்டு கிளம்பினார்கள்.

பசி ஒவ்வொருத்தனையும் வீட்டிற்கு கிளம்பு கிளம்பு என்று விரட்டிக்கொண்டிருந்தது. சுள்ளென்று தைப்பதைப்போல சூரியக்கதிர்களில் வெம்மை ஏறியிருந்தது. ஆவரங்கட்டை தலையில் வைத்துக்கொண்டு கையில் அலக்கை பிடித்தபடியே, ரவி முன்னால் போக பெருமாள், காளிமுத்து தங்கவேலு பையன்களெல்லாம் பேசி சிரித்தபடியே பின்னால் சென்றனர்.

மாட்டுப்பொங்கல் வரும்போதெல்லாம், கருக்கல்லேயே எழுந்து கல்லங்காட்டிற்கு பூ பறிக்க வருவது பையன்களின் வழக்கம். முதன்முதலாக தாத்தாவோடு வந்து பூ பறித்து போனான் ரவி. அடுத்தடுத்து அய்யாதான் கூட்டிக்கொண்டு வந்தார். கடந்த இரண்டு வருடங்காளகத்தான் தெருப்பயல்களோடு சேர்ந்துகொண்டு வந்து போகின்றான்.

படவாசலைத் திறந்துகொண்டு உள்ளே நுழையும் போதே கருப்பு வாலாட்டி கொணட்டியது. காலையில் இவன் கிளம்பிய போதே கூடவே வந்தகருப்பை, வடக்குத் தெருவை கடக்கும் போதுதான் அலக்கின் பின் பகுதியால் முதுகில் ஒன்று வைத்து துரத்திவிட்டான். அதான் இவனைக் கண்டதும் இப்படியொரு கும்மாளம்.

அலக்கை போர்ப்பட்டியில் சாத்திவிட்டு கொட்டாயின் ஓரத்தில் பூக்கட்டை வைத்தான். நந்தாங்குட்டையிலிருந்து இரண்டு எருதுமாடுகளையும் ஒரு கெடேரியையும் குளிப்பாட்டிக் கொண்டுவந்தார் காத்தமுத்து.

"இருக்கிறதே மூணு அதுக்குப்போயி ஏன்டா இம்மாம்பூ

பறிச்சிகிட்டு வந்தே?"

என்ன பேசுவதென்றே தெரியாமல் விழித்தான் ரவி.

"சரி...சரி போயி சாப்பிடு, நம்ப இடும்பண்ணன் கேட்டாரு அவரு மாடுவளுக்கு கொஞ்சம் கொடுத்துடுறேன்." பூவரசில் எருதுகளையும் கிழக்கால உள்ள நுணாவில் கிடேரியையும் வெயிலில் கட்டினார். மாட்டின் மேலுள்ள ஈரமெல்லாம் காய்ந்தபிறகு சந்தனத்தோடு குங்குமத்தையும் கலந்து மாடுகளின் நெற்றி, முதுகு வால்வரை பொட்டால் அலங்கரித்தார் கூடுதலாக.

எருதுகளின் கொம்புகளிலும் சந்தனப்பொட்டு பளீரிட்டது. இதன் பிறகுதான் நாறில் பூலாப்பூவையும் ஆவாரம் பூக்களையும் கோர்க்கப்பட்டு மாடுகளின் கழுத்தில் மாலையாகி ஊஞ்சலாடும். சில குடியானவர்களின் மாடுகளோ நெட்டிமாலையால் அலங்கரிக்கப்பட்டிருக்கும். மாட்டுப்பொங்கல் வந்தாலே மாடுகளுக்கு கிடைக்கும் மரியாதையே தனிதான். படையலை முடித்துவிட்டு வாழைப்பழமும் பொங்கலும் அதன் வாயருகில் கொண்டுபோய் ஊட்டிவிடுவார்கள். சாட்டையால் அடித்தும் தார்க்குச்சியில் குத்தியும் வேலைவாங்கும் இந்த மனிதப்பயல்களின் குணம் இப்படி மாறிப்போய் இருக்கிறதே! என்று மிரள பார்க்கும் மாடுகள்.

தெருவின் ஒவ்வொரு வீட்டின் பட்டியிலிருந்தும் 'பொங்கலோ பொங்கல்' குரலும், கோவிந்தா போடும் கூட்டுக்குரலும் ஓய்ந்திருந்தது. ஒருவழியாய் மாட்டுப்பொங்கலை தெருவே கொண்டாடிக்கொண்டிருந்தது.

6

மாலைவெயில் இதமாயிருந்தது. மறையும் தருணத்திலும் தகதகவென்று ஒளிர்ந்து கொண்டிருந்தான் அந்திச்சூரியன். 'கருந்தச்சி கட்டையன்' வீட்டின் சந்தில் நின்று கொண்டிருந்த மண கெதி கோபாலுக்கு, கிளாசில் சாராயத்தை ஊற்றிக்கொடுத்தான் கட்டையன். இடது கைவிரலில் வைத்திருந்த ஊருகாயை கடித்தபடியே மூன்றுகிளாசு 'பட்டை சரக்கை' உள்ளே தள்ளினான். போதை ஜவ்வென்று தலைக்கேறியது. முண்டாசை இறுக்கிக் கட்டியபடி திரும்பிய கோபாலுக்கு வெண்மானூரு பாதையில் நடந்துபோய்க்கொண்டிருந்த சாமிநாதன் கண்ணில்படவே, "ஏ அப்புச்சீ பாத்துப்போ பொயிது பொயிடுச்சி எங்கியாச்சும் உழுந்து கிழுந்து பொயிடாதே."

"எல்லாம் நாம் பாத்துக்குறேன் நீ பதனமா வூடு போயிசேருடா."

"ஓவூரு 'பொத்தமண்டையன்' சரக்கையே ஒரு கையி பாத்தவன் இதுலாம் எங்கத்தி மூலைக்கி..."

"சர்தான் பாத்து போப் போ... காலம் முத்திப் போச்சி" தனக்குத்தானே பேசிக்கொண்டே சின்னேரிக் கரையை எட்டிப் பிடித்தார் சாமிநாதன்.

கொடியறுத்து கட்டுக்கட்டி தூக்கிக்கொண்டு வந்த மணகெதி சனங்கள் ஒவ்வொருவரும், 'தூக்கும் தக்கன'தலைச்சுமையோடு ஓட்டமும் நடையுமாக

வீட்டைப்பார்க்க போய்க்கொண்டிருந்தார்கள். குள்ளப்புட்டி, தானியப்புட்டி, வெரப்புட்டிகள் பின்ன போதுமான கொடிகளை அறுத்துக்கொண்டு வந்துவிட்ட மகிழ்ச்சி; கேலியும் கிண்டலுமாய் பேசிக்கொண்டு போகும் அவர்களின் வார்த்தைகளிலும் துள்ளலான நடையிலுமாய் வெளிப்பட்டது. "இருட்டிப்போச்சி பாதையப் பாத்து போ மாமோவ்." மேலத்தெரு குள்ளன் மகளின் குரல்தான் வாஞ்சையோடு விசாரித்து, பதனமாக போகச் சொல்லி விட்டு வளைவில் திரும்பி மறைந்தது.

ஒற்றையடிப் பாதையின் வழியே சீரான ஒலியெழுப்பிய படியே கிழவரின் கக்கிக்கழி போய்க்கொண்டிருந்தது. வெயிலில் தகித்துக்கிடந்த கூழாங்கற்களெல்லாம் மாலைக்காற்றின் வருடலில் குளிரத்தொடங்கின. நீர்த்தளும்பி கரைமோதிக்கிடந்த காலத்தைத் தொலைத்துவிட்டு சின்ன ஏரி சுருங்கி குளமாகி இருந்தது. கெண்டையோ கெளுத்தியோ ஏதேனும் அகப்படாதாவென கரையிலேயே சுற்றியலைந்து கொண்டிருந்தன; நாரைகளும் சில கொக்குகளும், ஏரிமேட்டினை விட்டிறங்கி நீளும் கொடிப்பாதையில் இருள் வேகமாய் முன்னேறிக்கொண்டிருந்தது.

'பொங்கமுட்டுலேயே வாங்கியாந்து இருந்தானுவன்னா இந்த கெழப்பயநாயேன் அலஞ்சி திரியப்போறேன், நெதேக்கும் பெரியவன்தான் பாளையம் பொயிட்டு வாரானே அவங்கிட்ட வாங்கியாரச்சொன்னா வாங்கிகிட்டு வந்துட்டுப் போறான்... எல்லாத்துக்கும் நானே நொட்டணும்னா எப்படி?' தன்னுடைய இயலாமையையும் வேதனையையும் அடக்கமுடியாமல், யாரோ கேட்டுகொண்டு வருவதைப்போல தனக்குத்தானே பேசிக்கொண்டே போனார் பெரியவர்.

இருட்டிவிட்டதால் இரை பொறுக்கியது போதுமென்று இரண்டு ஜோடி கௌதாரிகள் தாழ்வாக பறந்துபோய் தரையிறங்கி, குடுகுடுவென ஓடி முந்திரியில் மறைந்துகொண்டன. ஆனாச்செடியினடியில் சுருண்டு கிடந்த சாரை தன் வட்டச்சுற்றை கலைத்துக்கொண்டு சருகுகள் சரசரக்க நகரத்தொடங்கி சூரைப்புதருக்குள் போய் நுழைந்துகொண்டது. சீக்கிரமாய் வீடுபோய் சேர்ந்து விடவேண்டுமென்று நடையைக் கொஞ்சம் எட்டிப்போட்டார். மனதின் வேகத்திற்கு ஈடு கொடுக்க முடியாமல் தளர்ந்து போயிருந்த உடலால் மெதுவாகவே அடியெடுத்து வைக்கமுடிந்தது.

இரையெடுத்த மலைப்பாம்பென அசையாமல் நீண்டுக்கிடந்தது ஒற்றையடிப்பாதை இன்னும் சிறிது நேரத்திற்குள் ஆரசுபதி தோப்பு வந்துவிடுமென்பதை அறிவிப்பதைப்போல தைல மணத்தோடு நாசியுள் நுழைந்தது காற்று.

'கெவர்மென்ட் பாரஸ்ட்டாகி' இருந்த முந்திரிக்காட்டை கடக்கும்போது கைரேகையைக்கூட பார்க்க இயலாதபடி இருள் அடர்த்தியாய் பரவியிருந்தது. கக்கிக்கழி மட்டுமே கண்களாகி வழிகாட்டி அழைத்துப்போனது. பாதையெது? பள்ளமெது? வேலியெது? கழி தரையில் மோதி ஒலியுண்டாக்கி பாதையெதுவென கரம்பற்றி நிதானமாய் போய்க்கொண்டிருந்தது. சிம்ளியும் அரிக்கேனுமாய் பழுப்பு நிற வெளிச்சத்தை பரப்பியபடி இருக்கும் பத்துக்கும் குறைவான குடிசை வீடுகளையே ஊரின் தொடக்கமான 'இருளத்தெரு' இதுவென்று இனங்காட்டியது. பசியோடு காத்திருக்க முடியாமல், அங்குமிங்கும் ஓடி குரைத்துக் காட்டியபடியே... கறிவாசத்தை நுகர்ந்து மூக்கிலிருந்தும் வாயிலிருந்தும் நீர்வழிய ஒவ்வொரு வீட்டின் வாசலிலும் வேட்டைநாய்கள் காத்துக்கிடந்தன. முந்திரி பழத்திற்காகவும், புளிச்சிப்போன கம்மங்கஞ்சியின் மணத்திற்காகவும் பின்னணி இசையைப்போல பன்றிகளெல்லாம் உறுமிக்கொண்டிருந்தன. தட்டுத்தடுமாறி பறச்சேரியிலுள்ள தன்வீட்டிற்கு சென்றடைந்தார் பெரியதமுரு. பாதுகாப்பாய் கொண்டுவந்து விட்டுவிட்டு, திண்ணையின் கெங்கில் சாய்ந்தபடி ஓய்வெடுத்தது கக்கிக்கழி.

உள்ளே நுழைந்ததும் வாலாட்டி வரவேற்றது கருப்பு. "டேய்...டேய்...சரிடா சரி சரீ... கழுதப்பயலே." செல்லமாய் வைதபடியே முதுகை தடவிக்கொடுத்து அதன் நேசத்தை அங்கீகரித்தார். தாத்தா கொடுத்த மஞ்சள் தூக்குப்பையை வாங்கிக்கொண்டான், கடைக்குட்டியான சேகர். தாழ்வாரத்தில் ஏர்மாடுகளை கட்டியக்கையோடு போர்ப்பட்டியில் கடலைக் கொடியை பிடுங்கிக்கொண்டிருந்த காத்தமுத்துவிற்கு அய்யாவை கண்டதும்தான் உயிரே திரும்பிவந்தது போல் நிம்மதியாயிருந்தது.

'தள்ளாத வயசுல ஒண்ணு கெடக்க ஒண்ணு ஆனதின்னா என்னாவுறது? பஸ்சுவளும் லாரிவளும் என்னா ஸ்பீடா போறானுவ, இந்தாளு கண்ணெ இளிச்சிகிட்டு குறுக்க நெடுக்கபோயி ஆம்புட்டுக்கிட்டாருன்னா...' இப்படி பல்வேறு விதமாய் யோசித்து கொண்டிருந்த காத்தமுத்துவிற்கு

இப்பொழுதுதான் பதைபதைப்பு குறைந்திருந்தது. கடலைக்கொடியை கொடுங்கையில் அள்ளிவந்து செவலைக்கும் மயிலைக்காளைக்கும் பிரித்து போட்டுவிட்டு, வாசலுக்கு வந்தார். வாலைச் சுழற்றி ஈயை விரட்டியபடியே காய்ந்து பதமாயிருந்த தீவனத்தை மொறுக் மொறுக்கென்று இரண்டும் கடித்துத் தின்னத்தொடங்கின.

"ஏய்யா டவுனுப்பக்கம் போனோமா சட்டுசடுக்கிண்ணு வந்தோமான்னு இல்லாம இப்புடியா பொயிது போயி இருட்டிவருவ..."

"நான் என்னடா பண்ணுறது?... கல்லங்குறிஞ்சி திருணா ஆரம்பிச்சிட்டானா, போர வார காரு காரனெல்லாம் கூட்டம் ரொம்பிப்போயி நிக்காம போறானுவ... மணவதியிலேயே பொயிது உச்சிக்கு வந்துடுச்சி காரு கெடச்சி நான் போயி வாரவேணாமா?"

"இங்கியே பொழுது பொயிடுச்சின்னா திரும்பிகிட்டு வந்துட வேண்டியதுதானே... ..."

"சோலிமாலியா கெளம்புனது கெளம்பியாச்சி அப்புறம் வான்னா... சாமாஞ்சட்டு வாங்கிகிட்டு வரவேணாமா? பொயி தாவுரத பாத்தா அப்புறமெப்படி காரியமாவும் சொல்லு?"

'இதுக்குமேல நிண்டினால் ஆதி அந்த கதையெல்லாம் அவுத்துவுட ஆரம்பிச்சிடுவான்' —என்று, எதுவுமே பேசாமல் திண்ணையில் வைத்துள்ள பொருள்களை எடுத்து பார்த்துக்கொண்டிருந்தார் காத்தமுத்து. ஒருஜோடி மூக்கணாங்கயிறும், முறுக்காத்தியும் அய்யா நல்லதாகவே பார்த்து வாங்கி வந்திருக்கிறார். மஞ்சள் தூக்குப்பையிலிருந்த காய்கறிகளை கீழே கொட்டி வகை பிரித்துக் கொண்டிருந்த அஞ்சலை மகனை கூப்பிட்டாள்.

"எலேய் சின்னப்பயலே உள்ள என்னடா பண்ணுற?" 'தலயில அடிச்சமாரி எப்பாரு பேரச்சொல்லி இந்த பொருவு கூப்பிடுதே' பெரியவருக்கு சுரீரெனதைத்தது. "ஏப்பொருவே அஞ்சலை ஒனக்கு எத்தனவாட்டி சொல்லுரது எப்பாரு பேரவெச்சி கூப்பிடாதேண்ணு." எரிச்சலுடன் சத்தம் போட்டார் பெரியதமுரு. 'அய்யா சஞ்சலப்படும்படி ஒவ்வொரு முறையும் பொட்டுல அடிச்சாமாரி இப்படி பேசிப்புடுறாளே!', என்று கோபப்பட்ட காத்தமுத்து,

‘ஓத்தாளப்போவ—ஒக்காளப்போவ’... என்று வைதார். மறுத்து வாயைத்திறந்தால் என்னாகுமென்று அவளுக்கும் தெரியுமென்பதால் வெளியே விழாதபடி வாய்க்குள்ளேயே முணுமுணுத்து கொண்டாள்.

‘வாத்தவறிப்போய் சொன்னதுக்கு எப்பபடி வையிராம் பாரு, எக்காளையும் எம்மாளையும் இழுக்குலேன்னா யேஞ்...ய கடிக்குக்கு தூக்கம் வராது... அப்பப்பாரு எஞ்சல எஞ்சலன்னு கிட்டு... நாலு நர மசுரு வந்தப்பெறவும் நாக்க ஒணாத்திக்கிட்டு வர்றதப்பாக்கணுமே...’ வெடித்தெழுந்த குமுறலை அடக்கி மனத்திற்குள்ளேயே கருவிக்கொண்டாள், வேற வழி?

அடுப்படிக்கு சென்று வெண்கலக்கும்பாவில் கம்மஞ் சோற்றில் இரண்டு உருண்டையை ஆப்பையால் மொண்டுபோட்டு, ஆப்பையின் அடிப்பகுதியால் மழித்துவிட்ட குழிவான இடத்தில் முருங்கையிலை கூட்டுக்குழம்பை ஊற்றி சேகரிடம் நீட்டினாள். கிழவரிடம் கொடுத்துவிட்டு வந்தவன், அய்யாவிற்கும் அண்ணனுக்குமாய் ஆளுக்கொரு கல்லுத்தட்டை கொடுத்துவிட்டு வந்தான்.

வாசலில் போடப்பட்டிருந்த ஈச்சம்பாயில் எல்லோரும் அமர்ந்து சாப்பிடத் தோதாக நிலவொளி இலவசமாய் ஒளியூட்டிக்கொண்டிருந்தது.

தெருவெங்கும் தெருவிளக்குகளுக்கு துணையாக நிலவொளியும் வீடுகளினுள்ள சிம்ளியும் அரிக்கேன்களும் இருள் விரட்டிக்கொண்டிருந்தன. காடு கரைகளுக்கு தினக்கூலிக்கு சென்றவர்களெல்லாம் பொழுது சாய்ந்து இருட்டிய பிறகே வீடு வந்து ஆக்கி இறக்கி பசியாறி படுத்தும் விட்டார்கள். ஆண்டைகளின் கொல்லைக்காட்டிலும் வீட்டிலுமாய் பண்ணவேலை பார்த்தவர்கள் மட்டும், பாதி ராத்திரியில் வீடு வந்தும் இளைப்பார வழியின்றி, பிள்ளைகளுக்கும் தங்களுக்குமாய் கம்பிடிப்பதிலும், வரகரிசியை கல்லுரலில் போட்டு தீட்டுவதிலுமாய் ஈடுபட்டிருந்தார்கள். பசி, சோறாக்கும் வேலையை துரிதப்படுத்தி கொண்டிருந்தது.

மாரியம்மன் கோவில் வெட்டையில் பெண்பிள்ளைகளெல்லாம் கும்மியடித்து கொண்டிருந்தார்கள். பள்ளிக்கூட மாணவர்களாகிய ரவி, பாண்டியன், முருகேசன், காளிமுத்து பையன்களிடம் விளையாடும் ஆசையைத் தூண்டிவிட்டு, எல்லோரையும் மணக்கொல்லைக்கு

அழைத்துக்கொண்டு போனார் பன்னீர் செல்வம். தங்களின் விளையாட்டிற்கு இடைஞ்சல் செய்து கொண்டிருந்த பையன்கள் கலைந்துபோய் விட்ட உற்சாகத்தில், கும்மிக்கொட்டல் முன்னிலும் அதிகமாகி இருந்தது. விளையாட செல்பவர்களின் பேச்சொலியும், அரவமும் காலடி ஓசையும் மாரியின் வீட்டு சந்தில் படுத்திருந்த நாயை உசுப்பிவிடவே, குரைக்கத்தொடங்கியது. “அடீய் ஓயாள...” அடிக்க போவது போல் நாக்கைத் துருத்தியபடி பன்னீர் பாவனை செய்ததைக்கண்டு பயந்துபோன நாய், கோலியன் வீட்டு சந்தில் நுழைந்து ஓடியது.

சிங்காரு பெரியப்பாவுடைய மணக்கொல்லியில், ரவி ஒரு அணியாகவும் பாண்டியன் தலைமையில் எதிர்அணியாகவும் களமிறங்கினார்கள். ரவி அணிதான் ‘மெசால்டியாய்’ பாயின்டுகளை தட்டிக்கொண்டு போனது. கால்பிடிப் போடுவதில் கில்லாடியான திருப்புக்காலு பயலும், மூச்செடுத்து பாடிச்செல்லும் போதெல்லாம் இரண்டு பேரையாவது ‘தொட்டுவிட்டு’ ‘ஈட்டியைப்போல்’ நடுகோட்டினை வந்தடையும் பன்னீர் அண்ணனும் இருக்கும்போது, எதிரணித் தலைவனான பாண்டியன் எப்படி பாயின்டெடுப்பது என்று தடுமாறினான். ஒவ்வொருவரும் அடுத்தடுத்து ‘அவுட்டாகி’ வெளியேற ஆக்ரோஸமான குரலில் பாடிச்சென்றான் பாண்டியன்.

“நாந்தாண்டா னொப்பன்
நல்லமுத்து பேரன்
தங்கமுத்து சரடெடுத்து
தாலிக்கட்டெ போறேன்
வெள்ளி பெரம்பெடுத்து
வெளையாட வாரேன்... வாரென்... வாரென்...”

மூச்சுவிடாமல் கைகளை விரித்து மேலுங்கீழும் வேகமாய் அழைத்து பாடிச்சென்றவனின் கையை லாவி பிடிப்பதைப்போல் பாவனை செய்து குனிந்து பட்டென்று கால்பிடிப்போட்ட காளிமுத்துவை வெடுக்கென்று காலை உதறி கால்பெருவிரலால் அவன் கன்னத்தில் ஒரு உதைவிட, எதிர்ப்பாராத தாக்குதலால் உண்டான அவமானத்தால் கன்னத்தை தடவியபடியே வெளியேறினான் ‘திருப்புக்காலு’ என்கிற காளிமுத்து. அவுட்டாகி வெளியே நின்ற பாண்டியன் அணி பையன்கள் ‘ஹோ’ வென சிரித்து கைதட்டினார்கள்.

“பலீ...பலீஞ்சடுகுடு சடுகுடு... சடுகுடு...” நன்றாக மூச்சையிழுத்து விருட்டென்று உள் நுழைத்து பாடிய பன்னீரண்ணன் மறுநொடியே, பாண்டியனின் முதுகில் படாரென ஒன்று வைக்க, தொடல் அடியாய் மேல்விழ... முதுகு தீயாய் எறிய முகஞ்சுண்டிப்போய் வெளியேறினான். பன்னீர்செல்வம் எல்லோரையும் விட மூத்தவர் என்பதால், விக்கித்துப்போய் பேசாமலிருந்து விட்டான் பாண்டியன்.

பாண்டியனின் அணியிலிருந்து பாடிச்சென்ற முருகேசன் போனவேகத்தில் ரவியைத் தொட்டு அவனை அவுட்டாக்கியதால் ஒரு பாயிண்டு எடுத்ததோடு பாண்டியனை திரும்பவும் அணிக்குள் நுழைய வழி ஏற்படுத்தினான். மணக்கொல்லை பிஞ்சை நிலத்தில் புழுதி பறந்து கொண்டிருந்தது. சின்னஞ் சிறு பிள்ளைகளெல்லாம் வேடிக்கை பார்த்துகொண்டிருந்தனர். விளையாட்டின் மும்பரத்தில் பசி மறந்து போயிருந்தனர். காளிமுத்துவை ‘ரெய்டு’ போகச்சொன்னார் பன்னீர்செல்வம். கைகளை நீட்டி துள்ளித்துள்ளி குதித்தபடியே...

“காளக் காள வருதுபார்
கறுப்புக்காள வருதுபார்
சீறிக்கொண்டு வருதுபார்
சிலிர்த்துக் கொண்டு வருதுபார்
வருதுபார் வருதுபார்... வருதுபார்...”

பையன்களெல்லாம் வில்லாய் வளைந்து நிற்க, “இந்தாப்புடி” பிடிப்பதைப்போல பாண்டியன் எகிறவும், துள்ளிப்பாய்ந்து நடுக்கோட்டை தொட்டவனை பார்த்து பாயின்டெதுவும் எடுக்காமல், செல்கிறானென்று கொல்லென்று சிரித்து கேலி செய்தனர். தன்னுடைய அணியில்போய் சேர்ந்து கொண்டவன், காலால் எத்தி மேலெழுந்த மணலை வலதுகையில் வாங்கி, மணலை முறுக்கி உள்ளங்கைகளின் வியர்வை கசகசப்பை போக்கிக்கொண்டு நின்றான் திருப்புக்காலு. ‘தான் அவுட்டானது’ ‘பாயின்டெடுக்காமல்’ திரும்பி வந்தது, எல்லாவற்றிக்கும் சேர்த்து அவனை எப்படியும் கால்புடி போட்டு அவுட்டாக்கினால் தான் மனசு ஆரும்.

திருப்புக்காலு எண்ணியது போலவே, பாண்டியன்தான் பாடி வந்தான். தொடையைத் தட்டி பாடிக்கொண்டே வந்தவனிடம் பின்னால், பயப்படுவதைப் போல

பாவனைக்காட்டி, படீரென குனிந்து கால்படிப் போட்டான். பிடி பலமாய் காலை சுற்றியிருக்க, மறுகாலை அழுத்தி உந்தித் தாவிய பாண்டியனை, இடுப்பில் கையைப் போட்டு பன்னீரும் தங்கவேலும் மேலே தூக்க, மூச்சுக் கட்டவும் திமிறவும் முடியாமல் 'அவுட்டானான்' பாண்டியன்.

நேரமாகிக்கொண்டே போனதால் இத்தோடு ஆட்டத்தை முடித்துக்கொள்ளலாமென்று பன்னீர்செல்வம் சொல்லவும், பையன்கள் எல்லாருமே சரியென்று ஒத்துக்கொண்டு கபடியை முடிவுக்கு கொண்டு வந்தனர். ஆடும்போதிருந்த கோபமெல்லாம் வியர்வையைப்போல வழிந்து காணாமல் போயிருந்தது. "வலிக்குதாடா?" தோள்மீது கைப்போட்ட படியே கேட்டான் பாண்டியன். "ஆட்டத்துல அதுலாம் பாக்கமுடியுமா? அது அப்பவே சரியாயிடுச்சி," என்றான். "எப்ப...? ஓ! நான் அவுட்டானேனே அப்பவா?" சிரித்தப்படியே பாண்டியன் கேட்க, பையன்களெல்லாம் காடு அதிர சிரித்தனர். கபடி விளையாட்டிலுள்ள நெளிவு சுளிவுகளை எல்லாம் சொல்லிக்கொண்டே வந்தார் பன்னீர்செல்வம்.

பன்னீர் கிழக்கு தெருவிற்கும், திருப்புக்காலு பய வடக்கு தெருவிற்கும், முருகேசன் மாரியம்மன் கோவில் தெருவிற்கும், பாண்டியன் பெருமாளு இருவரும் மேலத்தெருவிற்குமாய் பிரிந்து சென்றனர். பெரும்பாலான தெருசனங்கள் வாசலில் தூங்கிக்கொண்டிருந்தனர்; கோணிசாக்கு... ஈச்சம்பாய் கோரைப்பாயென அவரவரின் வசதிகளுக்கேற்ப. பகலெல்லாம் காடு கழனிகளில் வேலை செய்த அசதி, தூக்கத்தின் அடியாழத்தில் அவர்களையெல்லாம் அமிழ்த்திருந்தது. மெல்லிய கசிவாய் வெளியேறத் தொடங்கியது. வாலம்பாக் கிழவியின் ஒப்பாரி. சிங்காரு 'பட்டச்சரக்கை' உள்ளே இறக்கியிருப்பார் போல, பாவம் அந்த பெரியாயி அந்தாளு வசவு வார்த்தைகளால் அதை அம்மணாக்கிக் குதறிக்கொண்டிருந்தார். சேப்பாக்கியம் அத்தை கால்நீட்டி குந்தியபடியே சொளகில் எதையோ நோம்பிக்கொண்டிருந்தது. முத்துசாமி மாமாவின் பிரிக்கூட்டில் குந்தியிருந்த ஆந்தை ஒன்று ரவியைக் கண்டதும் விசுக்கென எங்கோ பறந்துபோனது, நேரமாகி விட்டதென்று, பயத்தோடும் பதைபதைப்போடும் படவாசலைத் திறந்துகொண்டு உள்ளே நுழைந்தான்.

காசரை நார்க்கட்டிலில் தாத்தா படுத்திருந்தார். அவரின் கக்கிக்கழி தலைமாட்டில் சாய்ந்திருந்தது. மகனுக்கு

கம்மஞ் சோற்றுரண்டையை போட்டு குழம்பூற்றி விட்டு வந்து திரும்பவும் படுத்துகொண்டாள் அஞ்சலை. தின்று முடித்துவிட்டு எழுந்தான். அதுவரைக்கும் பொறுமையாக பேரன் சாப்பிடட்டுமென்று வெற்றிலைப்பாக்கு போட்டு குதப்பியபடியே காத்திருந்தவர், சுரந்த எச்சிலை எழுந்துபோய் வேலியோரத்தில் துப்பியபிறகு 'கச்சேரியை' ஆரம்பித்தார்.

"ஊரு ஒலகத்துல புள்ளைவோ எல்லாம் இப்படியா இருக்கு பள்ளியோடம் போனோமா வூட்டுக்கு வந்து ஆயி அப்பனுக்கு கூடமாட வேலவித்து செஞ்சிபுட்டு படிச்சோமான்னு பொழப்ப பாக்காம இப்புடிய பறந்தெரு கொளவாரிவளோட சேங்கிட்டி அடிச்சிகிட்டு பாயிசோத்தியில வர்றது... குடியானவன் வூட்டு புள்ளைவோளுக்கு இருக்கிற கரநெரம் இந்த நாறப்பய சாதிக்கு வருமா? ம்ம்ம்... இதான் நாளைக்கு படிச்சி கிழிச்சிபுட்டு சர்க்காரு வேலையில் சேரப்போவுது? நானும் கண்ணெ முழிச்சிகிட்டு பாக்கப்போறேன். புத்தியிருந்தா ஊரப்பாத்து ஒலகத்தபாத்து பொழச்சி முன்னேறு... இல்லேண்ணா இன்னாம் பேரன் இப்படி பொயிட்டானேன்னு காறித்துப்பயிலே தெரியும், அந்தெகெழக்கூதிமொவன் சொன்னானே கேக்காம பொயிட்ட மேண்ணு," 'நல்லா வையட்டும் அப்பதான் மானங்கெட்ட படுவாயிக்கு புத்திவரும்.' அய்யா பாட்டுவெச்சி குடுக்கிறது எல்லாம் நல்லதுக்குதானென்று, பேசுவதை எல்லாம் கேட்டபடியே படுத்திருந்தார் காத்தமுத்து. மறுவார்த்தை எதுவும் பேசாமல் நல்லபிள்ளையாய் காதில் வாங்கிக்கொண்டு அமைதியாக இருந்தவன், ஆணியில் மாட்டியிருந்த பையை எடுத்து, அறிவியல் புத்தகத்தை படிக்கத்தொடங்கினான்.

மணக்கொல்லையெங்கும் தீராத தாகத்துடன் காங்க அலைந்து கொண்டிருந்தது. மேலத்தெரு பெண்களெல்லாம் சொல்லி வைத்ததுபோல் இவளின் மெனையைக் கடந்து களைவெட்டிய படியே முன்னேறிப் போயிருந்தார்கள். எப்படி பின்தங்கினோ மென்று யோசித்தவள், களைவெட்டியை (களக்காட்டை) வேகமாய் சுழற்றி 'பருக் பருக்கென்று' வெட்டத்தொடங்கினாள். இதழ்களை விரித்து தன் பொன்னிற கன்னங்களை சூரிய ஒளியில் படும்படி மினுங்கும் கடலைக்கொடியின் மலர்கள் கொல்லை முழுவதுமே பூத்துக்குலுங்கிக் கொண்டிருப்பதைப் பார்த்ததும், மஞ்சள் வண்ணத்துப்பூச்சிகள்தான் செடிகளில் அமர்ந்திருக்கின்றன வென்று நினைக்க வைத்தது. என்னவொரு ஆச்சரியம் அவள்

கண்களையே அவளால் நம்பமுடியவில்லை சொல்லி வைத்தது போல் கடலை செடியிலிருந்து மஞ்சள் வண்ணப்பூக்கள் கொத்தாய் மேலெழுந்து பறக்க... களைவெட்டுவதை நிறுத்திவிட்டு வேடிக்கைப் பார்க்கத்தொடங்கினாள். மணக்கொல்லை முழுவதுமே வண்ணத்துப்பூச்சிகளாய் பறந்துகொண்டிருக்க... 'இது என்னடியம்மா அரிசயமா இருக்கு... எண்ணைக்குமில்லா திருநாளா ஒரே பாப்பாத்திவ கூட்டமா பறக்குதே!" வாயைப் பிளந்தாள் அஞ்சலை. 'ஏட்டியே ஆமாண்டியம்மா இதுயென்னடி புதுக்கூத்தா இருக்கு, நானும் கள்ளச்செடிதான் பூத்துக் கெடக்கிதிண்ணுல்ல நெனச்சேன்." கூடப்பேசிய சேப்பாக்கியத்தை ஏறிட்ட அஞ்சலைக்கு தூக்கிவாரிப் போட்டது; இரண்டு வயதுள்ள ஆண்குழந்தை ஒன்று பருத்த முலையொன்றில் பால்குடித்துக் கொண்டிருப்பதைப் பார்த்ததும்.

"என்னண்ணியா இது? கொழந்த யாருது?"

"ஆமாண்டி நம்ப பெருசாமி ஆண்டே பேரப்புள்ளடியம்மா. அழுது அடம்புடிச்சான் தூக்கிகிட்டு வந்துட்டேன். வவுறு பசிச்சி அழுதானா அதான் குடிக்குட்டுமேன்னு உட்டுட்டேன்..."

அஞ்சலைக்கு ஒரே குழப்பமாயிருந்தது. சேப்பாக்கியம் அண்ணியின் புருஷன் செத்து ஐஞ்சி வருஷமாவுது. இரண்டு மகள்களில் ஒருத்தியை கிளிமங்கலத்திலும் இன்னொருத்தியை ஆனந்தாவாடியிலும் கட்டிக்கொடுத்து அது ஆயிற்று ஏழுவருஷங்கள், கடைசி பயலும் படிப்பு வர்லேண்ணு பள்ளிக் கூடம் போவதை நிறுத்திவிட்டு முத்துசாமி படையாட்சி வீட்டுல பண்ணவேலை பார்த்துகிட்டு இருக்குறான். இப்பவே கல்யாணத்த பண்ணி வச்சா பொஞ்சாதியோட வயித்த உப்பவெக்கிற வயசு அவனுக்கு. முக்காக் கிழவியான அந்தண்ணியாவுக்கு எப்படி?. புள்ளக்காரியப் போல பாலுவேற கொடுக்குதே!? தலை விண் விண்ணென்று தெறிக்கத்தொடங்கியது.

யோசித்தபடியே களைவெட்டிக் கொண்டிருந்தவளை பெரியசாமிதான் கூப்பிட்டார்.

"ஏய் அஞ்சல இங்கே வாடீ."

'எண்ணைக்குமில்லாம வேலதலப்புல வந்து கூப்பிடுறானே; அதுவும் வாடீன்னு.' 'நிமிர்ந்து பார்த்தாள். கொல்லையின்

கடக் கோடியில் வெற்றுடம்பில் துண்டை மட்டும் போட்டுக்கொண்டு நின்றார். தனக்கு முன்பாக களைவெட்டி கொண்டிருந்த சேப்பாக்கியும், மருதாயி காளியம்மாள் யாரையும் காணவில்லை. ஒருத்தியையும் காணாதது அஞ்சலைக்கு திகைப்பாக இருந்தது. வரப்பின் மேலேறி நடந்தபடியே "என்னாண்டே?" என்றாள். "அந்தெ மோட்டாரு கொட்டாய செத்த கூட்டிவுட்டு வா..."

'ஒடனே கொட்டாயில போயி துண்டெ விரிச்சிபோட்டு மொடக்கபோற ஆளாட்டும்ல கூட்ட சொல்லுரான்.' முணுமுணுத்து கொண்டே தென்னம் மிலாரை எடுத்து கூட்டத் தொடங்கினாள் அஞ்சலை. பின்னால் நிழலசைவதுபோல் தெரியவே, சந்தேகப்பட்டு திரும்பியவளுக்கு தூக்கிவாரிப்போட்டது. மோட்டார் கொட்டாயின் கதவைச்சாத்தி தாழ்ப்பாள் போட்டுக் கொண்டிருந்தார் பெரியசாமி.

"என்னாண்டே இது?"

"சத்தம் போடாதடீ..."

"கதவ தொற ஆண்டே, தொறக்குல கத்தி களேபாரம் பண்ணிபுடுவேன்... ஆமாம்."

வெடவெடவென்று உடம்பு நடுங்கிக்கொண்டிருந்தது. இப்படி இவனிடம் மாட்டிக் கொண்டோமே என்று பயத்தில் வார்த்தைகள் வேறு குழறுகிறது. கொல்லைக்கு மேலத்தெரு காரிங்க வந்துவிட்டால் என்னாவுறது?

அருகில் சென்ற பெரியசாமி காலால் நெட்டி அவளை கீழே தள்ளினான். அவனின் முரட்டு கரங்கள் அவளின் திமிரலை அலட்சியமாய் அடக்கின. இனியும் தாமதிக்க முடியாதென்று தெம்பையெல்லாம் திரட்டி அவன் நெஞ்சில் கையை வைத்து மூர்க்கமாய் தள்ளினாள்.

"என்னடியிது?"

திடுக்கிட்டு எழுந்தவள், தான் இதுவரைக்கும் கண்டது கனவா? நம்பமுடியாமல் மலங்க மலங்க முழித்தாள். இன்னமும் உடல் நடுங்கிக்கொண்டிருந்தது. வியர்வை வழிந்தோடி இருந்தது. தன்னை எழுப்பாமலேயே மேலே கவிழ்ந்த ஆம்படையானைத்தான் நெட்டித்தள்ளி இருக்கிறோமென்று

உணர்ந்து கொள்வதற்கு சில நிமிடங்கள் பிடித்தன. அருகிலிருந்த ஆம்படையானிடம்...,

"கெட்டகெட்ட சொப்னமா கண்டதால தள்ளிபுட்டேன்யா நீதான் முன்னமாரி எழுப்பினாயென்ன? கள்ளங்கணக்கா திடுதிப்புண்ணு ஏறுரே.." பேசாமல் குந்தியிருந்தவனை இழுத்து தன்மீது போட்டுக்கொண்டாள். எங்கோ தெருநாய்கள் குரைக்கின்ற சப்தம் கேட்டதும், கருப்பும் தன் பங்கிற்கு குரலெழுப்ப தொடங்கியது. இருமியபடியே எழுந்தவர் வேலியருகில் முட்டிகள் இரண்டையும் பிடித்துக்கொண்டே குந்தினார் பெரியதமுரு. மேற்கால திண்ணையில் பேரன்கள் அசந்து தூங்கிக்கொண்டிருப்பதை கவனித்தவர், கிழக்காலத் திண்ணையில் ஆளில்லாமல் கோரைப்பாய் தனியாய் கிடப்பதை பார்த்த கிழவருக்கு 'புரிந்து போனது', சின்னஞ் சிறுசுங்க நல்லாருக்கட்டும் நினைத்தபடியே உடம்பை கட்டிலில் கெடத்தினார். 'மறுக்' கென்றொரு ஒலியை எழுப்பி ஆமாமென்றது காசரைநார் கட்டிலும். சிறிது நேரங்கழித்து வெளியே வந்து வாழைக்கட்டை பக்கம் சென்று தொட்டியில் தண்ணீர் மொண்டு கழுவிக்கொண்டு வந்து பாயில் படுத்தார் காத்தமுத்து. பகலெல்லாம் காட்டில் வேலைசெய்த அசதி தூக்கத்தை அப்படியே சுழட்டிக்கொண்டு வந்தது. அஞ்சலை கையால் கழுவும் சப்தம் காதில் விழுந்து கொண்டிருந்த போதே ஆழ்ந்த நித்திரையில் நீந்திக் கொண்டிருந்தார், காத்தமுத்து.

உள்ளே வந்து படுத்த அஞ்சலைக்குத்தான் தூக்கம் கலைந்து போய்விட்டது. 'சும்மாக்கெடந்த சங்கெ ஊதிக்கெடுத்தானாம் ஆண்டி'—ங்கிற கதையாய்... சூழ்நிலை தெரியாமல் சொலவக்கதை வேறு நினைவிற்கு வந்து போனது. காங்கலின் வீச்சைத் தாங்கமுடியாமல் குளங்குட்டையைத் தேடிவந்து 'அடைந்து' விட்டு போகும் எருமையைப்போல், தன்னை மட்டுமே ஆசுவாசப்படுத்திக் கொண்டு போயிவிடும் ஆம்படையானை நினைக்கும்போது எரிச்சலாயிருந்தது. கல்யாணமானதில் இருந்தே பார்த்து வருகிறாள், இந்தாளு போக்கே இப்படித்தான். மேகந்திரண்டு கருக்கலாகி குளிர்க்காற்றை வீசித்தழுவி மண்மணத்தைக் கிளப்பி பூந்தூறலாய் தெளிக்கத்தொடங்கி... உக்கிரமான வேகத்தோடு நின்று நிதானித்து பெருமழையாய் அடிப்பின்னத் தொடங்கினால், அரைமணிநேர 'ஆட்டம்' முடிவுக்கு வரும்போது உள்ளமும் உடலும் குளிரக்குளிர வழிந்தோடும்

நீரை ஆரத்தழுவியபடி அமைதியாய் சுகித்து கிடக்கும் பூமி; நிறைவான மனதுடன். இதுயென்னடா வென்றால், படபடவென்று தூறத்தொடங்கிய சில நொடிகளுக்குள்ளாகவே வலுவாய் பெய்யப் போகிறதென்று எண்ணிக் கொண்டிருக்கும் போதே... 'பொசு'க்கென்று பெய்தேன் என்று பேருக்கு நாலு தூத்தலைப் போட்டுவிட்டு ஏமாற்றிவிடும் மேகத்தைப்போல... இந்தாளு நடப்பே இப்படித்தான். புரண்டுபுரண்டு தூக்கம் வராமல் தவித்துக் கொண்டிருந்தவளுக்கு காத்தமுத்துவின் குறட்டையொலி மேலும்மேலும் எரிச்சலுண்டாக்கியது.

குடித்தணிக்காக நாலுநடை சர்க்காரு கேணிக்கு போய்வந்த பிறகு, நந்தாங்குட்டைக்கு குளிக்கச் சென்றான் ரவி. கண்ணிக்கட்டை வாசலில் போட்டு சரிபார்த்து கொண்டிருந்தார் உடுக்குக்காரர். குடிச்சிபுட்டு நேத்து ராத்திரியெல்லாம் கத்திக்கொண்டிருந்தது இவரா? என்பதைப்போல எருதுமாடுகளை பிடித்துக்கொண்டு போய்க்கொண்டிருந்தார் சிங்காரு. பின்னாலேயே பெரிய வட்டப்புட்டியை இடுப்பில் வைத்துக்கொண்டு எப்போதும் போலவே சாதுவாய் போய்க்கொண்டிருந்தது அந்த பெரியாயி.

"என்னடா பேராண்டி குட்டைக்கா?" முளவி அம்மாயிதான் கிண்டலாய் கேட்டது. சிரித்தபடியே பதிலெதும் கூறாமல் போனவனை திரும்பவும் சீண்டியது கிழவி. "பாத்து பொயிட்டு வாடாப்பா கருவக்காட்டுக் குள்ளருந்து கிடேரிங்க ஏதாச்சும் குறுக்கால ஓடிவந்துடப்போவுது." குட்டைக்கும் கிழக்கு பக்கத்தில்தான் பீக்கருவைக்காடு இருக்கிறது, பெண்கள் 'ஒதுங்கும்' இடம். நடந்து போகும் பாதையிலிருந்து பார்த்தாலெல்லாம் உள்ளே சனங்கள் இருப்பது தெரியாது. ஆண்கள் யாரும் அந்தப் பக்கம் போகமாட்டார்கள். குட்டைக்கும் தென்கிழக்கே பிரியும் சரளை ஒழுங்கையின் முனையிலிருந்து சுடுகாடு வரைக்கும் நடக்க முடியாத பெரிசுகள் பாதையோரத்திலுள்ள 'டிச்சியிலும்' (பள்ளத்திலும்) இளவட்டங்கள் சுடுகாட்டையும் தாண்டி கிழக்கே தும்பைக்காட்டு தரிசிலுமாய் 'குந்தி' விட்டு வருவார்கள். இதுபோல அவ்வப்போது, பேரன்தானே என்ற உரிமையில் முளவி அம்மாயி கேலி பண்ணுவாள். சிலநேரங்களில் கிண்டலில் கொஞ்சம் தூக்கலாய் பாலியல் நெடி வீசும்.

குளித்துவிட்டு வந்து கம்மங்கூழ் பானையிலிருந்து ஆப்பையால் ஒரு உருண்டையை மொண்டு போட்டு கரைத்து

ஊறுகாமிளகாயைக் கடித்துக்கொண்டே குடித்தவன், அவசர அவசரமாய் கிளம்பினான். முனுசாமியும் பாண்டியனும் முன்கூட்டியே வந்து ரோட்டில் காத்திருந்தனர். சேகர் உள்ளூரில் படிப்பதால் மெதுவாகத்தான் கிளம்புவான்.

சர்க்காருக்கேணி பக்கமாய் நடந்து கொண்டிருந்த போது தங்கவேலுவும் பெருமாளும் ஓட்டமும் நடையுமாக வந்து இணைந்துகொண்டனர். ஒழுங்கையின் இருபுறத்திலும் ஆளுயரத்திற்கு கள்ளி வளர்ந்திருக்க—கொல்லையினுள்ளே கிளைபரப்பி நின்ற பூவரசு, நுணா வேப்ப மரங்களின் நிழலெல்லாம், காலை நேரமென்பதால் கள்ளியின் மேலேயே விழுந்திருந்தது. இருபுறத்திலும் உள்ள நிலங்களெல்லாம் குடித்தெரு ஆட்களையுடையது, ஒன்று ரெண்டு ஆட்கள் மட்டுமே டீஸல் எஞ்சின் மோட்டார் வைத்து சாகுபடி செய்கிறார்கள். மற்றவர்களெல்லாம் கடலை ஏற்றத்தின் மூலமே மானாவாரி நிலத்திலும் கமலை, எள்ளு உளுந்து என சாகுபடி செய்து வருகிறார்கள். கோடைப்பயிராக தற்பொழுது கடலைக்கொடி போட்டிருக்கிறார்கள். ஊடாக புளிச்சக்கீரை செடிகள் பச்சைக் கம்பிகளாக நீண்டு வளர்ந்த நிலையில் குழல் பூக்களோடு வண்டுகளை பாடச்சொல்லி ரசித்தபடியே நிற்கின்றன.

ஒழுங்கை, பெரிய மூக்கனின் தரிசில் கொண்டு போய் விட்டது. தரிசை கடந்து போகும் போதெல்லாம் அந்தய்யா ஏன் ஜெயிலுக்கு போனாரென்ற? கேள்வியே பாண்டியனை துளைத்தெடுக்கும். கொலை குற்றத்துக்காகத்தான் 'உள்ளே' இருக்கிறாரென்று ஊரிலும் தெருவிலும் பேசிக்கொண்டாலும், அந்தாளு எதுக்காக கொலை செய்திருப்பான்? அரச புரசலாக காரணம் தெரிந்தாலும், ரவியைக் கேட்டால் முழு விவரமும் தெரிந்து கொள்ளலாமென்று மனதில் அடக்கி வைக்க முடியாமல் கேட்டான் பாண்டியன்.

திரும்பி தங்கவேலை பார்த்த ரவி, "ஒனக்குதான் தெரியுமே நீயி சொல்லுடா" என்றான். வேலியில் படர்ந்திருந்த குன்றுமணி கொடியிலிருந்து தன்னுடைய பார்வையை விலக்கிக்கொண்டு, "தெரியும் என்னயிருந்தாலும் ஒன்னாட்டும் மூச்சூடும் தெரியா தெனக்கு, நீ சொன்னாத் தேவலாம்." தயங்கியப்படியே சொன்னவன், ரவியை சொல்லச் சொல்லிவிட்டு ஜகாவாங்கிக் கொண்டான்.

கடலைப்போட்டிருந்த நிலங்களிலெல்லாம் களைவெட்டு மும்பரமாய் நடந்தேறிக் கொண்டிருந்தது. முன்பட்டமாய் போட்டவர்களில் முக்கால்வாசிப் பேர், முன்னாலேயே கடலைப் பயிர் போட்டு ஏர் ஓட்டி, பெரம்படித்து சாலு தண்ணீரை வைத்தே பயிருக்கு உயிர் தண்ணி கொடுத்து பாதுகாத்து மூன்று முறையும் களையையும் எடுத்து மாசி முதல்லேயே கடலைக் கொடிகளையும் பிடுங்கி ஆய்ந்து எடுத்து விட்டு, கோக்காலிப் போட்டு கடலைக்கொடி போரும் போட்டு விட்டார்கள். இது இரண்டாவது பட்டம், முதல் பட்டத்தில் வேறு தானியம் போட்டு மகசூலும் பார்த்து விட்ட பாதிக் குடுத்தனக்காரர்கள் இதோ இரண்டாம் பட்டம் விதைத்த பயிர்களுக்குத்தான் இப்பொழுது களைவெட்டு நடந்தேறிக் கொண்டு இருக்கிறது. விளைநிலங்களை மட்டுமின்றி பறக்கும் பூச்சி இனங்களையும் மயக்கி வைத்திருக்கின்றன கடலைக்கொடிகள்; தன் மஞ்சள் மலர்களை முகிழவிட்டு சனங்களின் காதில் விழாதபடிக்கு சன்னமான குரலில் பேசத்தொடங்கினான் ரவி.

“பெரிய மூக்கன் இருக்காரே அவரு பொழுது விடிஞ்சா போரும் நம்ப ‘பொத்த மண்டையன்’ வூட்ல போயிதான் கண்ணையே முழுச்சிப் பாப்பாரு. காத்தால வாயக் கொப்பளிக்குறதே அந்தய்யா காயச்சிர சாராயத்துலதான்னா பாத்துக்கேயேன். இப்படியே அல்லும் பவலுமா குடிச்சிகிட்டே இருந்தா குடும்பம் என்னாவும்ணு கேட்டுருக்கா அந்தய்யா பொஞ்சாதி, அவெம் மூக்கு மட்டுமல்ல அவெங்கோவத்திலேயும் பெரிய ஆளுல்ல, கேட்டதுதா தாமுசம், அந்தாயிய அடிப்பின்னியெடுத்து விட்டான். அதோட வூட்டுக்கு போறதையும் நிறுத்திக்கிட்டான். ஊருக்கும் ஒலகத்துக்கும் பயந்துகிட்டு பொறுத்து பொறுத்து பாத்தா அந்தாயி... இனியும் அவெங்கிட்ட அடியும் ஒதையும் பட்டு ‘அவுனுக்காகவே’ வாழ்ந்தது போதும்னுட்டு, புருஷன் மேலுள்ள கோவத்துல, வூட்ல பண்ண வேல பாத்து வந்த நம்ப வடக்காலத்தெரு ‘புழுத்தான்’ மவன சேத்துக்கிட்டா.”

“நம்ப சக்கிலித்தெரு புழுத்தான் மாவா மவனையா?” இடைமரிச்சி பாண்டியன் பயதான் கேட்டான்.

“ம்—நோனிக்குள்ள இருக்காம்பாரு அந்தெ புழுத்தான் மவன், கேள்வி மசுரப்பாரு, சேரியில புழுத்தான்னா அவரு இல்லாம வேறு ஆரு? நம்பளமாரி பறயஞ்சக்கிலிவுள எல்லாம்

அந்தெ தேவிடியா மவனுங்க என்னைக்கிடா பேரச்சொல்லி கூப்டு இருக்கானுங்க.”

“சரீ சொல்லுடா, பேச்சுவாக்குல சொல்லிபுட்டான், ஓதப்புடுக்கு மயிலாச்சாரிப்போல நீயும் இப்படி கோவப்படுரே.” தங்கவேலிடமிருந்து படீரென்று வெடித்த கோபம் எல்லோரின் மௌனத்தையும் இறுக்கத்தையும் கலைத்து சிரிப்பள்ள வைத்து நெகிழ்வுத் தன்மையை உண்டாக்கியது; ரவி உட்பட விட்ட இடத்திலிருந்து தொடர்ந்தான் ரவி.

“ஒரு ஈன சாதிப்பயகிட்ட ‘மல்லாந்தவள’ இனிமேப்பட்டு வெச்சிவாழக் கூடாதின்னு முடிவு பண்ணிவிட்டான் அந்தய்யா.” “யேன் ரவி அடிச்சி கொன்னுட்டானா அந்தய்யா?”

“ம்—மேல நீயே சொல்லுடா நாங்க கேட்டுக்கறம்...” தங்கவேலு தான் கடுப்புடன் சொன்னான். ஏண்டா கேட்டோமென்று ஒருமாதிரி ஆகிவிட்டது பெருமாளுக்கு.

கேட்கும் ருசி ஒவ்வொருத்தன் முகத்திலும் மலர்ச்சியாய் படிந்திருந்தது. இந்நப்பய வாயயும் சூத்தயும் மூடிக்கிட்டு வரவேண்டியதுதானே என்பதைப்போல எரிச்சலுடன் பெருமாளைப் பார்த்தான் பாண்டியன். ஒவ்வொருவனையும் ஏறயிறங்க பார்த்துவிட்டு, மீண்டும் தொடர்ந்தான் ரவி.

வாலை ஆட்டியாட்டி ஒரு குரல்கொடுத்து விட்டு இவர்களின் தலைக்குமேலே ஒரு கருவாட்டுவாலி பறந்துபோனது.

“நீ சொல்லு ரவி” முனுசாமிதான் பரபரத்தான்.

“பிடிபடுற உருப்படியோடு சங்கெ புடுச்சி வேட்டு உட்டுடும் வேட்டநாயா, அவன் உள்ளுக்குள் உறுமிக்கிட்டு இருந்தாலும், குள்ளநரியப்போல ஒரு தந்திரம் செஞ் சான். காத்தாலேயே பொத்தமண்டையன் வூட்ல போயி ‘சாண்டே’ ஊத்திகிட்டு வந்தவன், இது கடேசி பொழையா இருக்கட்டும் புள்ளெ நாளேலேருந்து அந்த ‘கருமாந்திரத்த’ பீச்சக்கையால தொடமாட்டேன்—கூத்தியா வூட்டுக்கும் போவுல இது சத்தியம்னு அவதலயில அடிச்சிபுட்டு, ஆசையா இருக்கு வாடீன்னு பவல்லேயே கூப்டு இருக்கான். அவன் மவனும் அய்யாவும் மேலக்காட்டுக்கு போயிருந்தது

வசதியா போச்சி, சர்தான் கெடக்கு இனிமேலுபட்டு எப்படியும் திருந்திபுடுவான் போலருக்கேண்ணு அந்தாயியும் ஒத்துக்கிட்டா. சீலத்துணிய உருவிய வேகத்துல பரணுமேல போட்டவன், கிட்டநெருங்கி கட்டிப்பிடிக்க நெருங்கியவன் மூச்சுத்திணற இறுக்கிப்புடிச்சவன் தலைப்பாயா கட்டியிருந்த துண்டையெடுத்து வாயில வெச்சி திணிச்சி திமிராம மேல படுத்துக்கிட்டே அடிக்க ஆரம்பிச்சவன்... ஏற்கனவே எடுத்து வெச்சிருந்த கயிற குதுரு சந்துலேயிருந்து எடுத்து கையையும் காலையும் கட்டிப்போட்டு...”

பேச்சை பாதியிலேயே நிறுத்தினான். எதிரில் குடித்தெரு ஆட்கள் வந்துகொண்டிருந்தார்கள். இவனுங்களை கடந்து போகும் வரை வேறு விஷயங்களை பேசிக்கொண்டு போவதைப்போல பேச்சை மாற்றிக்கொண்டான் ரவி.

“அப்புறம்?”

“அதுக்குமேல சொல்ல கஷ்டமா இருக்குடா பாண்டியா... இப்படியெல்லாம் ஒருத்தன் நாட்டுல இருப்பானாண்ணு நெனச்சி பாத்தாலே ஈரக்கொலையெல்லாம் நடுங்குதுடா, வடக்காலத்தெரு நசையன் சித்தப்பாக்கிட்டெ தாத்தா பேசிக்கிட்டு இருக்கையில கேட்டேண்டா... கேட்டதுலேருந்து ஒரு வாரம் முச்சூடும் ராவானா கண்ணெ மூடமுடியுலடா, அந்தாயி மொவமே கனாவுல வந்து தூங்க உடாம கலங்க அடிச்சிடுச்சி.” “சரி சரி நீட்டி மொழக்காம மேக்கொண்டு சொல்லு.” டக்கிண்ணு விஷயத்த சொல்லாம செட்டியாருக்கட கூழுவெல்லத்தப்போல வழவழ கொழகொழண்ணுகிட்டு இருக்கானே! என்ற எரிச்சலில் தங்கவேலுதான் அவசரப்படுத்தினான்.

“அப்புறமேலு ஏற்கெனவே தயாரா பழுக்கக் காய்ச்சி வெச்சிருந்த கொழுக்கம்பிய... பாவம்டா அந்தாயி துள்ளத்துடிக்க உசுரு நெலையில நொழைச்சிட்டாண்டா, அதெ அவங்கடேசி மவம் கதவிடுக்கு வழியா பாத்து கதறிக்கிட்டு ஓடி தெருவுல சாதி சனங்ககிட்ட சொல்லவும், அவெங்க பாளையம் டேசனிலிருந்து போலீச கூட்டியாந்து புடுச்சு குடுத்துட்டாங்க. அந்தெ கொலைகார யேங்கூதி மொவன் இப்ப ஜெயில்ல கெடக்குறான்.

ரவியின் குரல் கம்மிப்போயிருந்தது. இதைப்போயி ஏன்தான் சொன்னோமோவென்று குமைந்து போனான்.

யாரும் எதுவும் பேசிக்கொள்ளவில்லை. மௌனம் எல்லோரையும் காட்டுக்கொடியைப் போல் இறுக்கமாய் பின்னியிருந்தது. பொட்டக்கொல்லை, தத்தனூர், மாந்தோப்பு மூர்த்தியான் கல்லுவெட்டுக்குழியை கடக்கும் போதுதான் உள்ளுக்குள்ளிருந்த மௌனம் எவ்வளவு வெரசாய் நடக்க வைத்திருக்கிறது என்பதை உணர்ந்தனர். பள்ளிக்குள் நுழையும்போதே மணி ஒன்பதாகி இருக்க, சூரியன் மேலேறி தகிக்கத்தொடங்கியது.

ஒவ்வொரு பீரியடாய் கழிந்து கொண்டிருந்தது. இன்று நடக்கின்ற பாடங்களெல்லாம் ஈசலின் றெக்கைகளைப் போல் உதிர்ந்து கொண்டிருந்ததே ஒழிய மனதிலெதுவும் பதியவே இல்லை. பாண்டியனின் மனவெளி எங்கும் மரண ஓலமிட்டு கதறும் அந்த ஆயியின் கண்ணீர்க் குரலே எதிரொலித்து கொண்டிருந்தது. வதைபடும் அப்பெண்ணின் அலறித் துடிக்கும் முகமே தொடர் காட்சியாகி தன் உயிர்நிலை துவாரத்தில் கண்ணாடி ஊசியை செறுகியது போலொரு வலி சதையைத் துளைக்க, துயரம் பெருகுவதை உணர்ந்தான் பாண்டியன். அழகு தேவதைகளாகவே இதுவரைக்கும் கனவுகளை அடைகாத்து வந்த பெண்கள் முதன்முதலாக ரத்தமும் சதையுமுள்ள அவர்களும் மனிதர்கள்தான் என்பதறிந்து கொள்ள, இச்செய்தி தூண்டுதலாய் இருந்ததோடு, தான் திருமணம் செய்து கொண்ட பிறகு வரும் மனைவியை எந்த நிலையிலும், வார்த்தைகளாலும், தாக்குதலாலும் துன்புறுத்தகூடாதென்று மனதில் உறுதியெடுத்து கொண்டான்.

நேரம் போனதேத் தெரியவில்லை, காலை நேர பீரியடெல்லாம் இத்தனை சீக்கிரமாகவா முடிந்துவிட்டது! வியப்பாக இருந்தது முனுசாமிக்கு. மதிய உணவு இடைவேளை விட்டதும், மாணவர்களெல்லாம் சோத்து வாளியோடு கலைந்தார்கள். ரவி வெளியே வந்து நின்றான். நண்பர்களெல்லாம் ஒவ்வொருவராய் வந்து ஒன்றுசேர எல்லோருமாய் சேர்ந்து பெரிய ஏரியை நோக்கி நடந்தனர். வசதியான வீட்டு பிள்ளைகள் கிணுகிணுவென்று பெல்லடித்தவாரு சைக்கிளில் விரைந்தார்கள்; தத்தம் வீடுகளுக்கு.

மதிய நேரமாகியிருந்த போதும் இரண்டொரு பெண்கள் துணி துவைத்து கொண்டும் வேறு சிலர் குளித்து முடித்து கரையேறிக் கொண்டிருந்தனர். மஞ்சள் பூசிய கன்னங்களும் நீர் சொட்டும் விரிந்த கூந்தலும், ஈர புடவையினுள் அசையும்

அவையங்களும், இன்று பயல்களின் கவனத்தை ஈர்க்கவில்லை என்பதை 'வெறிக்காமல்' இயல்பாக போவதை வைத்தே தெரிந்து கொள்ள முடிந்தது.

உடையார்பாளையம் ஜமீனால் கட்டப்பட்ட ஏரியிது. ஒரு நூற்றாண்டை விழுங்கி செரித்த பிறகும், சிதிலமடையாமல் கம்பீரமாய் இன்னமும் நீர்தளும்பி அலையடித்து கொண்டுதான் இருக்கிறது. இரண்டு பர்லாங் தூரத்திற்கு அகலமும் நாலு பர்லாங் தூரத்திற்கு நீளமும் கருங்கற்களால் கட்டப்பட்ட உறுதியான சுற்றுக்கரைகளும் அதனழகை தூரக்காட்சியாய் தரிசிக்கும் விழிகளையே வியக்கவைக்கும்.

முனுசாமியும் பாண்டியனும் அரசமரம் நிழல்பரப்பியுள்ள கருங்கல் திண்டிலும், அதற்கும் கீழே ரவி, காளிமுத்து, பெருமாள், தங்கவேல் என வட்டமாய் அமர்ந்து சாப்பிடத்தொடங்கினர். எங்கிருந்தோ வந்தமர்ந்தன இரண்டு காகங்கள், வழக்கமாய் வருகின்றவைகள்தான் என்பதற்கான அடையாளமாய் கழுத்தில் மயிரற்றதும், முறிந்த விரலுடையதுமான அதன் தோற்றங்கள் காட்டிக்கொடுத்தன. இவற்றோடு வேறு சிலவும் வந்து சேர்ந்து கொண்டன. சோற்றை இப்பொழுதே போட்டு விடலாம்தான், அப்படி போட்டு விட்டாலே அவ்வளவுதான் ஊரையே கூட்டி விடும்; பிறகு சாப்பிடவே முடியாது.

"என்ன ரவி கையிரெண்டும் செவந்திருக்கு?" பெருமாள்தான் கேட்டான். தூக்குவாளியில் அளைந்து கொண்டிருந்த கையை மேலேத் தூக்கி ஒருமுறை பார்த்துவிட்டு சொல்லத் தொடங்கினான். "எங்கிளாசுல முன்னால பெஞ்சில குந்திருப்பான் பாரு நம்மவூரு குடியானத்தெரு ராமசாமிப்பய அவன அடிச்சிட்டேன்டா, அதுக்கு சின்னவளையத்திலேருந்து வர்றாரே எம்.ஆர் சார் அவரு குடுத்த பரிசுடா இது."

"அவென் எதுனா வஞ்சானா?"

"ஒண்ணுக்கு பெல்லு அடிச்சதும், இன்ட்ரோலு பொயிட்டு நம்ப செட்டியாரு கடெ திண்ணையில குந்தியிருந்தேன். அங்கெ வந்த ராமசாமிப்பய என்னெ சொன்னான் தெரியுமா? 'எங்கவூரு பறத்தெரு பய என்னுமா காலாட்டிக்கிட்டு குந்தியிருக்கிறான் பாருடான்னு, அவனொட கூட்டாளிக்கிட்ட சொல்லிகிட்டே போனான். கிட்டக்க போயி 'என்னடா சொன்னேன்னு கேட்டேன். 'ஒன்னிய ஆருடா சொன்னதின்னு பொய் சொன்னான். 'அப்புறமா யாரப்பாத்துடா சாதிய இழுத்து

சொன்னேன்னு மரிச்சி நிண்ணுகேட்டேன். ‘ஆமான்டா ஒன்னியதான் சொன்னேன்; இப்ப என்னடா செய்வே?— ங்குறான். அதோடு உட்டிருந்தாக்கூட சரி போடான்னுட்டு அதுக்கு மேல சண்ட வளத்தாம உட்டுருப்பேன். அப்புறமும் ரொம்பத்தான் திமிராவே பேசுறான்; ‘புழுத்த மாட்டுக்கறி திங்கிற பறப்புண்டெ நீயி என்னியவே ‘டா’ போட்டு பேசுரியாங்குறான், அவென் சொன்னதுதான் தெரியும், செவுட்டுல உட்டேன் பாரு அற, வாம்மாப்...டே சூத்தையும் வாயயும் மூடிக்கிட்டு போனவன்தான் ஒடனே போயி அந்த எம்.ஆர் வாத்தியாங்கிட்ட புகார் சொல்லிபுட்டான்.

அதான் அந்தாளு மூங்கிக் கழியாலேயே அடிபின்னியெடுத்து விட்டான். ஸ்கூலுங்குறதால பேசாம வாங்கிக்கிட்டேன், இதையே வெளிய அடிச்சிருந்தான்னு வைய்யி வாத்தின்னும் பாக்காம திருப்பிக்கிட்டு குடுத்திருப்பேன். என்னெ செய்யிரது? படிக்கிணும்ல, சும்மா சொல்லக்கூடாதுடா குடியான புள்ளைய அடிச்சிட்டாங்குற கோவம்தான் அவரெ அப்படி அடிக்க வெச்சிருக்கு. ‘நீயி பறத்தெரு தாண்டா சொன்னா சொல்லிட்டு போறான், அதுக்காக ரவுடிப் பயலாட்டமா நடந்துக்குறது? நாங்க எதுக்கிருக்கோம் செரைக்கவா?— ங்குறான், என்னமோ அவனையே அடிச்சமாரி...”

சோற்றை பிசைந்து சாப்பிடவே சிரமப்பட்டான் ரவி. யூனியன் சோளம் கரைப்பதற்கே சிரமமாய் இருந்தது. ரவியோட தூக்குவாளியை தான் வாங்கிக்கொண்டு, தன்னிடமிருந்த கேழ்வரகுக்கூழை நன்றாக கரைத்துக் கொடுத்தான் காளிமுத்து. பெருமாளும் பாண்டியனும் கம்மஞ்சோறு கொண்டு வந்திருந்தனர்.

சாப்பிட்டு முடித்து தூக்குவாளிகளை கழுவி கவிழ்த்து வைத்தனர். எப்பொழுதும் உருமச்சோறு தின்ற பிறகு, நீராவி மண்டபம் வரை நீந்திச் சென்று வருவது வழக்கமான ஒன்று. இம்முறை பாண்டியனும் முனுசாமியும் நீந்திச் சென்றனர். வவ்வால் புழுக்கையின் வீச்சத்தால் மண்டபம் நாறித் தொலைக்கிறது. பாசி படிந்திருந்த படிக்கட்டுகளில் கவனமாய் ஊன்றி மேலேறி மண்டபத்தினுள் சென்று மல்லாக்க படுத்துக் கொண்ட இவர்கள் விட்ட பெருமூச்சால், மண்டப பொந்துகளில் அடைந்திருந்த புறாக்கள் பயந்து போய் திசைக்கொன்றாய் பறந்தன. மூச்சை நன்றாக இழுத்துவிட்டு நீந்தியதால் உண்டான களைப்பை ஆத்திக்கொண்டனர்.

மண்டப உள்பக்கச் சுவரில் வரையப்பட்டிருக்கும் ஓவியத்தை பார்க்கத்தான் இவ்விடலைப்பயல்கள் வருகிறார்களென்று யாருக்குத் தெரியும்?

எந்தத்திசையிலிருந்து பார்த்தாலும் ஒரே நேர்க்கோட்டில் தெரியும், ஆண்—பெண் சேர்க்கையை வெவ்வேறு நிலைகளில் உயிரோட்டத்துடன் வரைந்துள்ள ஓவியனின் அபாரத்திறமையை எண்ணிப்பார்க்கும் போது கூடவே இது அவன் அனுபவங்களின் தொகுப்பாக இருக்குமோவென்று நினைக்கத்தோன்றுகிறது.

நீராவி மண்டபத்தினுள் பகுதியில் இப்படியொரு ஓவியம் இருப்பதையே முருகேசன் சொல்லித்தான் பாண்டியனுக்கும் முனுசாமிக்கும் தெரியும். 'ஓட்டக்கிண்ணி' பயல் புளுவுரான் என்று நினைத்தார்கள். வந்து பார்த்த பிறகுதான் உண்மையென்று உணர்ந்துகொண்டனர்.

ஆண்களும்—பெண்களும் சண்டையென்று வந்துவிட்டால், காது கூசும்படியான வசவு சொற்களையே ஒருவர் மீது ஒருவர் எறிந்து கொள்வார்களே! அந்த வார்த்தைகள்... உச்சரிக்க நீட்டி முழங்கும் ஒலிக்கூறுகள்... வார்த்தைகளையும் ஒலியையும் இணைக்கும் கண்ணியாய் உடல் அசைவுகள் யாவற்றையும் பொறுத்தி பார்த்து கற்பனையில் மூழ்கித் திளைத்த பயல்களுக்கு, வாழ்வின் அடித்தளமாய் அமையப்பெற்று உயிர்களின் தோற்றத்திற்கும் காலங்காலமெல்லாம் மனித இனமே அழிந்திடாமல் இருக்கவும் காரணியாய் இருக்கின்ற, உயிர்ச்சுளையின் ஊற்றான கலவி இன்பத்தை பிரதிபலிக்கும் ஓவியங்களையே பார்த்து பரவசமடைந்தனர்.

7

மாரியம்மன் கோவிலுக்கு வந்தான் பாண்டியன். இன்று அய்யா ஊரில் இல்லாததால் முனுசாமியும் வந்திருந்தான். பள்ளிக் கூடத்திற்கு மட்டம் போட்டதிற்கான காரணத்தை முருகேசனிடம் கேட்டான் பாண்டியன். ‘கருக்காயன்கொட்டா’ ஆறுமுகம் நாட்டாரின் அய்யா மண்டையைப் போட்டுவிட்டதால், எழவு சொல்லபோக ஆள்கூப்பிட்டு அனுப்பி இருந்தார் நாட்டாரு. முருகேசனின் அப்பாதான் அந்தவீட்டு பண்ணையாள். அவர் உடம்புக்கு முடியாமல் போய் கெவர்மன்ட் ஆஸ்பத்திரியில் இருப்பதால் தவிர்க்க முடியாமல், அவனம்மா இவனை எழவு சொல்ல போகச்சொல்லி விட்டதால், தட்ட முடியாமல்தான் இன்று பள்ளிக்கூடத்திற்கு வரமுடியவில்லை, என்ற காரணத்தை கதையைப்போல் கூறத்தொடங்கினான் முருகேசன்.

“ஒளிபாயி கடயில வாடவ சைக்கிள எடுத்துகிட்டு மொதல்ல தெக்கி அம்பாபூரு போனேன். அங்கெ என்னடான்னா வூட்ல யாருமில்ல, விசாரிச்சிக்கிட்டு கொல்லைக்கே பொயிட்டேன். தேடிகிட்டு போனா அந்தய்யா மோட்டாரு கொட்டாயில இருந்தாரு, அவருகிட்ட சேதிய சொல்லிபுட்டு கொடுத்த ஒரு ரூவாய பெறவு, அங்கெ ஒதைச்ச ஒதையில கட்டமட்ட கணக்கா வண்டி கிர்று கிர்றுண்ணு கத்திகிட்டே விக்கிரமங்கலம் போயிதான் நிண்ணுச்சி. மேலத்தெருவுல கடேசி வூடு அது, தெருவுல இத்துப்போன கெழங்கட்டைகளையும் நாயுவளை யும் தவிர ஒரு ஈக்குஞ்ச காணுல. இங்கியும் வூடு சாத்தி கெடக்கு. எங்கய்யா மேல வந்ததுப்பாரு கோவம், இந்தெ வம்மாளவோழியப்பாரு நேரங்காலந் தெரியாம காயலாபோயி

ஆசுபத்திரியில கெடக்குறான், இந்த நேரம் பாத்தா அந்தெ கெழ... மவன் மண்டைய போடுவான்னு... ஆத்திரத்த அடக்கிக்கிட்டு பின்னாலவாவது ஆளரவம் கேக்குதாண்ணு பாக்கப்போனேன்...”

“ஆராச்சும் இருந்தாங்களா?” முனுசாமிதான் ஆர்வமாய் கேட்டான்.

“ஏண்டா பின்கட்டுப்பக்கம் போனோம்னு ஆயிடுச்சி.”

“ஏன் வஞ்சாங்களாடா?” காளிமுத்துதான் உனுப்பாய் கேட்டான்.

“அடப்போடா அந்தெவூட்ல வஞ்சிருந்தாக்கூட பரவால்லியே! கண்டராவி...அதுவேணாம்டா

அதுவேற யேன்வாயால சொல்லணுமா?”

“சொல்லிபுட்டு சொல்லுலேண்ணா எப்படிடா... நாளைக்கு சித்தமல்லி கொட்டாயிக்கு கூட்டிகிட்டு போறேன் சொல்லுடா” காளிமுத்து பயதான், அங்கெ என்ன நடந்திருக்கும் என்ற ஆவலில் கெஞ்சினான்.

“கழுதைக்கு வாக்கப்பட்டாக்க ஒதவாங்கித்தானே ஆவுணும்னு எங்கப்பாயி மூச்சுக்கு முன்னூாரு தரம் சொல்லுரதபோல, எழவுசொல்ல வேற ஆளப்பாருங்கண்ணு சொல்லி இருக்கணும், கைச்செலவுக்கு ஆவுமேண்ணு போனது ஏம்பிசகுதானே! பின்னாலப்பக்கம் போனேனா பாத்தாக்க... அந்தவூட்டு ஆயி எத்தோதோண்டி பொம்பள அவ, அந்தப்பய என்னடான்னா அந்தாயி இடுப்பு ஒசரந்தான் இருப்பான் நம்ப ஊமக்கட்டாரு கணக்கா... குடியானிச்சி புத்தியப்பாரு புத்திய...”

“சொல்லிதான் தொலையேன்டா கிறுத்துருவ மசுரா பேசிக் கிட்டு கெழட்டுப்பய கணக்கா.” எரிச்சலெழ சத்தம்போட்டான் பாண்டியன்.

“பண்ணவேல பாக்குறவங்கூட அந்தாயி... அதுவும் பகல்ல... யேந்தலய கண்டதும் சீலைய சுருட்டிக்கிட்டு உள்ளே ஓடுறா அந்தப்பய என்னடா மூஞ்சமறச்சி வெச்சிருக்க குப்புறபடுத்து கிட்டான். ஏண்டா போனோம்னுட்டு நானும் முன்னால ஒடியாந்துட்டேன்...”

"ஒனக்கு கொஞ்சநாச்சும் அறிவு இருக்காடா எருமமாட்டெ ஓ...பயலே."

"ம்—மயிருடா வாசப்படியிலேயே எம்மாந்நேரம் நிக்கிறது... கூமா கூமாண்ணு கூப்பிட்டுக்கிட்டே இருக்கிறது... பயலுக்கும் செரிக்குக்கும் மதம் கண்ண மட்டுமல்ல காதையும் அடைச்சிடுச்சி போல...ரெண்டும் ஆளு வராங்கண்ணுக்கூட கவனிக்காம நாயிவுளாட்டும் கெடந்ததுக்கு நான் என்னடா பண்ணுவேன்."

"சரி சரி அப்புறமேலு எங்கெல்லாம் போனடா?" சீக்கிரமா சொல்லித்தொலைடா பயலே, என்பதைப்போல முனுசாமியின் குரலில் சலிப்பேறி இருந்தது.

"உருமமா வேற ஆயிடுச்சி பசின்னா பசி வயித்த வேறு சுருட்டி இழுக்குது, நம்ப ஒளிபாய் கடெ 'கள்ளிமட்டைய' வெரசா எப்படி மெரிக்க முடியும்? வேறவழி? நாளைக்கு எழுதி குடுத்த ஊருவள்ல ஒண்ணுரெண்டு உட்டுப்போச்சின்னா அந்தய்யா உட்டுடுவானா? கொட்டைய பிதிக்கிப்புடமாட்டான்—அதான்... வழியில ஒரு வூட்ல ஒரு சொம்பு தண்ணி வாங்கிக் குடிச்சிபுட்டு சாத்தம்பாடி, அரங்கோட்டை சீவரந்தான் வழியாக ஒவ்வொரு ஊரா சேதி சொல்லிக்கிட்டே தா.பழூவூரு போயி சேரும்போது இந்தா அந்தாண்ணு பொழுது சாஞ்சிக்கிட்டு இருந்தது. நல்ல களப்புக்கடையா பாத்து சூடா டீ போடச் சொல்லிட்டு பெஞ்சுல குந்திருந்தேன், கடக்காரன் கண்ணாடி கிளாசுல டீ குடுக்குற நேரம் பாத்தா நம்மூருக்காரன் வர்றது."

"யாருடா அது? வந்தா என்ன நீ பாட்டுக்கு குடிச்சிட்டு போவ வேண்டிதானே... ஒன்ன சுட்டா முழுங்கிடப்போறான்."

"ஒனக்கென்னடா ஈசியா சொல்லிப்புட்டே நாம் பட்ட அவமானம் எனக்கில்ல தெரியும், கடைக்கு வந்தோமா 'சுடு தண்ணியக்' குடிச்சோமா நல்ல வாத்தையா ரெண்டு வாத்தைய பேசிபுட்டு போவாம்னு இல்லாம, என்ன கேட்டான் தெரியுமா? 'பறமுறுவம் பேரந்தாண்டா நீயிங்குறான்'... நாயென்ன அவனூட்ல பண்ண வேலயா பாக்குறேன் ஒம்மாளவோழி..."

சொல்லிக்கொண்டிருக்கும் போதே முருகேசனுக்கு ஆத்திரம் கிளம்ப, குரலில் கடுமை ஏறியிருந்தது. பயல்கள்

பேசாமல் இருந்தார்களே தவிர சொல்லு... சொல்லு என்று நச்சரிக்கவில்லை. “நீ எந்தவூருய்யா? முறுவங்குறது யாருண்ணு? கேட்டேன், அந்தய்யா ஒருகணம் தெவிச்சிட்டாலும் அதெக்காட்டிக்காம ‘நீ வெம்மானூரு தருமன் மவென்தானே?’ என்றான், நான் இல்லண்ணு சொல்லிபுட்டு கடெக்காரங்கிட்ட எட்டணாவை கொடுத்துட்டு இருக்கும்போதே, “நில்லுடா எங்கெடாப் போற? இது ஒளிக்கட சைக்கிளுதாண்டா யேம் பொய்சொல்லுரே? குடியானவன் வாரானேன்னு ஒரு மட்டு மருவாத இல்லாம பெஞ்சில குந்திகிட்டு காலாட்டிக்கிட்டு இருக்க... பறப்புண்டைக்கு ரொம்பத்தான் கொழுப்பேறிப்போச்சா...'' அந்தாளுபாட்டிக்கே வைய ஆரம்பிச்சிட்டான். நானும் சும்மாயில்ல சைக்கிளுலேருந்து கைய எடுக்கலேன்னா நடக்குறதே வேற—ண்ணேன், அப்புறமேலு கடகாரருதான் ஓடிவந்து அந்தாள வஞ்சிபுட்டு என்னெ போவச் சொன்னாரு. அந்த கெழக்கூதிமவன் வேட்டிய அடுப்பல வெச்சால எரிய ரெண்டுமணி நேரமாவும், அவென் என்ன டான்ன ஊருவிட்டு ஊரு—டவுனு கடயிலபோயி கிளாசுல வாங்கி டீ குடிச்சதுல நொட்டிகிட்டு பொயிடுச்சாம்.”

மேல்மூச்சு கீழ்மூச்சு வாங்க சொல்லி முடித்தான். எழவு சொல்ல போனதுக்கு சில்லரையா எட்டு ரூபா தேறியிருந்தது என்றும், அதில் டீ செலவு போவ மீதிய அப்படியே கொண்டாந்து அம்மாக்கிட்ட கொடுத்திட்டேன் என்றும், முருகேசன் சொல்லிக்கொண்டிருக்கும் போதே ‘திருப்புக்காலு’ தான் முதலில் கொட்டாவி விட்டான். ‘ஒட்டுவார் ஒட்டியைப் போல’ மற்றவர்களும் வாயைப்பிளந்து ‘ஆவ் ஆவிண்ணானுங்க...’ உடையார்பாளையத்திலுள்ள பள்ளிக்கூடத்திற்கு நடந்தே போய்வந்தது, இருபத்தஞ்சி மையிலுக்கும் மேலாக சைக்கிள் மிதித்தது எல்லாம் சேர்ந்து ஆளுக்கொரு மூலையில் சுருட்டிக்கொண்டு தூங்க வைத்தது; உடல்அசதி.

காளிமுத்துவும் பெருமாளும் ஆடு மேய்த்து கொண்டு நிக்கிறானுங்க நல்லா ஆளுயரத்திற்கு விளைந்து நிற்கிறது சோளப்பயிர். ஊடுபயிராக போட்டுள்ள தட்டைப்பயிரை உருவி உருவி இருவரும் தின்கின்றனர். ஆடுகளும் பயிர் பச்சையைக் கண்டதும் தலையைக்கூட தூக்காமல் மேயத்தொடங்கின. கொல்லைக்கார ஆள் யாராவது வருகிறாராவென்று பெரிய புளிய மரத்தில் ஏறிப் பார்த்துவிட்டு

வந்து, நல்லா விளைந்து நெடுநெடுவென்று நிற்கின்ற சோளத்தட்டைகளை வெட்டுகிறார்கள். அந்த நேரம் பார்த்து ஊரில் பெரிய பணக்காரரான பெரியசாமியின் மகள் சித்ரா கொல்லை படவாசலை திறந்துகொண்டு உள்ளே வந்தவள், திருட்டுத்தனமாக சோளத்தட்டையை வெட்டுகின்ற பெருமாளுவின் உச்சிமுடியை உலுக்கிக்கொண்டே வையிறா, காளிமுத்துவுக்கு என்ன செய்யிரதுண்ணே தெரியில, தீடீரென பெருமாளு பய அவள கட்டிப்பிடிச்சுகிட்டு முகத்தோடு முகத்தவெச்சி அவளின் இதழ்களை கவ்வி உறிஞ்சுகின்றான். சிறிது நேரம் கழித்து இருவரும் கீழே கிடந்து உருளூராங்க... இவன் என்னடாண்ணா உத்து... உத்தூ பாக்குறான். எவ்வளவு நாழிதான் பார்த்துகிட்டு நின்றிருப்பானோ தெரியில, பின்னிக்கிடந்த இரண்டுஜோடி கால்களும் மெல்ல... மெல்ல... வாலா உருமாறிக்கொண்டிருந்தது. பார்த்துகொண்டே நின்ற காளிமுத்துவுக்குள் பயம் துளைத்து செல்ல வியர்வை வழிய ஆரம்பித்தது. பின்னும் சிறிது நேரத்திற்கெல்லாம் உடம்பும் பாம்பா மாறிப்போயிருந்தது. ஆனால் பிணையலை மட்டும் விடவில்லை. வெட்டி வைத்திருந்த தட்டைகளை எல்லாம் அப்படியே போட்டுவிட்டு வெளியே ஓடுரான் காளிமுத்து. இவன் ஓடிப்போய் வேலியை தாண்டுவதற்குள், இரண்டு தலைகளும் சொல்லிவைத்தது போல பாம்பு தலைகளாக மாறியிருந்தன. இப்பொழுது அதுகள் இவனை விட்டுவிட்டு அப்பொழுதுதான் உள்ளே நுழைத்த பெரியசாமி படையாட்சியை பாத்திடுச்சி, உக்கிரமாக பார்க்கும் அதன் விழிகளில் ஒருநூறு வருஷத்து கோபம் தீயாகக்கிளம்பி பொறி வெளியில் தெறிக்க, பார்த்துக்கொண்டே இருந்தது. பயந்து நடுநடுங்கி பெரியசாமி ஓடுராறு; தெருவைப்பார்க்க தாத்தாவோட தாத்தா காலத்திலிருந்தே பாம்புகளைக் கண்டால் மனுஷ பயல்களுக்கு ஏன் ஆகாமப்போவுது? அதைக் கொல்ல கழிய தூக்குறானுங்க. அந்த கோபத்தைத்தான் தலைமுறை தலைமுறையா 'கொரட்டில்' அடக்கி வைத்திருந்ததை, இந்த மனிதர்களை கொத்தி கொல்லுரது மூலமாக பழி தீர்த்து கொள்ள போவுதோ? அலறிகொண்டே ஓடினார். அவர் அகப்படாததும் பிணையில விட்டுபுட்டு றெக்கைகள விரிச்சப்படியே ரெண்டு பாம்புகளும் இப்பொழுது காளிமுத்துவை துரத்த தொடங்கிடுச்சி. "பாம்பு தொரத்துது... பாம்பு தொரத்துது ஓ! சனங்களா காப்பத்துங்க என்னெ பாம்பு தொரத்துது..." கத்திக்கொண்டே வேகம் பிடித்தான், ரெண்டும் சேர்ந்து நாக்கை ஒரு சுழற்று சுழற்றிவிட்டு

ஓடும் இவன்மீது விஷத்தைத் துப்பியது, கோலிக்குண்டு சைசிலுள்ள விஷம் உருண்டு வந்து இவனின் விரலில் பட்டு உடைந்ததும், வலி சுரீரென தைக்க "அய்யோ அம்மா..." என்று அலறிக்கொண்டே எழுந்தான் காளிமுத்து. கால்வாசி துண்டு எரிந்து போயிருந்தது. எவனோ புகைத்து விட்டு அணைக்காமல் போட்டிருந்த துண்டு பீடியால் தீப்பற்றி இருக்கிறது. நெருப்பு சுட்டபிறகுதான் எழுந்திருக்கிறான். இதுவரை கண்டதெல்லாம் கனவா? அவனால் நம்பவே முடியவில்லை. எரிந்துபோன துண்டையே வெறித்து பார்த்துக்கொண்டிருந்தான்.

8

வெயில் விறுவிறுவென்று ஏறிக்கொண்டிருந்தது. பீக்கருவை மரத்தில் கொத்துக்கொத்தாய் தொங்கும் பழுத்துப்போயிருந்த நெற்றுக்களாய்ப் பார்த்து அலவாங்கால் அறுத்தறுத்து ஆடுகளுக்கு போட்டுக் கொண்டிருந்தாள்; பொன்னரும்பு. காலையில ஆடோட்டிகிட்டு வரும்போதே சொல்லிவிட்டுத் தான் வந்திருந்தாள்; 'வடைகடையான்பாழுக்கு' போவதாக. இளவெயில் கிச்சுகிச்சு மூட்டிக் கொண்டிருந்தபோது ஆடோட்டிக்கொண்டு வந்தது, இம்மாஞ்நாழியாவுது இன்னமும் அந்தெ 'கட்டெ சாண்டக்குடிக்கிய காணலியே' பதைபதைப்போடு இருந்தாள். நுற்றுக்கணக்கான முறை வாரியையும், வாய்க்காலையும், காடு கரைகளையும் ஓடை ஓடைப்பையும் பார்த்த பிறகும், உடம்பு தளர்ந்து போயிருந்தாலும், தின்ன ஊட்டமும், கொண்ட நெனப்பும் இன்னும் தன்னை குமரியாகவே எண்ண வைத்தது.

சுருவாட்டை தாண்டியவுடனே வரும் வாரியின் முனையிலேயே ஒரு ஒழுங்கைப் பிரித்து கிழக்கோமா பிரிகிறது. அந்த பாதை நெடுகிலும் இருபுறமும் ஆளுயரத்திற்கு பசுமையாக வளர்ந்து நிற்கும் பால்கள்ளிகளை இணைக்கும் கண்ணிகளாக பிலித்தொரடி முள்ளாங்குத்துக்கும் இடையிடையே கம்பீரமாய் வட்ட இலைகளையே காயாகவும் கவசமாகவும் வளர்த்துக்கொண்டு நிற்கும் சப்பாத்திக் கள்ளிகள். வசீகரமான அதன் மஞ்சள்நிறப் பூவில் எப்பொழுதும் வண்டுகள் உள்நுழைந்து உறங்கிக்கொண்டே இருக்கும். அந்த ஒழுங்கையின் வழியாகவே போனால் மூன்றுக்காணி விஸ்தாரத்திற்கு தைல மரத்தோப்பு பரந்து

விரிந்து செயற்கையான காடாய் அவதாரமெடுத்திருக்கும். இது கோவிந்தசாமி படையாச்சி மகன் பழனிமுத்துக்கு சொந்தமானது. இந்தத் தோப்பில் யாரு வேண்டுமானலும் ஆடு—மாடுகள் மேய்க்கலாம். கோழிக்கூடைகள் பின்னுவதற்கு தோதான ஆரசுபதி சிம்புகளை கழித்துக் கொள்ளலாம், இன்னும் சொல்லப்போனால் பறையஞ் சக்கிலிகள் யாராக இருந்தாலும் மரங்களை வெட்டி அழித்து விடாமல் படுத்து உறங்கலாம், கௌதாரிகளைப் பிடிக்க கண்ணி வைக்கலாம், முயல் வேட்டையாடலாம் பழனிமுத்து தடைசொன்னதே இல்லை. காட்டுஉயிர்கள் மறைந்துவாழ இடங்கொடுக்கும் இதே காடுதான், கள்ள உறவுக்கும் தோதான இடமாக இருந்து பாதுகாக்கிறது. தோப்பை சுற்றிலும், வன்னி, வேம்பு, உசிலை அழிஞ்சில் என்று வகைவகையான மரங்களாக வளர்ந்து விரிந்த தன் கிளைகளாலும் தழைத்திருக்கும் இலைகளாலும் அரணாக இருந்து காவல் காக்கிறது. அடைமழைக் காலங்களில்கூட ஏதேனும் ஒரு ஜோடி ஆரசுபதி தோப்பிற்குள் சர்ப்பங்களைப்போல பிணையலோடு கிடப்பார்கள்.

இன்று பருக்கலாவைத் தவிர வேறு யாரும் ஆடோட்டிக்கொண்டு வராதது ஆறுதலாய் இருந்தது. ஆடுகளெல்லாம் மண்டிக்கிடக்கும் புல்பூண்டுகளை மேய்ந்து கொண்டிருந்தன. தோப்பின் நடுவே வளர்ந்திருந்த நுணா மரத்தின் கீழே துண்டை விரித்து படுத்தாள். இவளைவிட்டு எந்த ஆடுகளும் வெளியே போய்விடாது என்பதால்தான், எந்தவொரு ஆட்டையும் முட்டி கட்டாமல் மேயவிட்டிருந்தாள். ஒவ்வொன்றிக்கும் ஒவ்வொரு பெயர் வைத்துள்ளாள். பெயரைச்சொல்லி இருந்த இடத்திலிருந்தே ஒரு அதட்டுப் போட்டாளென்றால் போதும், குரலின் அதட்டில் அடங்கிப்போய் வெளியே ஓடாமல் மேயும் இடத்திற்கே திரும்பிவிடும். இப்படி குழந்தைகளைப்போல ஆசைஆசையாய் வளர்க்கின்ற ஆடுகளைத்தான் வியாபாரிகளிடம் விற்கும் போது, அந்த இழப்பைத் தாங்க முடியாமல் பிரிவின் துயரால் உருகுவாள், தனக்குத்தானே அதன் பெயரைக் கூப்பிட்டு கண்ணீர் வழிய தனியாகக் கிடந்து பிதற்றுவாள். விற்ற நாளில் சோறு தண்ணி எதுவும் உள்ளிறங்காது. பதிலாக ஒரு குட்டியை பிடித்து வந்தோ இல்லை இருக்கின்ற இளங்குட்டிக்கோ விற்றதின் பெயரை வைத்து அழைக்கும் போதுதான் பெறுகிய துயரம் சிறிது சிறிதாக வடியும். இயல்பு நிலைக்கு மனம்திரும்பும்.

எல்லோருக்கும் வாய்ப்பட்டியாகவும் கெடாப்பயல்களுக்கு திமிர்க்காரியாகவும் தெரியும் பருக்கலாவின் உள்மனம் குழந்தையைப் போன்று கள்ளங் கபடமில்லதாது, ஈரம் நிறைந்தது என்று அவளோடு நெருங்கிப்பழகும் உள்ளங்களுக்கு மட்டுமே தாமதமானாலும் புரிந்து கொள்ளும்படி அவளின் நடவடிக்கைகள் உணர்த்திவிடும்.

காலையில புளிச்ச கம்மஞ்சோற்றுருண்டையை கரைத்து குடித்துவிட்டு வந்தது, துண்டை விரித்துப் போட்டு படுத்ததுதான் தெரியும் மறுகணமே தூக்கம் சுழட்டி இழுத்து தனக்குள் வைத்துக் கொண்டது. யாரோ கூப்பிடுவது கிணற்றுக்குள்ளிருந்து கேட்பது போலிருக்கவே திடுக்கிட்டு முழித்துக் கொண்டாள். தன்னுடைய காரை படிந்த பல் வெளித் தெரிய மூத்திரம் குடிக்க அலையும் கெடாவைப்போல இளித்தபடி நின்றான் ஊமக்கட்டாரு.

“எம்மாந்நாழிடா ஆவுரது யேஞ்சாண்டக்குடிக்கி...” அவனை பொய்க்கோபத்தோடு வைதாள். தன்னால் உடனே வரமுடியாததிற்கான காரணத்தை தன்னுடைய பிரத்தியேகமான ஜாடை மொழியில் விளக்கிக் கொண்டிருந்தவனின் வேட்டியைப் பிடித்திழுத்து குந்த வைத்தாள். இழுத்த வேகத்தில் கீழே விழப் போனவனை தன்னுடைய இடதுகாலை நீட்டி தேக்கிக் கொண்டாள். நாய்க் குந்தலாய் அமர்ந்தவனின் தோளை அழுத்தி தரையில் சப்பென்று குந்த வைத்தாள்.

“இதுக்கு முன்னே நீ போயிருக்கியா?”

இல்லை என்பதிற்கு உதட்டைப் பிதுக்கிக் காட்டி விட்டு சிரித்தான். படபடப்புடனும் வெட்கத்துடனும் தலையைக் குனிந்தபடியே இருந்தவனை அவனுக்கு புரியும் படியாய் விரல்களாலும் கண்களாலும் ஜாடையால் பேசி இயல்பு நிலைக்கு கொண்டுவர முயற்சித்து கொண்டிருந்தாள். அவனுடைய பிரச்சனைகள் ஆசைகள் யாவற்றையும் பேசியே புரிந்து கொண்டதோடு அவனுக்கு புரியும்படி ஆறுதலாகவும் பேசிவிட்டு, நான்கு மூலையிலும் பார்வையை சுழல விட்டாள். ஆடுகளையும் குருவிகளையும் தவிர மனித சஞ் சாரமின்றி காடு அமைதியாகவே இருந்தது. கௌதாரிகளின் ஆனந்தக்குரலாக அதன் ‘கேக்கலிக்கம்‘ பாடல் காடெங்கும் நிரம்பி வழிந்துகொண்டிருந்தது. அவனை இழுத்துக்கொண்டு

தோப்பின் சனி மூலைக்குப் போனாள், அங்கு தான் காரையும் சூரையும் புதராய் வளர்ந்து மறைவாளம் கட்டியிருக்க, ஆள் உள்ளே நுழைந்து விட்டால் நெருங்கி வந்து பார்த்தால்கூட தெரியாத இருட்டான பகுதியாய் இருந்தது. தன்னுடைய துண்டையும் அதன்மேலே சேலையையும் அவிழ்த்து போட்டு விரிப்பாக்கினாள். இனந்தெரியாத பயம் அவனை ஆட்டிப்படைத்து கொண்டிருந்தது. கைத்தேர்த்த வித்தைக்காரனின் சொல்படி நடக்கும் விலங்காகி இருந்தான் கட்டாரு. அடங்காத பசியோடு முப்பதாண்டுகளுக்கும் மேலாக 'தொன்னாந்து' கிடந்த ஒரு உடம்பிற்கு அதன் பிறப்பின் பயனை..., 'தன்னையே' கொடுத்ததின் மூலம் அறிய வைத்துக்கொண்டிருந்தாள் பொன்னரும்பாகி போயிருந்த பருக்கலா.

9

அறுப்புக்கு கிளம்பிய காத்தமுத்து மகனிடம் பேசத்தொடங்கினார்: "எலேய் பெரியவனே இன்னைக்கு பள்ளிக்கூடம் லீவு தானே இன்னைக்குமட்டும் ஆட்ட ஓட்டிக்கிட்டுப் போய்யா..."

"பப்ளிக் எக்ஸாமுக்கு நான் படிக்க வேணாமய்யா..."

"அதுக்குதான் இன்னும் ரெண்டு மாசம் இருக்கேடா... இன்னைக்கு மட்டுமாவது ஓட்டிக்கிட்டு போயேண்டா." கெஞ்சுவதைப்போல கூறினார். சரியென்று தலையாட்டினான் ரவி.

பெரிய பத்து பாசாகி இன்ஸ்பெக்டராகணும் கனவோடு இருந்தவர்தான் காத்தமுத்து. அப்போதெல்லாம் சுற்று வட்டாரத்தில் அரியோம்னு எங்காவது ஒரு பெரிய ஊருலதான் திண்ணைப் பள்ளிக்கூடம் இருந்தது. அதிலும் சேரிக்காரப் பிள்ளைகளை சேர்க்க இயலாத ஒன்றாகவே இருந்திருக்கிறது. குடித்தெருவிலுள்ள நாட்டாண்மைகளும்—கர்ணம், மணியகாரும் கணக்கு பிள்ளையும் காணிகாணியாய் நிலம் நீச்சுள்ள மிராசுதாரர்களும் போனால் போகட்டுமென்று ஒத்துக்கொண்டால் திண்ணைப் பள்ளிக்கூடத்திலேயே சேர்த்துக்கொள்வார்கள். அதுவும் கோவணத்துடன் போகும் பிள்ளைகள் தூரத்தில் தரையில்தான் குந்தவேண்டும். சக மாணவர்களோ ஆசிரியர்களை தொட்டு பேசக்கூடமாட்டார்கள். அதுபோன்றதொரு நிலையில்தான் காத்துமுத்து பள்ளிக்கூடம் போகத் தொடங்கி உயர்கல்வி பயில உடையார் பாளையத்திலுள்ள மன்ற உயர்நிலை

பள்ளியில்தான் சேர்த்து விட்டார் பெரியதமுரு. மகனின் படிப்புக்காக வாத்தியார்களின் வீடுகளுக்கு விறகு வெட்டி போட்டிருக்கிறார், போகும் போதெல்லாம் கோழி முயல் என்று கிடப்பதை எல்லாம் கொண்டு போய் கொடுத்திருக்கிறார்,.

ஒத்தைக்கு ஒரு மகனை எப்படியாவது மேல்படிப்பு படிக்க வைக்க வேண்டுமென்று கிழவர் ரொம்பதான் பிரயத்தனம்பட்டார். உள்ளூரில் படித்து முடிப்பதற்குள் பங்காளிகளெல்லாம் பிடுங்கித் தின்றார்கள்; இரண்டு மூட்டை வரவுக்கோ இல்லை கம்புக்கோ பண்ண வேலைக்கு விடலாமென்று. ஒரே ஆறுதல், நாட்டு வைத்தியத்தால் இரண்டு கால்களும் சரியாகி நடக்கவாவது முடிகிறது என்பதே! ஊர்தெரு ஆண்டைமார்களும் மாடுமேய்க்க யேவூட்டுக்கு அனுப்பு யேவூட்டுக்கு அனுப்புண்ணு, நச்சரிக்கத் தொடங்கினார்கள். கேட்டவர்களிடமெல்லாம் 'அனுப்புறேன் சாமி'—'சரிங்க ஆண்டே' என்று ஒப்புக்கு தலையாட்டிவிட்டு மேக்கொண்டு படிக்கவைக்க பாளையத்துக்கு அனுப்பி வைத்தார் சாமிநாதன். ஏழாவதுக்கு பாஸாகி வந்து முழுசாக ஒரு மாதம் முடியங்காட்டியும் 'பச்சவாசன்னி' வந்து இரண்டு காலுமே நடக்க முடியாம பொயிடுச்சி காத்தமுத்துவுக்கு. மகனை தோளில் தூக்கிக்கொண்டு பெரியவர் போகாத ஊரில்லை, செய்யாத வைத்தியமில்லை. முகூர்த்த காலங்களில் கோவில்மேளமும் மற்ற காரியங்களில் பெரிய தமுரும் வாசித்து நிலம் வாங்க 'சம்பாத்தியம் செய்து சேத்து வைத்திருந்த பணமெல்லாம் மகனின் வைத்திய செலவிற்கே சரியாய் பொயிடுச்சி. இப்படியே அலைஞ்சி வைத்தியம் பாத்ததில பணமும் கரைஞ்சிடுச்சி இரண்டு வருஷமும் பொயிடுச்சி. இதுவரைக்கும் படிச்சதே போதுமென அப்பனும் ஆயியும் சொல்லியது சரியெனப்படவே, காத்தமுத்துவுக்கும் படிக்கும் ஆர்வம் இல்லாமல் போய் விட்டதால், மேற்கொண்டு படிக்காமல் வீட்டுலேயே இருந்து கொண்டு விவசாய வேலை என்றும் கூலி வேலையென்றும் பார்க்க ஆரம்பித்து விட்டார். தன்னால் படிக்க முடியாமல் போனதை தன் மகனாவது படித்து, ஈடேறாமல் போன தன்னுடைய ஆசையை நிறைவேற்றுவான் என்ற நம்பிக்கையோடு இருக்கிறார் காத்தமுத்து. இன்றோடு சரி, இனிமேல் பரிட்சை முடிகின்ற வரை மகனை தொந்தரவு பண்ணக்கூடாதென்று மனதிற்குள் நினைத்துகொண்டார். இருக்கின்ற இரண்டு காணி கொல்லையில விவசாயம் பார்க்கவே முடியல, வீட்டின்

தேவைகளை பூர்த்தி செய்ய உதவியாய் இருக்கு மென்று வெளிவேலைக்கு போய்க்கொண்டுதான் இருக்கிறார்கள் காத்தமுத்துவும் அவர் மனைவியும்.

ரவியோடு பெருமாள் மட்டுமே ஆடோட்டிக் கொண்டு வந்தான். இருவரும் வடக்கிக் காட்டுக்கு ஓட்டிக் கொண்டு போனார்கள். தங்கவேலு நேற்று பொசாய பொழுதிலேயே கிளம்பி அவனுடைய அக்கா வீட்டிற்கு சென்று விட்டான். காளிமுத்துவும் முனுசாமியும் சேர்ந்து கொண்டு நெல்லறுக்க சுத்தமல்லிக்கு போய் விட்டனர். முத்துக்கண்ணு பயல் ஊமக்கட்டாரோடு தெற்கிக் காட்டுப்பக்கம் ஆடு மேய்த்து கொண்டிருக்கிறான். முருகேசனும் அவனய்யாவோடு குடித்தெருவுக்கு சென்று விடவே, அய்யாக்கண்ணு மகன் மட்டுமே ரவிக்கு துணையாக ஆடு மேய்த்து கொண்டிருக்கிறான்.

பூச்சிமவன் தரிசில் ஆடுகளை மேயவிட்டு விட்டு இருவருமே உசிலை மரத்தினடியில் அமர்ந்து கொண்டனர். மழைக்காலத்தில் நன்றாக வேரோடிப் போயிருந்த புல்லை ஆடுகளெல்லாம், மேய்ந்து கொண்டிருந்தன. வரகு தெளித்திருந்த நிலமிது, என்பதிற்கு அடையாளமாக அறுபட்டு மீதமிருந்த அடிக்கட்டைகளெல்லாம் மூன்றங்குல நீளத்தில் வானத்தை பார்த்து இளித்துக் கொண்டிருந்தன. பேசிக்கொண்டிருக்கும் போதே சர்க்காருகேணி ரோட்டில் ராஜமாணிக்கம் போய்க் கொண்டிருப்பதை கவனித்து விட்ட பெருமாள் ரவியிடம் சொன்னான் “ரவி ஓந்தம்பிய அடிச்ச ராஜமாணிக்கம் பய போயிக்கிட்டு இருக்கான் பாரு...” சொன்னதுதான் தெரியும், “ஆட்டப் பாத்துக்கடா பெருமாளு தோ வந்துடுறேன்.” கைலியை மடித்துக்கொண்டே கொல்லையிலிருந்து கீழே இறங்கி, ஓரே ஓட்டமாய் ஓடினான் ரவி. வேக்வேக்கென்று முன்னால் போய்க் கொண்டிருந்தவனை, “எலேய் ராஜமாணிக்கம்“ சத்தமாய் கூப்பிட்டான். போய்க் கொண்டிருந்தவன் நின்று திரும்பிப் பார்த்து கையை ஆட்டி “என்னடா?” வென்றான். “நில்லுடா... நில்லுடாங்குறேன்ல...” தன்னையும் ஒரு சேரிக்காரன் ‘டா’ போட்டுக் கூப்பிடுறானே என்ற ஆத்திரத்தில் ஓடி வருகின்றவனை முறைப்போடு பார்த்துக்கொண்டே நின்றான் ராஜமாணிக்கம்.

“என்னடா ரவி குடியானப் புள்ளெங்கிற மட்டு மருவாத யில்லாம ‘டா’ போட்டு பேசுரே?”

“ஆமா... ன் யேந்தம்பிய பள்ளியோடத்துல அடிச்சியாமே... அப்புடியென்ன ஓங்கிட்ட வம்பிழுத்தான்?”

“நாயேன்டா ஓந்தம்பிய போயி அடிக்கிறேன்? ஓந்தம்பிதான் குடித்தெரு புள்ளைங்க வரிசையில போயி நின்னான். இங்க ஏண்டா நிக்கிறே வாத்தியாரு பாத்தா வைவாருடா போயி சேரிப்புள்ளைங்க வரிசையில போயி நில்லுடாண்ணுதான் இழுத்து உட்டேன். இதுல என்ன தப்பு?”

“அதுக்கு... அவெனப் போயி அடிக்கிறதா?”

“யாருடா அவென அடிச்சிது, எடாச்சிகிட்டு நிக்கிறானேன்னு சட்டைய புடுச்சுதான் இழுத்துவுட்டு போடான்னேன் நீயி என்னடான்னா அவென் சொன்னத வெச்சிக்கிட்டு அடிச்சேன் அடிச்சேங்குர.”

“நீ அடிக்காம சொல்ல அவனுக்கு என்ன கிறுக்கா புடிச்சிருக்கு, ஆமாா...ம் நீங்கெல்லாம் படிக்கத்தான் போரீங்களா இல்லெ பறையன் படாச்சின்னுகிட்டு சண்டே போட்டுக்க போறீங்களா? குடியானப்புள்ளே வரிச பறப்புள்ள வரிசன்னு சொல்ல அவன் ஆர்றா சாரு...மோரு யெங்கட மயிரு... வாத்தியாரோட புத்தியப் பாரு... இனிமேப்பட்டு யேந்தம்பிய சாதிய இழுத்து பேசினே அடிச்சேன்னு கேள்விபட்டேன், வம்பாப்புண்டே அப்புறம் நடக்குறதே வேற?”

“நான் ஒத்தையில இருக்குறேன்னு தான்டா நீ வம்பிழுக்குறே”.

“டேய் ஒத்தையில என்னடா நொத்தையிலண்ணு சொல்லுரே போயி அஞ்சாரு பேரதான் கூட்டிக்கிட்டுதான் வாயேன்டா எனக்கென்னடா பயம்.”

“இருக்கட்டும்டா... இருக்கட்டும்...” முறைப்புடனே சொன்னான் ராஜமாணிக்கம்.

“போடாங்குறேன்ல போடா என்னெ இருக்கட்டும் நீயென்ன ஒரு புண்டாம்மாவனும் ஒரு மயிரும் புடுங்கமுடியாது...” அதற்குள் ஆடு துவரங்கொல்லைக்கு போவதாக வரச்சொல்லி குரல் கொடுத்தான் பெருமாள். ரவி அந்த இடத்தை விட்டு திரும்பிய பிறகும் அதே இடத்தில் ரவியை பார்த்த படியே நின்றான் ராஜமாணிக்கம். அவனுள் எழுந்திருந்த ஆத்திரம் கண்ணீராய் திரண்டு விழிப் படத்தை மறைத்தது.

பூச்சிமவன் கொல்லையைச் சுற்றி மேய்ந்ததே போதுமென்று ஆடுகளை வளைத்து ஓட்டிக் கொண்டு வந்தார்கள் ரவியும் பெருமாளும்.

"அப்படி நீ அவென மரிச்சி பேசியிருக்கக்கூடாதுடா."

"ஏன் என்னா எம்மயிருக்கு பயப்படுணுங்குரே, அதுலாம் நம்ப தாத்தா காலம்டா... பயந்து பயந்துகிட்டு கும்புடும் போட்ட தெல்லா இனிமேல் பட்டு நடக்காதுங்குறேன்."

"அதுக்கில்ல ரவி நடந்தத அந்தப்பய போயி அவனய்யாக்கிட்ட சொன்னானு வெய்யி, அந்தய்யா வேற கோவக்காரனாச்சே அதான்."

"வம்பிழுத்தது நானு, நானே என்ன ஆனாலும் ஆவட்டும்னு தைரியமா இருக்கேன், நீ எதுக்குடா பயப்படுற?"

"என்னுமோப்பா எம்மனசுல பட்டத சொல்லிபுட்டேன், கால சுத்துன பாம்பு கடிக்காம உடாதுண்ணு சொல்லுவாங்க..."

"அப்படியே செவுள்ல விட்டேனு வையி இந்தக் காதுல விட்டாக்க அந்தக்காது ஏண்ணு கேக்கும்... நம்பத்தெரு ஆளுவளப்போலத்தானே நீயும் பேசுர தொடநடுங்கிப்பயலா..."

"ஒனக்கு ரொம்பத்தான் தைரியம், நான் வாயமூடிக்குறேம்பா அந்தய்யா நீயும் தாண்டா கூடயிருந்தேன்னு கேட்டாருன்னு வெய்யி.., 'அய்யா—சாமீ அண்ணைக்கு நான் ஆடோட்டிகிட்டே போவுலீங்க'—ன்னு டப்புன்னு காலுல உழுந்துடுவேன்." ரவியை சீண்டும் விதமாய் கேலியாய் பேசிக்காட்டினான்.

"ஒய்யாவும் இப்படித்தான்டா எதிரில குடியானவன பாத்தாருண்ணா கட்டியிருக்கிற முட்டிக்காலுவர உள்ள வேட்டியக்கூட மேலத் தூக்கி உட்டுட்டு குண்டியையும் கோவணத்தையும் வெளியக் காட்டிகிட்டு சும்மாட்டு துண்டெ அவுத்து கமுக்கட்டுல வெச்சிகிட்டு, சாமீண்ணு குனிஞ்சி கும்புடுவாரே... நீயும் அவருமாரிதான் இருப்பே."

"நான் கிண்டலுக்கில்லை சொன்னேன் அதுக்காக நீ என்டான்னா ரொம்பதான் பயித்தாரம் பண்ணுறியே..."

"டேய்...டேய் நாம் மட்டுமென்ன குத்திக்காட்டணும்னா சொன்னேன், எப்பன், ஒப்பன் யேந்தாத்தா ஓந்தாத்தா

எல்லாருந்தாண்டா முதுவெலும்பே இல்லாத மனுஷங்களா இருக்கானுங்க.., நாமளும் அதுப்போல இருக்கப்படாதின்னுதான் அவென மரிச்சிவெச்சி கேட்டேன், இப்பவே நாம குனிய ஆரம்பிச்சோம்னு வெய்யி, அப்புறம் எந்திரிக்கவே உடமாட்டானுவ... அவுனுங்க கொணமே அப்படித்தான் நாமளாவது அதமாத்த வேணாமா?"

ரவியின் அடிமனதில் தேங்கியிருந்த அவமானம் வேதனை எல்லாம் சேர்ந்து கோபமாய் வெளியேறியதில், பேசிய வார்த்தைகளில் பொதிந்திருந்த உண்மை பெருமாளை யோசிக்க வைத்ததோடு, ஆமாமென்றும் ஒத்துக்கொள்ள செய்தது.

படவாசலைத் திறந்து உள்ளே ஓட்டிக்கொண்டு போனான் ரவி. தன் வீட்டைப் பார்க்க ஓட்டிக் கொண்டு போன பெருமாளின் மனதில், 'நாம எதுல கொறைஞ்சி பொயிட்டோம் அந்த யேன் வம்மாள ஒழிங்க எதுக்கொடுத்தாலும் எதுக்கு சாதிய இழுத்து வைய்யணும்? ரவி இப்படி பெரிய மனுஷன் கணக்கா பேசுறானே, நம்பாளுங்களும் வயிறு ரொம்ப சோறு கெடச்சா போரும்னுட்டு அவனுங்க வூடுவளுக்கு போயி சோறு வாங்குறதுதான் பெரிய கொறையாபடுது. வர்ற வருஷ பொங்கமுட்டுக்கு சோறெடுக்க அய்யா கிளம்பினாருன்னா சண்டெ இழுத்துட வேண்டியதுதான், தொன்னனக்கி நாயா இருக்கிறதுதாலதான் அவுனுங்களும் சூத்துலேயே ஒதைக்கிறானுங்க...' இதையொட்டியே அவனது எண்ணங்கள் சுற்றிச்சுழன்று கொண்டிருந்தன. இதுபோல சமயம் கிடைக்கும் போதெல்லாம் தெருப்பையன்களிடம் ஒவ்வொரு சம்பவமாய் சொல்லிச்சொல்லி கிளறிவிட்டபடிதான் இருந்தான் ரவி.

"அஞ்சல கூலி எவ்வளவு?" திண்ணையில் சாய்ந்தபடியே கேட்டார் பெரியசாமி ஆண்டே. அஞ்சலையுடன் நான்கு தெருப் பெண்களும் நின்று கொண்ருந்தனர். இரண்டு வாரங்களாக கூலி வாங்காமல் வேலை செய்திருக்கிறோமென்று மீண்டும் நினைவூட்டினாள். பெரியசாமியின் காலடியில் அமர்ந்திருந்த குடித்தெரு நாவிதன் தங்கராசுதான் கேட்டார்.

"கலியம் பொண்டாட்டி நீக்கூடவா கூலிவாங்காம இருந்த? அவர் கேள்வியின் உள்ளர்த்தத்தை புரிந்து கொண்டு படீரென கோபப்பட்ட பெரியசாமி, "என்னடா தங்கராசு கிருத்துருவ மசுரா பேசுற? அவமட்டு மென்னடா காணியாச்சிக்காரியா

வேலதலப்பிலேயே போயி கொட்டிக் கொடுக்கிறதுக்கு, ஒனக்கு ஜோலிமாலியா இருந்தா கெளம்புடா.”

“என்னா படாச்சி சொல்லிபுட்டேன் இப்படி கோவிச்சிக்கிறே,”

“பின்ன என்னடா பத்து நாளா தெக்கால கொல்லியில மோட்டாரு போடுற கவலையில இருந்துட்டேன், அதான் கூலிக்கொடுக்க முடியாம பொயிடுச்சி நீ என்னடான்னா நொணநிண்டி பேச்சா பேசுர, கெவுருமண்டுகாரனே மாசத்துக்கு ஒருவாட்டிதான் கூலிகொடுக்கிறான்.”

“சரியாண்ட... பொழுதாவுது வூட்டுக்கு போயி ஒலவெக்கணும்.” காளியம்மாள்தான் துணிந்து கேட்டாள். வீட்டிற்கு பின்னால் விறகு உடைத்து கொண்டிருந்த கலியனை அழைத்து வரச்சொல்லி தங்கராசுவை அனுப்பி வைத்தார். தலைப்பாகையாக கட்டி யிருந்த துண்டை அவிழ்த்து வியர்வை வழிந்தோடிய மார்பு, தோள்பட்டையை எல்லாம் துடைத்துகொண்டு வியர்வையில் நனைந்து போயிருந்த துண்டை அக்குளில் வைத்தபடியே வந்துஎதிரில் நின்று, “என்னாண்டே?” என்றார் கலியன். “லேய் கலியா, பாளையம் போன மாரிப்பயல வேற இன்னும் காணல, நீ செரா ஓடச்சது போரும், மாரியப்பய வர்ற வரைக்கும் நம்ப தாயோட தென்னந்தோப்புக்கு போயி காவ இருடா.” “சரியாண்டே.” என்றுவிட்டு பின்கட்டுக்கு வந்தவர், உடைத்துபோட்டிருந்த விறகுக் கட்டைகளை எல்லாம் புறக்கடை வாசலருகே போட்டுவிட்டு வந்த கையோடு, ஆப்பையும் கோடாலியையும் கொண்டுபோய் கீற்றுக்கொட்டாயின் ஓரத்தில் வைத்துவிட்டு கிளம்பினார்.

கூலிவாங்க வந்த கூட்டத்தின் நடுவே நின்றுகொண்டிருந்த மாரியம்மாள் புருஷனைக் கண்டதும் தலையை கவிழ்த்து கொண்டாள்.

‘பெரியவள கட்டிக்கொடுக்க இவங்கிட்ட கடன் வாங்கியதே தப்பாயிடுச்சி... தெரு சனங்களெல்லாம் எவ்வளவோ படிச்சிபடிச்சி சொல்லியும் புத்திக்கெட்டுப் போயி வாங்கித் தொலைச்சிட்டேனே...! வேல செய்யிரதுக்குக் கூட கூலியே கொடுக்காம சோத்துக்கு தானியத்த மட்டும் குடுத்திட்டு, வேலயெல்லாம் வட்டிக்கே சரியாயிடுச்சின்னு கூசாம சொல்லுரானே! நாயின்னும் எவ்ளோ காலத்துக்கு இவன்

வூட்டுலியே பழியாக்கெடந்து வேலவித்து செய்யிரதுண்ணு தெரியலியே... மூணுமாசக் காலமா ஓம்பொண்டாட்டிய வரச்சொல்லு வரச்சொல்லுண்ணு நச்சரிச்சி வரச்சொல்லியே யேந்தாலிய தடவி அறுத்திட்டானே... வரச்சொன்னீனா வட்டியே வேணாம் அசலக் குடுத்தா போரும்ணு சொல்லிச் சொல்லியே பணிய வெச்சிட்டானே கொலகாரப்பாவி...! முடியாதுண்ணு சொல்லிபுட்டு தெருவுல குடியிருக்க முடியுமா? வட்டிக்கு எதுவட்டி போட்டு இருக்கிற கொஞ் சநஞ்ச பூமியையும் கெரயம் பண்ணிக்கிட்டுதானே உடுவான். நெலம இப்படி இருக்கையில... ஆளாயி நடுளவ வேற நிக்கும்போது முடியாதுண்ணு சொல்லிபுட்டு நான் எத வித்து நள்ளவள கட்டிக்குடுப்பேன்? அதான் சரியாண்டேன்னு சொல்லித் தொலைச்சிபுட்டேன்... அவ வந்து நிக்கயில யேன் ஈரக்கொலைய அறுக்குறமாரி வலிக்குதே... எல்லமுனி அவனுக்கு நீதான்டா கூலிக்குடுக்கணும், போவும்போது என்னாத்த கொண்டுப்போவப் போறோம்; கூடவேப் பொறந்த கையையும் காலையும் தவிற. அதான் கண்ணும் கண்ணும் வெச்சமாரி அவ வந்துட்டு போவட்டுமேன்னு நெனச்சேன், தண்ணிக்குள்ள விட்டெ குசுவாட்டாம் தப்பா முடிவெடுத்து விட்டோமோன்னு ஒருபக்கம் வேறு ஒதைப்பா ஒதைக்குது. சில சமயங்கள்ல இந்த மானங்கெட்ட மனசு இப்படியும் வேற சொல்லி தேத்த பாக்குது: ‘போடா போக்கெத்த பயலே அந்த நாத்தக் கறிய அவென் நக்கிபுட்டுதான் போறான் உடேன் கெடக்கு, நீயேன் அதயும் இதயும் நெனச்சிகிட்டு சஞ் சலப்பட்டு சாவுர, கவுரவம் பாத்து அவெங்கிட்ட அடிபட்டு சாவுரதவுட தலைய நட்டுக்கிட்டு போவுரதே மேலில்ல...’ எண்ண அலைகள் மோதி மனசில் தூயரை கசியவிட..... தன்னந்தனியாய் யோசித்தபடியே தென்னந்தோப்பை நோக்கி போய்க்கொண்டிருந்தார் கலியன்.

ஒருவாரக் கூலியை நாளுக்கு ரெண்டுபடி பொட்டுக் கம்பாகவும், மீதி ஒருவாரக் கூலியை நாளுக்கு இரண்டு ரூபாய் பணமாகவும் கொடுத்து கூலியாட்டுகளை அனுப்பிய கையோடு, தங்கராசுவையும் கிளம்பு கிளம்பு என விரட்டியடித்தார். நமுட்டுச் சரிப்போடு, ‘ஊரான் பொண்டாட்டிவுளத கடிக்க அலையிற இவன்லாம் ஒரு குடுத்தனக்காரன்... தூ’ புகையிலைக் காம்பை துப்புவதைப்போல வேலியோரத்தில் முழிந்துவிட்டு போனார் தங்கராசு. பெரியசாமிக்கு வீட்டை ஒட்டினார்போல தெற்கே மூன்று கணிக்கு மணக்கொல்லையும்

அதற்கடுத்து ஐந்து காணிக்கு சவுக்குத் தோப்பும் இருக்கிறது. இரண்டிற்கும் நடுவிலொரு கூரைக்கொட்டா கட்டி வைத்துள்ளார். எப்பதாவது சீமைச்சரக்கு குடித்துவிட்டு வந்து ஓய்வெடுக்கவும், மிகுதியான நேரங்களில் கையாலாகதவன் வீட்டாளு சிக்கிக்கொள்ளும்போது கூட்டிச்செல்லவும் முன்யோசனையுடன் கட்டப்பட்ட கூரைக்கொட்டா அது. இது வீட்டிலுள்ள வர்களுக்கும் தெருசனங்களுக்கும் தெரியும்தான் என்றாலும், பெரியசாமியிடமுள்ள சொத்துபத்தும், ஆள்படையம்பும் அரசியல் செல்வாக்கும் வாயை மூடிக்கொள்ள வைத்தது. பெரியசாமியும் தன்னிடம் வட்டிக்கு கடன் வாங்குபவனிடம் மட்டுமே இந்த 'விளையாட்டை' நிகழ்த்தி கொண்டிருந்ததால் பிரச்சனை ஏதுமாகாமல் நடந்து வருகிறது; கூத்தும் கச்சேரியுமாய் அந்த கூரைக்கொட்டாயில். கீற்றுக் கொட்டாய்தான் என்றாலும், கீழ்தளமும் கூற்றுச்சுவர்களும் சிமெண்டால் ஆனது. மின்இணைப்பும் கொடுக்கப்பட்டு அழகான வீட்டைப்போலவே ஜோடித்து வைத்திருக்கிறார்.

தரையில் பாயை விரித்துப்போட்டு மேல்துண்டால் ஒரு விசிறு விசிறி விட்டு அப்பாடாவென்று குந்தினார். முகங்காண இயலாதபடி எங்கும் இருள் பரவியிருந்தது. உள்நுழைந்து சுழலும் காற்றால் வினோதமான விசிலொலியை எழுப்பிகொண்டிருந்தது சவுக்குத்தோப்பு. வீட்டினுள் மட்டும் மஞ்சள் ஒளியை கக்கிக்கொண்டிருந்தது குண்டுபல்பு. "உள்ள வாடீ" சீமச்சாராயத்தின் வாடை குபீரென முகத்தை கவ்வி முகஞ் சுழிக்க வைத்தது. மிச்சமிருக்கும் திரவத்தோடு கட்டிலுக்கும் கீழேஇருந்தது பிராந்திபாட்டில்.

மாரியம்மாளிடம் அவளின் ஆம்படையான் முதலில் விஷயத்தைச் சொன்னபோது, கை காலெல்லாம் நடுங்க வெலவெலத்து போனாள். இதுக்கு ஏதாவது மாற்று யோசனை இருக்குமாவென்று இருவரும் யோசித்து பார்த்துவிட்டுதான், வேறு வழிதெரியாமல் சரிஆனது ஆகட்டுமென்று இங்கு வரவேண்டியதாய் ஆகிவிட்டது. பத்து நாளைக்கு முன்புதான் இந்த கூரைக்கொட்டாயிக்கு முதல்முறையாய் வந்துவிட்டு போனாள். இது இரண்டாவது முறை. முதலில் இதுவும் ஒரு பொழப்பாவென்று வேதனைப்பட்டாள். நரகலில் கால் வைத்ததைப்போல அருவருப்பால் கூனிக்குறுகிப் போனாள். இப்படி மானங்கெட்டு மரியாதைக் கெட்டு வாழுவதை விட ஒரு முழக்கயிற்றில் தொங்கிவிடலாமா? என்று கூட நினைக்க

வைத்தது.

'நடுளயள் ஒருத்தி இருக்கிறாள் அவளைக் கட்டிக் கொடுக்க வேண்டும். சின்னவனை படிக்க வைத்து ஆளாக்க வேண்டும், 'தெரியாம' இருந்தாலாவது சனியன் தொலையட்டுமேன்னு கெடந்து விடலாம், இது அப்படியா? ஆம்படையான விட்டே அனுப்பி வைய்யின்னு சொல்லும் போது தானே உசுரே போவுது? ஊரு ஒலகத்துல யாரு அவுசாரி போவாம இருக்காளுங்க? ஆனா இப்புடியா! காதும் காதும் வெச்சாப்புல 'வெளியவாச' போவுறதை போல 'பொயிட்டுவந்து' என்னெப்போல உண்டான்னுல்ல சிலிப்பிக்கிட்டு திரியிராளுங்க..., காளியம்மாகிட்ட ஒருமுற சொல்லிபுட்டு அமுததுக்கு, 'மண்ணு திங்க போறதை மனுஷன் தின்னிட்டு போறான் உடுடீ... அழுவாத இதுலாம் பாத்தா வாழ முடியுமா? சர்தான்னுட்டு போவியா' ஆறுதல் சொல்லுவதைப் போல அவள் சர்வ சாதாரணமாய் சொல்லிபுட்டு போனது இன்னும் மனசில ஓங்காரமா ஒலிச்சிக்கிட்டே இருக்கு...'

பகலெல்லாம் வெயிலில் கெடந்து வேலை பார்த்தவளின் உடம்பும், உடுத்தியிருந்த சேலையும் வியர்வையால் நாறித் தொலைத்தது. 'ஆடு அழுக்கா இருக்கேண்ணு சும்மா உட்டுடும்மா ஓநாயி.' இதைவிடவும் பெரிய நாற்றத்தை உள்ளே தள்ளியிருந்த அவனுக்கெங்கே உரைக்கப்போவுது. இப்பவே போதையில உளரத் தொடங்கிவிட்டான். அவளை இழுத்து மேலேப் போட்டுக் கொண்டான். அவங்க வீட்டு பாத்திரம் பட்டுகளை தொட்டாத் தீட்டு, கடைகளுல நுழைஞ்சா தீட்டு, களப்புக்கடையில டவரா செட்டக்கூட உதடுபட குடிச்சா தீட்டு—வயது வித்தியாசமில்லாம வாடா போடான்னு சொல்லுவானுங்க.., அவுனுங்க பொண்டாட்டிய கூப்பிடுறது போல வாடீ போடீன்னு கூப்பிடுவானுங்க, மூச்சுக்கு முன்னூறு தரம் பறையனிண்ணும் சக்கிலியிண்ணும் கூப்பிட்டு கேவலப்படுத்தும் ஈனப்புத்தி ஈசத்தின்னி பயலுங்களுக்கு 'இதுக்கு' மட்டும் தீட்டு இல்லியாக்கும். மனசெங்கும் பல்வேறு எண்ணங்கள் மோதி எதிரொலித்து கொண்டே இருந்தது. அழும் குழந்தைக்கு பொம்மையை கொடுத்துவிட்டு வேடிக்கைப்பார்க்கும் பெண்ணைப்போல, மனது எண்ணச்சுழற்சியில் வட்டமடித்து கொண்டிருந்தாலும் உடம்பை அவனிடம் கொடுத்துவிட்டு பேசாமல் இருந்தவள், சட்டென்று தூக்கம் கலைந்து விழித்துக்

கொண்டவளைப்போல, "ஆண்டே பாட்டியில்ல இன்னும் பாதி சரக்கு இருக்கே," என்று அவனின் குடிவெறியை மேலும் தூண்டிவிட்டாள். இப்பொழுது அவனின் கவனம் மீதமுள்ள பாட்டிலின் மீதே திரும்ப, எழுந்து பாட்டிலை எடுத்தபடியே இவளிடம் செம்மை கொடுத்து தண்ணி மொண்டுதரச் சொன்னான். பொன்னிற திரவத்தை அவள் கிளாசில் ஊற்றவும் இவள் தண்ணீரை ஊற்றவுமாய் அடுத்தடுத்து மூன்றுமுறை ஊற்றிக்கொடுத்தாள். போதை சர்ரென்று உச்சிக்கு ஏறியது. முலைகளை இறுகப்பற்றி இருந்தான். இதுதான் சரியான தருணமென்று அவனை மல்லாக்கத்தள்ளி மேலேறி அமர்ந்து மீசையை முறுக்கி தாடியை தடவிக்கொண்டிருந்தவள் ஆவேசமடைந்தவளாய், சேலையை மழித்து மேலேற்றிக்கொண்டு அவன் முகத்தில் வைத்து தேய்க்கத்தொடங்கினாள். நாசியில் உள் நுழைந்த மணத்தை ஆழமாய் உள்ளிழுத்து சுவாசிக்கதொடங்கினான் ஊரின் பெரிய மனிதனான பெரியசாமி படையாச்சி.

"மடையாம் மடையாம் பூப்போடு
மனசு எறங்கி பூப்போடு....
மடையாம் மடையாம் பூப்போடு
மனசு எறங்கி பூப்போடு..."

குமார், சுப்பிரமணியன், தனபால் சாமிதுரை இன்னும் அவனுங்க ஜோடி பசங்களெல்லாம் இரண்டு கைவிரல்களையும் குவித்து நகங்களோடு நகங்களை வானத்தை அண்ணாந்து பார்த்தப்படியே உரசி உரக்கக் கத்திக்கொண்டு இருந்தார்கள். வானில் கிழக்கு திசையிலிருந்து மேற்குநோக்கி வெண்மேக் கூட்டத்தினைப்போல பறந்துபோன கொக்குகளைப் பார்த்துதான் பயல்கள் பாட்டுப் பாடியபடியே இந்த வினோத விளையாட்டை ஆடிக் கொண்டிருந்தார்கள். பறவைகள் கூட்டம் மறைந்து போனப்பிறகு ஒவ்வொருவனும் தங்களின் விரல்களை விரித்து நகங்களை உற்றுப்பார்த்து "எனக்கு மூணுப்பூடா..." "எனக்கு ரெண்டு பூ போட்டுருக்குடா..." பவழம் போன்ற நகத்தில் இயல்பாயிருந்த வெள்ளை நிறபுள்ளிகளைப் பார்த்து பறவை பூப்போட்டு விட்டு பறந்துபோனதாக நம்பி பரவசமடைந்தார்கள். குமார் மட்டும் தனக்கு ஒரு பூக்கூட போடவில்லை என்று வருத்தப்பட்டான்.

இவர்களை விட கொஞ்சம் பெரிய பயல்கள் கபடியாடிக் கொண்டிருந்தார்கள். பெண் பிள்ளைகளோ 'காரக்கா' சுத்திக்

கொண்டும், 'கிச்சுக்கிச்சு தாம்பாளம்' விளையாடியபடியும் இருந்தார்கள். தம்பியை இன்னும் காணுமே என்று மீனாட்சி கோவிலுக்கு தேடிக்கொண்டே வந்துவிட்டாள். 'அதோ கூட்டத்துல தம்பி வெளாடுறானே' ஓடியவள், "எலேய் சாமிதுரை அய்யா வந்துட்டாரு ஒன்னெ கூப்புடுருராறுடா" என்றவுடன், ஆட்டத்தை பாதியிலேயே விட்டுவிட்டு ஓடிவந்தான். மேல்சட்டை இல்லாமல் ஓடிவரும் தம்பியை பார்க்கும்போது அவளுக்கு அழுகையே வந்தது. இரண்டு பக்கமுள்ள விலா எலும்புகளையும் எண்ணிவிடலாம் போல் அப்படி இளைத்துப் போயிருந்தான்.

"என்னக்கா அய்யா கூப்பிட்டாரரா?" என்று கேட்டதுக்கு, "ஆமான்டா தம்பி வூட்லயிருந்து படிக்காம பறந்தெரு கொளவாருயங்கக்கூட சேந்துகிட்டு ஊர கோலப்பொயிட் டானாண்ணு கோவமா கேட்டாருடா, நாந்தான் 'தம்பி குட்டைக்கு போயிருக்கான்னு' சொல்லுபுட்டு வந்துருக்கேன், சீக்கிரமா வா இல்லேண்ணா அய்யா வைய்யும்" அக்காவின் நடைக்கு ஈடுகொடுக்கும் விதமாக பின்னாலேயே ஓடினான் சாமிதுரை.

வீட்டிற்கு வந்ததும் சுற்றுமுற்றும் பார்த்தான் சாமிதுரை. அக்கா சிரிப்பதைக்கண்டதும், "எலேய் தேவலாமே நீ பொய்சாட்டியம் கூறில கூட்டியாந்து இருக்க, போப்பொட்டே." தன்னுடைய விளையாட்டை பாதியிலேயே கலைச்சி அக்கா கூட்டிக்கிட்டு வந்துடுச்சே என்று கோபப்பட்டான் சாமிதுரை.

"வவுத்த பசிக்குது புள்ளேய்"

"செத்த இருடா, அக்கா இதோ சோறாக்கி புடுறேன்."

"நீயேன் என்னெ கூட்டிக்கிட்டு வந்தே இப்ப ஏதாச்சும் தின்னக்குடு பொட்டேய்." 'அய்யா வீட்டிற்குள்ளே நுழையும் போதே தம்பி எங்கே போயிருக்காண்ணு கேப்பாரேண்ணு போயி அழைச்சிகிட்டு வந்ததுக்கு இப்புடி அழும்பு பண்ணுறானே' என்று எரிச்சலடைந்தாலும், அடுக்குப்பானையில் ஏதாவது இருக்கிறதாயென்று துழாவத்தொடங்கினாள்.

ஒவ்வொரு பானையாய் பார்த்தபோது ஒரு பானையில் பொட்டுஎள்ளும் இன்னொன்றில் கம்பும் இருந்தது. அடிபானைக்கும் மேலுள்ள பானை மிகவும் கனமாய் இருந்ததால் தூக்காமல் விட்டுவிட்டாள். அந்தப்பானையில்

'செம்மைப்போட்டுள்ள துவரம்பருப்பைக்' கொட்டி அம்மா மெழுகி வைத்திருக்கிறாள். கீழேவைத்த ஒவ்வொன்றையும் தூக்கி ஒன்றின் மேல் ஒன்றாய் அடுக்கி வைத்து கலைந்த 'அடுக்குபானையை' பழைய நிலைக்கே கொண்டுவந்து வைத்தாள். வடக்கால மூலையில் இருந்த பானைவரிசையை பழையபடியே துழாவிய போதுதான் துணிமுடிச்சிவொன்று இருப்பதைக் கண்டு அதை வெளியே எடுத்தாள். பொட்டுக்கடலையும் வறுத்த ஈசலையும் அம்மா துணியில் கொட்டி முணிந்து வைத்திருக்கிறாள். இதை அப்படியே தட்டில் கொட்டிக்கொடுக்கலாம் தான், அதில் கொஞ்சம் வெல்லத்தையும் கலந்து கொண்டால் ஈசலின் ருசியே தனிதான்... தின்னத்தின்ன தேக்கம் தீராது தின்னுக்கொண்டே இருக்கலாம் போலிருக்கும்.

துணிமுடிச்சியை அவிழ்த்து, அந்த அருமையான தின்பண்டத்தை படியில் கொட்டிவைத்து விட்டு, இன்னொரு பானையில் கேழ்வரகு தானியத்திற்குள் அம்மா போட்டு விட்டுப்போன சுருக்குப்பையை எடுத்து, பின்னால் தாமரைப் பூ பொதிந்துள்ள பித்தளை இருபது காசை எடுத்து தம்பியிடம் கொடுத்து, "ஒளிபாயி கடயில போயி வெல்லம் வாங்கிக்கிட்டு வாடா." என்று கொடுத்ததுதான் தெரியும், சாமிதுரை தன்னுடைய நுங்குவண்டியை எடுத்து உருட்டி ஓட்டிக்கொண்டே ஓடினான்.

"மாமா...மாமோவ்... வூட்டுல ஆளு யாரு?"

'கார்த்திக மாசத்து நாயாட்டம் ஆள் இல்லேன்னு தெரிஞ்சிகிட்டே வந்துட்டான்' மனதிற்குள்ளேயே கருவிக்கொட்டினாள் ஆளாயி ஆறு மாதமே ஆன மீனாட்சி. வாசலில் நின்றுவிட்டு உள்ளே நுழைந்தவனை மறித்தப்படியே, அருகாநிலையில் நின்றபடியே "என்ன மாமா என்ன விஷயமா வந்தே?" என்று பட்டும்படாமலும் வெடுக்கென்று கேட்டாள்.

"யே மீனாட்சி நான் வரக்கூடாதா? அப்படீன்னா சொல்லு நான் இப்புடியே பொயிடுறேன்."

"ஆரு வேணாமின்னது அப்புடியே போவவேண்டியதுதானே…"

"அதுயெனக்கு தெரியாதா? மாமா வந்துடுச்சா இல்லியாண்ணு தான் பாக்க வந்தேன்"

“அதான் என்ன விஷயமிண்ணேன்?”

“ஒரு வயசு பொட்டபுள்ளெ நீயி ஒன்னுகிட்ட சொல்ல லாமாண்ணுதான் நெனக்கிறேன்.”

“சொல்லக்கூடியதுண்ணா சொல்லேன்.”

“எங்கவூட்டுல ஒரு கெடா இருக்கு அதுக்கு காடியடிக்கணும் அதான் மாமாயிருந்தா இட்டுகிட்டு போவலாம்னு வந்தேன்...”

“அவரு பொசாய இருட்டிப்போயி வருவாரு அப்புறமா வந்துபாரு இப்ப கௌம்பு மாமா...”

திண்ணையில் குந்தியபடியே குடிக்க தண்ணி கிடைக்குமா? என்றான். அவனபத்தி இவளுக்குத் தெரியாதாவென்ன? தண்ணி மொள்ள உள்ளார போவும்போதே பின்னாலேயே வந்து கட்டிப்பிடிப்பானே. வீட்டுல வேலை இருக்கு சீக்கிரம் கிளம்பு என்று விரட்டாத குறையாக போகச்சொல்லி நச்சரித்து கொண்டிருந்தாள்.

“என்னா மீனாட்சி இப்படி வெரட்டுரியே.”

“நீ மொதல்ல கௌம்பு மாமா இப்பயேந் தம்பி வந்துடுவான்.”

“சரி நான் அப்புறமா வர்றேன்...” சொல்லியபடியே திண்ணையிலிருந்து எழுந்து வெளியே போகிறவனைப் போல பாவனை செய்தவன், அவள் சுதாகரிப்பதற்குள் தாவி கையைப் பிடித்து இறுக்கி அணைத்து அவள் திமிரத்திமிர முத்தம் கொடுத்துவிட்டு பட்டென்று வெளியே சென்றான். கருப்பன், கலியன் வீட்டிலிருந்து வெளியேறி மறைந்த அடுத்த நொடியே வண்டியை ஓட்டியபடியே தம்பியும் வந்து சேர்ந்தான்.

“என்னடாப் பண்ணுன இம்மா நாழியாவுது?” சாதாரணமாகத்தான் கேட்டாள்.

“ம்—நீ போயி பாத்தினா தெரியும். எம்மாங்கூட்டம், அவனவனும் சமாஞ்சட்டுன்னு வாங்கிகிட்டு நிக்கிறானுங்க... வர்ற வம்மாள ஒழிங்கவேற எட்டபோயி நில்லு எட்டபோயி நில்லுன்னு, தூரக்க நிக்கவெச்சிட்டு வாங்கிகிட்டு போறானுங்க... அந்தய்யா கடயில இருந்தானாச்சும் இந்தாடான்னு குடுத்துடுவாரு... அந்தாயி என்னடான்னா

இருடா போவுலாம்னு சொல்லிபுடுச்சி, அதான் அப்புறமேலு குடுத்ததும் வாங்கிகிட்டு வர்றேன்…" மூச்சுவிடாமல் சொல்லிமுடித்தான் சாமிதுரை.

தம்பி பேசிக்கொண்டிருக்கும் போதே—'ம்' கொட்டியவாறு படியில் கொட்டிவைத்திருந்த வறுத்த ஈசலை (பொட்டுக்கடலையும் கலந்திருந்தது) முறத்தில்கொட்டி தம்பி வாங்கி வந்திருந்த வெல்லத்தையும் கொட்டி பிசைந்து அலுமினிய கிண்ணியில் முக்கால்வாசி அள்ளிப்போட்டுக் கொடுத்துவிட்டு, அடுப்படிக்கு போனாள். உதடு வலித்தது, உருக்குலையாத உடம்பில் அவன் கைப்பட்டது வேறு விண்ணென்று தெரித்தது. 'சாண்டக்குடிக்கி கையப்பாரு இரும்புக்கணக்கா' முனகியப்படியே தனக்குத்தானே சிரித்துக்கொண்டாள் மீனாட்சி.

10

இன்று வகுப்பு ஆசிரியர் வரவில்லை. வந்துதான் புதிதாக அப்படி என்னதான் நடத்திவிடப் போகிறார். எல்லா பாடங்களையும் நடத்திமுடித்து ஒரு மாதத்திற்கும் மேலாகிவிட்டது. எந்த பீரியடாக இருந்தாலும் வகுப்பு ஆசிரியர் ஆண்டு பொதுத்தேர்வை பற்றியோ இல்லை முந்தைய ஆண்டுகளில் நடைப்பெற்ற தேர்வுகளின் வினாத்தாளை மாதிரியாக வைத்துக்கொண்டு எப்படியெல்லாம் கேள்விவரும்? எந்தெந்த பாடங்கள் முக்கியமானதென்று கூறுவார். அதிகபட்சம் அந்த வகுப்பில் திடீரென 'திருப்புதல் தேர்வு' என்று வைப்பார். இதுதான் ஒவ்வொரு வகுப்புலேயும் நடந்து வருகிறது.

இன்று என்னடாவென்றால் பத்தாம் வகுப்பு 'ஏ' பிரிவு மாணவ—மாணவிகளை எல்லாம் 'ப்பீ ' வகுப்பிற்கு வரச்சொல்லி விட்டதாக அந்த வகுப்பு மாணவனொருவன் சொல்லிவிட்டுப் போனதும், இரண்டு மடங்கு மகிழ்ச்சியோடு தன்னுடைய புத்தகப்பையை ரவியும் அவன் வகுப்பு மாணவ—மாணவிகளும் தத்தம் பைகளை எடுத்துக்கொண்டு ப்பீ—என்கின்ற 'ஆ' வகுப்பிற்கு சென்றமர்ந்தனர். இந்த வகுப்புண்ணு சொன்னவுடனே நம்மாளு மொதே ஆளா பையத்தூக்கிகிட்டு வர்றானே என்னடா விஷயமிண்ணு முருகேசனிடம் பாண்டியன் கேட்டதுக்கு, ஆம் அவனின் கனவு தேவதை 10—'B' வகுப்பில்தானே இருக்கிறாள். பின்னெப்படி அவன் மனம் துள்ளாட்டம் போடாமல் இருக்கும். முதலியார் வீட்டுப்பெண்ணான காயத்திரி நன்றாகப் படிக்கக்கூடியவள், அவள் வகுப்பறைக்குள் வந்தாலே எல்லோர் விழிகளிலும்

தேனீக்களாகி அவளையே மொய்க்கும்; ஆசிரியர்கள் உட்பட.

நெளிநெளியாய் அலைபாயும் முடி இடையைத் தாண்டியும் நீண்டுக்கிடக்கும், அவள் அப்பிவரும் 'குட்டிக்குரா' பவுடரின் மணம் ஆளையேத் தூக்கும். கலகலவென சிரிக்கும் போது மனசை மத்தால் கடைவது போலிருக்கும். எப்பொழுதும் துருதுருவென்று சுழலும் பெரிய விழிகள் காந்தம்போல் அருகில் ஈர்த்து உடலினுள் மின்சாரம் பாய்ச்சும். அவளின் அழகை தரிசிக்கத் தொடங்கிய பிறகுதான் உடையணிவதில் கவனத்தை செலுத்தத் தொடங்கினான் ரவி. அப்பாவிடம் கெஞ்சிக் கூத்தாடி 'குட்டிக்குரா' பவுடர் டப்பாவும், 'லிரில்' சோப்பும் யானைக்கால் சைசைப்போல 'பெல்பாட்டம்' பேண்டும் அரியலூர் டவுனுக்கு போயி பொருள்களை வாங்கியக் கையோடு, துணியை எடுத்துக்கொடுத்ததோடு உட்கார்ந்திருந்து தைத்து வாங்கிய பிறகே, இரவுப்பொழுதான பிறகும் தன்னந்தனியாய் ஊருக்கு வந்து சேர்ந்தான். அவன் வகுப்பு பையன்களும் ஏன் குடியானத்தெரு பயல்களும் அரைக்கால் சட்டையோடும், வளர்ந்த பையன்கள் வேட்டியோடும் பள்ளிக்கூடம் வர, பத்தாம் வகுப்பில் 'பெல்பாட்டாம்' பேண்ட் போட்டு வந்து எல்லோரையும் வாயைப்பிளக்க வைத்தவன் ரவி மட்டும்தான். பேன்ட் தைத்துக் கொடுத்தால்தான் பள்ளிக்கூடமே போவேன் என்று அழுது அடம்பிடித்து அதில் வெற்றியும் கண்டானே! எதற்குங்குறேன் எல்லாம் அவன் மனதிற்குள் கூந்தலை விரித்து காய வைத்திருக்கும் காயத்திரிதான் எல்லாம் 'அவள் செயல்டா' என்று கண்களினாலேயே முதல் பெஞ்சில் அமர்ந்திருந்த காயத்திரியை காண்பித்தான். ரவியின் காதுபடவே அவளைப் பார்க்கும் போது '16 வயதினிலே படத்தில் வந்த கதாநாயகி மயிலு மாதிரி இல்ல' என்று சொல்வது தெரியும் என்றாலும் எதையும் காதில் வாங்காதவன் போலவே இருந்தான் காட. பயல் ஒரு நாளைக்கு நூறு முறை கண்ணாடிப் பார்ப்பதும், கமகமக்க பவுடர்பூசி கம்பீரநடை போடுவதும் எல்லாம் அவளின் நினைவு தந்த உற்சாகம்தான் என்றால் பொய்யில்லையே! அவளிடம் பார்வை தரிசனம் பெறவேண்டும் என்பதற்காகவே ஒவ்வொரு நாளும் ஏதேனும் ஒரு பீரியடில் முருகேசனையோ இல்லை தங்கவேலுவையோ பார்ப்பதைப் போல அவளை 'பார்த்து' விட்டு வருவதையே வழக்கமாகக் கொண்டிருந்தவனுக்கு இரண்டு வகுப்புகளும் ஒன்றாக சேர்ந்து இருக்கப்போகிறதென்றால் எப்படி இருக்கும்.

இரண்டு வகுப்புகளையும் மேய்க்க நெசவு வாத்தியார் (தற்காலிகமாக கவனித்து கொள்ள) வந்திருந்தார். ஏ—பீ இரண்டு வகுப்பு ஆசிரியர்களும் வராதபோது இவர்தான் வருவார், எதுவும் நடத்தவோ—ஏன் பேசவோ மாட்டாரென்றுதான் சொல்லவேண்டும். வந்ததும் அவர் எப்போதும் சொல்லும் 'சுலோகமே' இதுதான். 'அவங்கவங்க பாடத்த அமைதியா படிங்க, பப்ளிக் எழுதப்பேற பசங்க, பெரிய கிளாஸ் பையங்கங்கிற பேர காப்பாத்துர மாரி சத்தம் போடாம படிங்க...' 'இந்த சார் வந்தாலே இதத்தான் சொல்லுவாரு' வாயுக்குள்ளேயே முணுமுணுத்து கொண்டு பையன்கள் எரிச்சலடைவார்கள். இவர் வகுப்பில் யாரும் களுக்கென்று சிரிக்கக்கூட முடியாது. பெரிய பையன்கள் என்றுகூட பார்க்காமல் மனுஷன் அடிப்பின்னி விடுவார். அதற்கு ஏற்றார் போல அவர் கூடவே வரும் உருண்டு திறண்ட உருட்டுக்கழியைப் போலொரு மூங்கில் கழியைப் பார்த்தாலே பையன்களுக்கு மூத்திரம் வந்துவிடும். நன்றாக விளைந்த மூங்கிலில் வெட்டியெடுக்கப்பட்ட சிம்பை 'பாடம்' செய்து எண்ணெய் தடவி வைத்திருப்பார். முருகேசன்கூட கிண்டல் செய்வான், 'மாடு ஓட்டப் போறவனெல்லாம் வாத்தியாரா வந்துட்டாண்டா' என்பான். ரவிதான் மறுத்து சொன்னான், 'மாடு ஓட்டுரவனுக்குக்கூட மனசாட்சி இருக்கும்டா இவன் போலீசா போயிருக்க வேண்டியவன்டா' என்பான்.

நீல வண்ணமாய் வந்திருந்தாள் ரவியின் கனவுக்காதலி. பாவாடையும் தாவணியும், அட பூவாய் ஜடையில் படபடக்கும் ரிப்பன் கூட நீலத்தில் பளீரிட, வெள்ளை ரவிக்கைக்போட்டு நிஜமாகவே தேவதையைப்போல் தெரிந்தாள். பால்பேதம் அறியாத சிறுவயதில் ஐந்தாம் வகுப்பு படிக்கும் போதே பெரியம்மா ஊருக்கு போயிருந்த போது 'தாராசுரம் சூரியகாந்தி டூரிங்டாக்கிசில் பார்த்த மனதில் பதிந்த நிலையில் இன்னமும் அழியாத ஓவியமாய் பொலிவோடு இருக்கும், 16—வயதினிலே கதாநாயகிப் போலவே அவளின் பார்வை இவனை வருடுவதைப் போல தோன்றவே, தானாகவே வெட்கப்பட்டு தலையை கவிழ்த்துக்கொண்டான். திரும்பத்திரும்ப எத்தனை முறை அவளை பார்த்திருப்பானோ தெரியவில்லை. அவள் முகத்தில் பூசியிருந்த பவுடர் வியர்வைப்பட்டு அழிந்திருப்பதுக்கூட அழகாகவே தெரிந்தது. ரவியின் செயல்கள் ஒவ்வொன்றையும் பின்னாலிருந்து கவனித்து கொண்டிருந்த முருகேசன்,

பெருமாளிடம் குசுகுசுத்து கொண்டிருந்தான். இருவருமே ஓசை வெளியே வராமல் நமுட்டு சிரிப்பாய் சிரித்து கொண்டிருந்தார்கள்.

எழுந்து “சார்” என்றாள். அவளின் குரல் மென்மையாய் அவன் காதையும் வருடிச்செல்ல, திரும்பவும் பார்த்தான் ரவி. நிமிர்ந்து பார்த்த சார் “என்னம்மா?” என்று கேட்டதும் கட்டை விரலை வாயருகில் வைத்தபடி நின்றாள். ஜன்னலினூடே உள்ளே நுழைந்த காற்று அவள் தாவணியை விலக்கி சீண்டி விளையாடியதை கண்டவனுக்கு, குபுக்கென குருதி உடலின் எல்லாப் பகுதியிலும் பரவுவதைப் போலொரு பரவசநிலையை அடைந்திருந்தான். “சரி...சரி பொயிட்டு வா...” சொல்லிவிட்டு திரும்பவும் குனிந்து ஏதோ எழுதிக்கொண்டிருந்தார், எம்.ஆர். சார். என்ன நினைத்தாரோ முன்வரிசையில் அமர்ந்திருந்தவனிடம் தண்ணீர் கொண்டு வரச் சொன்னார். தண்ணீர் குடித்துவிட்டு வந்து காயத்திரியும், ஒரு செம்பு நிறைய தண்ணீரோடு முன்வரிசை மாணவனும், வாயிலில் நிற்பதைக்கண்டு உள்ளே வரச்சொன்னார். தாவணியின் ஒரு முனையால் பெஞ்சை விசிறிவிட்டு ஸ்டைலாக அவள் அமர்வதையே பார்த்துக்கொண்டிருந்தான் ரவி.

“பப்ளிக் வரப்போவுது என்னடா படிக்கிலியா?” எரித்து விடுபவரைப்போல பார்த்தபடியே கேட்டார். இவனுக்கு திக்திக்கென்று தூக்கிவாரிப் போட்டது. எழுந்து நின்று “படிக்கிறேன் சார்” என்றான். கையில் ‘ஜெயக்குமார்’ நோட்ஸை வைத்திருந்தான். “முண்டம்—முண்டம் உக்காந்து படி”. ஆசிரி—யரின் குரல் செவிட்டில் அறைவது போலிருந்தது. பெண்கள் பகுதியிலிருந்து இரண்டொரு மாணவிகள் ஏளனமாய் பார்ப்பது போலிருக்கவே, தலையை கவிழ்த்துக்கொண்டான் தேவையில்லாமல் நம்பள அவமானப்படுத்தி விட்டாரே என்று ஆசிரியர் மீது ஆத்திரமாய் வந்தது. நோட்ஸை விரித்தானே தவிர அச்சில் வார்க்கப்பட்ட வார்த்தைகளெல்லாம் கண்ணை உறுத்திக்கொண்டிருந்தது. காயத்திரி கவனிக்கிறாளா வென்று ஓரக்கண்ணால் பார்த்தான். அவள் சக மாணவி ஒருத்தியுடன் ஏதோ சிரித்து பேசிக்கொண்டு இருந்தாள். செம்புத் தண்ணீரை மடமடவென்று குடித்துவிட்டு மீதியை மேஜையின் மீது வைத்தவர், மீண்டும் ஏதோ குனிந்து எழுதியபடியே இருந்தார்.

காலையில் சாப்பிட்டு வந்திருந்த ‘சோள தோசை’ தன்னுடைய வேலையை காட்டத் தொடங்கியது. அம்மா

சுட்டுப் போடப்போட கடலைப்பயிர் சட்டினியின் ருசியில் புட்டுப்புட்டு உள்ளே தள்ளிக்கொண்டே இருந்துவிட்டான், எப்படியும் பத்து தோசைகளுக்கும் மேல்தான் இருக்குமே ஒழிய குறையாது. இதில் மதியத்திற்கு வேறு சோள தோசைகளை தூக்குவாளி நிறைய அடைத்துக்கொண்டு வந்திருக்கிறான்.

தாகம் கடுமையாய் எடுத்தது. ஏற்கனவே தண்ணீர் குடிக்க வேண்டுமென்று உணர்வு இருந்தாலும், கவனம் முழுவதும் காயத்திரியின் மேலே இருந்து விட்டதால் 'தண்ணிவெடை' இதுவரைக்கும் பதுங்கிக்கொண்டு இருந்துவிட்டது. அவள் அனுமதிக் கேட்டுப்போய் தண்ணீர் குடித்துவிட்டு வந்தது, விவசாய சார் வேறு கண்முன்னாலேயே கடக்கடக்கென்று உட்டுக்கட்டியது, சாருக்கு தண்ணிக்கொண்டு வரும் சாக்கில் முன்னால் பெஞ்சுக்காரன் குடித்துவிட்டு வந்திருந்தது... எல்லாம் சேர்ந்து தண்ணீர் குடித்தே ஆகவேண்டுமென்ற நிலையை உண்டாக்கிவிட்டது. உலர்ந்து போயிருந்த உதடுகளும் தொண்டையும் ஈரநப்பிற்காக ஏங்கின. எவ்வளவு நேரந்தான் எச்சிலை விழுங்கி சமாளித்துகொண்டிருப்பான். ஒரு கட்டத்திற்கும் மேல் தாக்குப்பிடிக்க முடியாமல் போகவும், என்ன ஆனாலும் ஆகட்டுமென்று எழுந்தவன் கட்டைவிரலை வாயருகில் வைத்தப்படியே "சார்" என்றான்.

"என்னடா உனக்கும் ஆரம்பிச்சுடுச்சா? இன்டரவல் விடும்போது போவலாம் உக்காரு." சொல்லிவிட்டு குனிந்து எழுதத்தொடங்கினார். 'என்னா இந்தெ எம்.ஆர் சாரு மகா மட்டமான புண்டையா இருக்கான் பொட்டச்சிங்க கேட்டா மட்டும் இளிச்சிக்கிட்டு போங்குறான் நம்மள உடமாட்டேங்குறான்' மனதில் கருவிக்கொண்டே அமர்ந்தவனை மேஜையின் மேலிருக்கும் தண்ணீருள்ள செம்பு வேறு உசுப்பேற்றி விடவே, 'என்னா மயிரு... தண்ணிய குடிச்சுபுட்டா தூக்குலியா போட்டுடுவாங்க...' எழுந்தவன் விடுவிடுவென்று போய் மேஜையிலிருந்த செம்பை எடுத்து அண்ணாத்தி ஒரே மூச்சில் குடித்துவிட்டு கீழேவைத்தான். இதை கொஞ்சமும் எதிர்பார்க்காத ஆசிரியருக்கு ரவியின் செயல் பெருங்கோபத்தை உண்டாக்கியது. வகுப்பு மாணவர்களெல்லாம் அந்த 'கழியால்' அடிவாங்கிக்கொண்டு ரவி துள்ளப்போகிறானென்று, நிகழப் போகும் பூசையைக் காண ஆவலுடன் காத்துக்கொண்டிருந்தனர்.

மூங்கில் கழியை எடுத்துக்கொண்டு எழுந்த ஆசிரியர்,

“ஒனக்கு எம்மாந்திமிரு இருந்தா என்னக் கேக்காமல் மேஜையிலிருந்த தண்ணிய குடிச்சிருப்ப... எருமைமாடு”

“தண்ணி வெடையா இருந்தது சார்.” ரவி சொல்லிக் கொண்டிருக்கும் போதே சூத்தைப்பார்த்து மூங்கிக்கழியால் இரண்டு அடிகொடுத்தார். பயல் சூத்தை துடைத்துக்கொண்டு ஓடப்போகிறான் என்று நினைத்தவருக்கு அதிர்ச்சியாயிருந்தது, அடிவிழுந்தது போலவே தெரியாதவனாகவே நின்று கொண்டிருந்தான். “என்னடா பண்ணியாட்டம் வெடச்சிகிட்டு நிக்கிறே?”

“தண்ணிவெட தவியா தவிச்சது ஒங்ககிட்டே கேட்டேன் நீங்க உடுல, அதான் தாகத்துல குடிச்சிபுட்டேன் இன்னும் எவ்வளவுதான் அடிப்பீங்க அடிங்க சார்.”

இறுக்கமான முகத்தோடு அவன் நின்று நிதானமாக பேசுவதை பார்த்ததும், நெசவு சார் பதற்றமடைய தொடங்கி கோபம் அவரை கட்டுப்பாடின்றி கத்தவைத்தது.

“மாடு மேய்க்க வேண்டிய பயலுங்கள எல்லாம் பள்ளிக் கூடத்துக்குள்ள விட்டா இப்படித் தான்டா வாத்தியாரையே எதுத்து பேசுவீங்க.” மறுபடியும் ஒரு அடி அவன் நடுமண்டையை பதம் பார்த்தது. பதிலெதுவும் பேசாமல் நின்றுகொண்டிருந்தவனை பார்த்து, “ஏய் செக்கொலக்க போயி உக்காருடா” கத்தினார். நிதானமாக திரும்பி இருக்கையை பார்க்க வந்து கொண்டிருந்தவனுக்கு ‘எம்.ஆர்.’ பேசியது தெளிவாய் கேட்டது.

“இதுதான் எஸ்.சி பயலுங்கள எல்லாம் பண்ண வேலைக்கு அனுப்பணுங்குறது; சாணிக்கூடையை தூக்குனாக்க திமிரெல்லாம் எறங்கிடும்ல...”

வாத்தியார் வீசிய வார்த்தைகள் நெருப்புத் துண்டங்களைப்போல் உடம்பையும் மனசையும் சுட்டுப்பொசுக்க, சாதியைச் சொல்லி கேவலப்படுத்தி விட்டாரே! என்று அவமானத்தாலும் வேதனையாலும் துடித்தவனின் மூளையை நோக்கி விறுவிறென கோபம் ஏறியது. அவனுடைய கருப்புவை போலவே உடல் விரைப்பேறி முகம் உக்கிரமாகத்தொடங்கியது... ‘இவனால இந்தெ படிப்பே பாழாப் போனாலும் போவுட்டும், ‘இம்மாம் பயலுவளுக்கு முன்னால கேவலப்படுத்திட்டானே இந்த ஈச வாத்தி...’

பெஞ்சில் அமர வந்தவன், இரண்டெட்டாய் நடந்து போய் மேஜையின் மீதிருந்த மூங்கில் கழியை எடுத்தவன், வலதுகாலை மடித்து மேலே தூக்கியவன் இறுக்கமாகி இருந்த தொடையின் மீது மூங்கில் கழியை இருகைகளாலும் பற்றி ஓங்கியடித்து இரண்டாக முறித்து மேஜையில் போட்டவனை, எம்.ஆர் பதற்றத்துடன் “மொதல்ல கிளாசவிட்டு வெளியே போடா ராஸ்கல், ஒன்னோட ரவுடித்தனத்தை கிளாசுல காட்டுறியா?” சொல்லிக் கொண்டே எழுந்தவர், அவன் தலைமுடியை இறுகப்பற்றி பளார் பளாரென அறைந்து தலைமையாசிரியர் அறைக்கு இழுத்துச்சென்றார், கோபத்தால் அவரின் உடல் நடுங்கிக் கொண்டிருந்தது. என்னாகுமோ ஏதாகுமோவென்று முருகேசனும் பெருமாளும் பின்னாலேயே ஓடினார்கள். வகுப்பறையே திகிலடைந்துபோய் ஒருவரோடு ஒருவர் கிசுகிசுத்து கொண்டனர். பக்கத்து வகுப்பிலுள்ள ஆசிரியர்கள் இரண்டொருவர் என்னவோ ஏதோவென்று எச்.எம் அறைநோக்கி போனார்கள்.

பற்றியிருந்த முடியை விடாமலேயே இழுத்து சென்றார் எம்.ஆர் சார். “கைய எடுங்க சார்...” கோபத்தில் சீறினான் ரவி. திரும்பவும் முதுகில் இரண்டு அடி வைத்தார். எச்.எம் அறையினுள் இவனை இழுத்துச் சென்றவர், வகுப்பில் நடந்தவற்றை எல்லாம் படபடவென்று மூச்சுவாங்க கூறினார்; குறிப்பாக தான் கடைசியாக பேசியதை மட்டும் விழுங்கிக்கொண்டவராய்.

தலைமை ஆசிரியர் பணிமாற்றலாகி இங்கு வரும்போதே, இந்த ஊரைப்பற்றியும் சுற்றியுள்ள கிராமங்களைப் பற்றியும் தெரிந்து வைத்துள்ளவர் என்பதால், எம்.ஆர் கூறியதை எல்லாம் கவனமாகக் கேட்டுக் கொண்டவர், நெசவு வாத்தியாரோடு மற்றவர்களையும் சிறிது நேரம் வெளியே இருக்கும்படி சொல்லிவிட்டு, தன்னுடைய தோளில் கிடந்த துண்டையெடுத்து நகம் பட்டு ரத்தம் கசிந்திருந்த ரவியின் இடதுபுற கன்னத்தை துடைத்து விட்டவாரே, எல்லாவற்றையும் ஒன்று விடாமலும் பயப்படாமலும் சொல்லும்படி தெம்பூட்டி ஆறுதலாக பேசினார் தலைமை ஆசிரியர். குமுறிய அழுகையையும் ஆத்திரத்தையும் அடக்கிக்கொண்டு, குரல் கமற, தொண்டை அடைக்க ஒவ்வொன்றாய் சொல்லத் தொடங்கினான். வீட்டில் சோளத்தோசை சாப்பிட்டதிலிருந்து, பள்ளிக்கூடத்திற்கு நேரமாகி விட்டதால் எட்டுக்கிலோ மீட்டர் தூரமும் ஓடி வந்தது, பெல்லடித்து

விட்டதால் அவசரத்தில் தண்ணீர் குடிக்காமலேயே வகுப்பறைக்கு போனது, தாகத்தால் நா வறண்டு தவித்தது, காயத்திரியை தண்ணீர் குடிக்க ஆசிரியர் அனுமதி கொடுத்தது, மாணவனை அனுப்பி தண்ணீர் கொண்டுவரச் சொல்லி ஆசிரியர் குடித்தது வரை கூறிக்கொண்டு வந்தவன், மயக்கம் வரும்போல் இருந்ததால்தான் மேஜையின் மேலிருந்த சொம்பு தண்ணீரை எடுத்து குடிக்க நேரிட்டது என்றும், ஆசிரியர் எல்லா மாணவர்கள் மத்தியிலும் சாதிய இழுத்துச் சொல்லி கேவலப்படுத்திய கோவத்துலதான் மூங்கில் கழியை முறித்து விட்டதாகவும், இனிமேல் அப்படி செய்யவே மாட்டேனென்றும் இவன் கூறியதை எல்லாம் கேட்டுக்கொண்டவர், இனிமேல் இதுபோல் நடந்துக்கொள்ளக் கூடாதென்று கண்டித்தவர், அவமானம்—கோபத்தை எல்லாம் படிப்பில காண்பிக்கணுமென்று கூறியதோடு, படிப்பில சந்தேகம் இல்லை ஏதாவது பிரச்சனை — உதவி என்றாலும் தன்னை எப்பொழுது வேண்டுமென்றாலும் நேரடியாக சந்திக்கலாமென்று கனிவுடன் பேசி அவனை அனுப்பி வைத்து விட்டு, நெசவு ஆசிரியரை அறைக்குள் வரச் சொன்னார்.

“மிஸ்டர் இராமலிங்கம் நீங்க ஆசிரியர் வேல பாக்க வர்றீங்களா இல்ல ஒங்க ஊருல இருக்கிறது போலவே நாட்டாண்மைங்கிற நினைப்புலேயே இருக்கீங்களா? மாணவர்கள் படிக்கலிண்ணா இல்ல வேறு குறும்பு செஞ்சா கண்டிக்கிறதோட நிறுத்திக்குங்க, ஒங்களால கண்ட்ரோல் பண்ண முடியிலண்ணா எங்கிட்ட அனுப்பி வையிங்க. அவென் என்ன கேட்டான் தண்ணிக் குடிக்கணும்னுதானே!... விட வேண்டியதுதானே. நீங்க என்ன பாடமா எடுத்துகிட்டு இருந்தீங்க? எல்லாம் கிராமத்திலிருந்து வர்ற பிள்ளைங்க, இவ்வளவு தூரத்திலுள்ள ஸ்கூலுக்கு நடந்து வந்து படிக்கிறதே பெரிய விஷயம்... இதுல தேவையில்லாம ஒங்கள யாரு அவனோட சாதிய இழுத்து பேசச் சொன்னது? இனிமேலாவது இதுபோல நடந்துக்காம நல்ல ஆசிரியருண்ணு பேரெடுங்க... நீங்க மட்டுமல்ல இனிமேல் எந்த ஆசிரியரும் வகுப்பறைக்குள்ள போலிஸ்காரன்போல மூங்கில் கழியோடவெல்லாம் போக வேண்டாம். வார்த்தைய விடவா பெரிய ஆயுதம் தேவை... போங்க...போங்க சொன்னத எல்லாம் நினைவுல வெச்சுங்குங்க...”

எம்.ஆர் சார் எதுவுமே பேசாமல் தலைய தலைய

ஆட்டிவிட்டு வெளியேப்போனார். 'சொந்த சாதிக்காரன்னு கூடப் பாக்காம இந்தாளு இப்படி பேசிபுட்டாரே! அதுவும் ஒரு எஸ்.சி. மாணவனுக்கு சப்போர்டா...' தலைமையாசிரியரின் கண்டிப்பான குரலும் பேச்சும் குடைந்து கொண்டே இருக்கவே, மீதி நேரத்திற்கு வேறு ஆசிரியை 10—பிக்கு அனுப்பிவிட்டு தலையை வலிக்கிது என்று, ஆசிரியர்களின் ஓய்வறைக்குள் நுழைந்து கொண்டார். எம்.ஆரிடம் பட்ட அடியின் வலியெல்லாம் எச்.எம்மின் கனிவானான பேச்சிலும் ஆதரவாய் தோளைத் தட்டிக் கொடுத்த விதத்திலும் கரைந்து காணாமல் போயிருந்தது. எதுவுமே நடக்காததுபோல் அமைதியாக இருந்த ரவியை அழைத்து எச்.எம். என்ன சொன்னாரென்று விசாரித்து கொண்டிருந்தார் கோவிந்தசாமி ஆசிரியர். இத்தனை களேபாரம் நடத்தும் எப்படி இவனால் மட்டும் அமைதியாக இருக்க முடிகிறதென்று ரவியை ஆச்சரியத்துடன் விழிகள் விரிய பார்த்துக் கொண்டிருந்தாள் காயத்திரி.

இன்னும் அம்மாவை காணுமே என்று வழியையே பார்த்துக் கொண்டிருப்பது சலிப்பூட்டியது. இருள் பெருகி ஊரையே விழுங்கியிருந்தது. தெரு சனங்களெல்லாம் அரிக்கேனையும் சிம்னி விளக்குகளையும் ஏற்றி வைத்திருந்தனர். இதற்கு மேலும் அம்மாவை பார்த்துக் கொண்டு வெறுமனே காத்திருப்பதால் பயன் ஒன்றுமில்லை என்று எழுந்தான் சேகர்; இருண்டு போயிருக்கும் வீடு பயமுறுத்தியதால்.

மண்ணெண்ணெய் பாட்டிலை தேடத் தொடங்கினான். 'சீமத்தண்ணி சீசாசவ சனியன் எங்கெ வெச்சிட்டு போனதின்னே தெரியலியே.' அம்மாவை வைதான். இருள் மண்டிக் கிடக்கும் வீட்டை பார்க்கும்போது, தலைவிரி கோலமாய் நிற்கும் மினியைப்போல பயமுறுத்தியது. இருள் தந்த துணிச்சலில் சுவர்க்கோழிகள் பாடத் தொடங்கின. அது எழுப்பும் ஒலி முற்றுப்புள்ளியின்றி தொடர்ந்து எழுந்து அலையலையாய் பரவிய படியே இருந்தன. தொடர் இரைச்சலில் ஒன்று அமைதியினால் இன்னொன்று இடைவெளியை இட்டு நிரப்பும் விதமாய் பாடத்தொடங்கி விடுகிறது. இரவு பூச்சிகளின் ஒலி மட்டுமே தொய்வில்லாமல் ஒலித்துக் கொண்டே இருக்கும். இதுவரைக்கும் இப்படி ஒலியெழுப்பும் ராப்பூச்சிகளின் பாடலை கவனிக்காமல் இருந்திருக்கோமே என்று அதிசயத்தான். யாருமற்ற தனிமையே யாவற்றையும் கூர்ந்து கவனிக்க செய்திருக்கிறது போலும்.

பரணிலிருந்து கடமுடாவென்று சத்தம் கேட்டது. உள்வீட்டிற்குள் ஆள் நுழைவதைக் கண்டதும் அடுக்குப்பானையின் மேலிருந்த சிறிய சட்டியை உருட்டி கீழே தள்ளிவிட்டு, தானியமில்லாமல் கீழேயிருந்த குள்ளப்புட்டியில் மோதிக்கொண்டு, தப்பித்தால் போதுமென்று வெளியே ஓடி மறைந்தது பெருச்சாளி ஒன்று. அது எழுப்பிய சத்தத்தில் திடுக்கிட்டு நின்றான் சேகர். 'இந்த அண்ணம் பயல வேற இன்னும் காணுலியே' எரிச்சலோடு பயமும் சேர்ந்து கொள்ள சின்னவனுக்கு அழுகையாய் வந்தது. அரிக்கேனில் சீமத்தண்ணி குறைவாயிருந்தாலும் பரவாயில்லை என்று கொளுத்தி எடுத்துக்கொண்டு கொட்டாயிக்கு சென்றான். நாய்க்குட்டியைப் போல பின்னாலேயே ஓடியது அரிக்கேனின் நிழல். காலடி ஓசையையும் வெளிச்ச அசைவையும் வைத்து தாய்க்கோழி கெதாவத் தொடங்கியது. கொட்டாயினுள்ளே செறுகி வைத்திருந்த குறுக்குக் கழியில் குந்தியிருந்த சேவல், 'கொர் கொர்றென்று' அபயக் குரலெழுப்பியது. அரிக்கேனை எடுத்துக்கொண்டு போனால் வெளிச்சத்தைக் கண்டதும், பயந்து போயிருக்கும் சேவல் ஓடிவிடுமென்று பூவரசு மரத்தினடியில் வைத்துவிட்டு, கொட்டாய் வரை பரவியிருந்த சன்னமான பழுப்புநிற ஒளியைக்கண்டு அரவவெழுப்பாமல் நெருங்கி சேவலைக் குறி பார்த்து லாவினான். சொடக்கவிழும் இடைவெளியில் வெற்றிடத்தை, அளைந்துவிட்டு ஏமாற்றத்துடன் திரும்பியது வெறுங்கையாய். மனுஷ வாடையை கண்டு கொண்டதோ, நிழலுருவின் அசைவை வைத்து தெரிந்து கொண்டதோ தெரியவில்லை பீதியால் உந்தப்பட்டு, அடித் தொண்டையிலிருந்து குரலெடுத்து கர்ண கொடூரமாய் கத்திக் கொண்டும் கருவிக் கொண்டும் கையில் அகப்படாவிட்டாலும், கொட்டாயை சுற்றிச்சுற்றி வந்தது சேவல். கெதாவிக் கொண்டிருந்த கோழியையாவது பிடித்துவிட வேண்டுமென்று உன்னிப்பாய் பார்த்து குறி பிசகாமல் தாவி கோழியின் மேல் றெக்கையை உறுதியாய் பற்றிக்கொண்டான். அரவமடங்கிக் கொண்டே வருகின்ற இரவின் அமைதியை குலைப்பது போலிருந்தது கோழியின் குரல். இதைத்தான் தெருசனங்கள்: 'கோழிகவுக்க பிடிச்சாலும் கிர்றா கிர்றாங்கும் அறுக்க புடிச்சாலும் கிர்றா கிர்றாங்கும்' என்று சொல்றாங்க போலிருக்கு.

கோழியை மூங்கில் கூடையில் போட்டு கவிழ்த்தான். "கியாங்... கியாங்..." என்று கத்திக் கொண்டிருந்த குஞ்சுகளை

இரண்டும் மூன்றுமாய் பிடித்து கூடைக்குள் போட்டான். கொட்டாயின் சந்தில் நின்று கொண்டு இன்னமும் கத்திக்கொண்டிருந்தது அந்த கெட்ட சாதிப்பய சேவல். தன்னை யாரோ பிடிக்க வருவதைப்போல பயந்து ஓடுவதும் கத்துவதுமாயிருந்தது. இருளில் இருக்கும் செடியின் அசைவுக்கூட ஆள்தானோவென்று தேவையில்லாமல் கிலி கொண்டலையும் சேவலைப் பார்த்ததும் கையில் அகப்படாத கோபம் இன்னும் அதிகமாயி "சே வம்மாள வோழி சேவலு ஆம்படவே மாட்டேங்குது, "வைததோடு கீழேக்கிடந்த பழங்கூடையை ஒரு எத்து எத்தி விட்டான். அது குப்பைமேட்டுல போய் பொத்தென்று விழுந்தது. கோபத்துடன் திரும்பி வந்து திண்ணையில் குந்திக்கொண்டான் சேகர். பூவரசு வேர்த்திண்டிலிருந்து கம்மலான ஒளி பரவியிருக்க, காற்றின் முரட்டு விரல்களால் திரியிலிருந்து எழுந்த தீபம் இருளழிக்கும் முயற்சியில் இருந்து பின்வாங்கத் தொடங்கியது. அரிக்கேனிலுள்ளே இருந்த அரைகுறை சீமத்தண்ணியும் சுத்தமாய் குறைந்து போயிருந்தது.

படவாசல் திறக்கும் ஒலி கேட்டதும், "அம்மா... அம்மோவ்" என்று கூவினான் சேகர். "என்னடா கத்துற இன்னும் அரிக்கேன கொளுத்தி வெக்கலியா?" ரவிதான் கேட்டுக்கொண்டே உள்ளே நிழைந்தான். திரி கங்காகி எரியத்தொடங்கியது.

"சீமண்ண போடாம அரிக்கேன கொண்டுபோயி ஏண்டா மரத்தடியில வெச்சிருக்கிற?"

"சீசாவ அம்மா எங்க வெச்சிட்டு போயிருக்குண்ணே தெரியலண்ணே."

"பின்ன என்னா மயிருக்குடா அரிக்கேன கொண்டு போயி அங்கெ வெச்சிட்டு வந்து குந்திருக்க?"

"கோயி கவுக்க போனேன் மறதியா வெச்சிபுட்டேன்ணே."

"சீசாவ உள்ளூட்டுலதானே அம்மா வெச்சிட்டு போயிருக்கும் தேடியெடுத்தார வேண்டியதுதானே! வூட்டு உள்ளார என்னெ பூதமா குந்தியிருக்கு பயிந்துகிட்டு வெளியே குந்தியிருக்க, இப்பப்பாரு திரிய நெருப்பு திங்கிது, எடுத்தாந்து திரிய அணைச்சாவது வெக்கிலாம்ல, சட்டிசட்டியா பீத்திங்க மட்டும் தெரியிதா? எல்லாத்தியும் கவுத்தியா இல்ல ஓட வுட்டுட்டியா?"

"சேவ மட்டும் ஆம்படவே மாட்டேங்குது" ரவி போட்ட அதட்டலில் சேகரின் குரல் அடங்கிப் போயிருந்தது. வந்ததும் வராததுமாய் அண்ணன் பயல் இப்படி விழுந்து பிடுங்குறானே என்று தனக்குத்தானே முணுமுணுத்து கொண்டான்.

மூங்கில் பிளாச்சாலான கதவை திறந்து கொண்டு உள்ளே நுழைந்த ரவி, நெகாயாய் பகலில் பார்த்து வைத்திருந்த இடங்களையும் பொருட்களையும் நினைவில் கொண்டுவந்து இருட்டில் துழாவினான். அண்ணன் தடுமாறுவானே என்று டவுசருக்குள்ளிருந்த தீப்பெட்டியை எடுத்து கொண்டு போய் கொடுத்தான் சேகர். 'சீமண்ண சீசாவ எங்க வெச்சிட்டு போயிருக்கும்?' குச்சியை உரச..பற்றிப் பரவிய ஒளியில் விழிகளை சுழல விட்டான். ஒவ்வொரு குச்சியையும் பெட்டியில் உரசும் போதும், வெளிச்சப் பொறியோடு சேர்ந்தே கசிந்து பரவும் கருமருந்து வாடை நாசியினுள் நுழைந்து மூச்சை அடைத்தது. அடுக்குப்பானைக்கும் கீழே கள்ளிப்பெட்டியின் ஓரத்தில் சீசாவொன்று இருப்பதை கவனித்துவிட்டான். குனிந்திருக்கும் போதே தெரிந்தது வெற்று சீசாவொன்று, அதை அங்கேயே வைத்தான். சுவரின் அண்டையில் மண்வயிற்றை புழுத்திக்கொண்டு ஒன்றின்கீழ் ஒன்றாக குந்தியிருந்தன; தானியப் பானைகள். மீண்டும் கிழிக்கப்பட இருளின் பிளவில் பளீரிட்ட ஒளியில் தெரிந்தது; காசரைநாற் கயிரைக்கொண்டு சீசாத் தொங்க விடும் இடத்தில் வெற்றுக்கயிறும் கோணியும்தான் விட்டத்திலிருந்து தொங்கிக்கொண்டிருப்பது சந்தேகமெழ சாக்கை விலக்கிப்பார்த்தான். சாக்கிலிருந்து பரவிய புதுநெல்லின் மணமும் சொணையும் மூங்கினுள் நுழைந்து தும்மலை வெளியேற்றியது. அலறி இரண்டு தும்மலைப்போட்ட பிறகுதான் குதிரின் ஓரத்திலுள்ள குள்ளபுட்டியை கவனித்தான். குதிருக்கும் குள்ளப்புட்டிக்கும் நடுவே சீசா குந்தியிருந்தது. அப்பாடா தலைசுற்றலும் தவிப்போடுக்கூடிய எரிச்சலும் குறையத்தொடங்கி நிம்மதிப் பெருமூச்சு விட்டான் ரவி. சீசாவின் கழுத்தை இறுக்கிப் பற்றியபடி திண்ணைக்கு வந்தான்; நல்லவேளை கோழியைப் போல் சத்தங்காட்டாமல் வாகாய் கழுத்தைக் கொடுத்திருந்தது சீமண்ண சீசா. தம்பியை குச்சியைக் கிழிக்க சொல்லிவிட்டு கீழே சிந்தாமல் ஊற்றி வாயை திருகி மூடிவிட்டு, திரியை மேலேற்றி எரிந்துபோன நாடாவை விரலால் நிரடி கரியை போக்கிய பிறகு, எண்ணெயில் முக்கிவிட்டு திருப்பானைத் திருவி

திரியை அளவாய் பொருத்திய பின்பு ஒளியேற்றி குறுக்குக் கம்பியில் கண்ணாடியை சரியாகக் குந்தவைத்து கையில் பிடித்துக்கொண்டு வாசலுக்கு வந்தான். துவட்டாத உடம்பாய் வியர்வை பெருக்கெடுத்து வழிந்த நிலையில் ஈரக்காற்றின் தழுவல் சுகமாயிருந்தது.

அதே இடத்திலேயே குந்தியிருந்து அந்த கெட்ட சாதிப்பயல் சேவல். பதுங்கி பதுங்கி அருகே சென்று ஒரே எட்டில் அதன் கால்களை இறுகப்பற்றி கொண்டான். அதை கூடையில் போட்டு கவிழ்த்த பிறகுதான் நிம்மதியாயிருந்தது. வீட்டில் ஏற்படும் பணமுடை, தேவை நாவை பயல்களின் பள்ளிக்கூட செலவுகள் என்று வரும்போதெல்லாம் ஆயியும் அப்பனும், இரவுகளில் கூவிக் கொண்டு வரும் வியாபாரிகளிடம் விற்று விட்டுத் தானே சமாளித்து கொள்கிறார்கள். இதைக்கூட சரியாக செய்யவில்லையென்றால் குடும்பத்தை பாக்கிறவங்க வையாம கொள்ளாம இருப்பாங்களா?

மேற்காலத் திண்ணையில் கோரைப்பாயை விரித்துபோட்டு அரிக்கேனையும் அருகில் வைத்து தம்பியை படிக்கச்சொன்னான். தாழ்வாரத்தில் சாய்த்து வைக்கப்பட்டிருந்த கிழவனின் கட்டிலைக் கொண்டு வந்து வாசலில் போட்டு படுத்தான் ரவி. மேகக்கூட்டத்தை விலக்கியப்படி நிலா வேகமாய் போய்க் கொண்டிருந்தது. அள்ளித்தெளித்தது போல நட்சத்திரங்கள் தூர தூரத்தில் கண் சிமிட்டி மின்னிக்கொண்டிருந்தன. படுத்திருந்தவனின் மனம் முழுவதிலும் வரப்போகின்ற 'பப்ளிக் எக்ஸாமை' பற்றியே சுற்றிச் சுழன்றபடியே இருந்தது. ஏதோ புலி வருது புலி வருது என்பதைப்போல அவனவனும் பரிட்சையை பற்றி சொல்லியே பயமுறுத்துவது வேறு கிலியூட்டுவதாய் இருந்தாலும், புத்தகத்தில் வருவதைத்தானே கேட்டுவிட போறானுங்க, என்னதான் ஆகிவிடப் போகிறது பார்த்துக்கலாம், தனக்குத்தானே நம்பிக்கையூட்டி கொண்டான். எப்பொழுது கண்ணசந்தானோ தெரியவில்லை. அம்மா சாப்பிட எழுப்பியபோதுதான் தெரிந்தது அசந்து தூங்கிப் போயிருந்தது. பள்ளிக்கூடம் போய்வந்த அசதி பேரப்புள்ள தூங்குட்டுமென்று கிழவனும் எழுப்பாமல் இருந்திருக்கிறார். காத்தமுத்து கிழக்கால திண்ணையில் குந்தியிருந்தார். தம்பிதான் கைக்கழுவ தண்ணிக்கொண்டு வந்து கொடுத்தான். வாங்கியவன் திண்ணை கெங்கில் வைத்துவிட்டு மேற்கால வேலியோரத்தில் மூத்திரம் போய் விட்டு வந்தவன், முகங்கழுவி வாய்க்கொப்பளித்து விட்டுவந்து

மேற்கால திண்ணையில் குந்தியிருந்தான். தோளில் கிடந்த துண்டையெடுத்து கொடுத்தார் காத்தமுத்து. பேருக்குத் துடைத்துக்கொண்டு பாதி உறக்கத்திலேயே தின்று முடித்து விட்டு படுத்துக்கொண்டான் ரவி. ஏன் படிக்கவில்லை என்று காத்தமுத்துவும் கேட்கவில்லை. ‘எப்பொழுதும் நடுராத்திரி வரை படிக்கிறவன் இன்று ஒருநாள் சீக்கிரமா படுத்து விட்டான் போவுது உடேன்’ என்று அவரின் உள்மனம் சொல்லியது.

நாய்களின் குரைப்பொலிக்கு துணையாக வாலம்பாளின் ஒப்பாரி தெருவெங்கும் அலையத்தொடங்கியது; வழக்கம் போலவே.

“யேம்மவன பஞ்சாயித்தில நிக்க வெச்சி அழுமானம் பண்ணி ஊருண்ணும் ஒறவுண்ணும், சாதியிண்ணும் சனமிண்ணும் ஆயி மவண்ணும் பாக்கவுடாம பண்ணிப்புட்ட ஊர்த்தெரு யேஞ்சாண்டக் குடிச்சவனுக்கு ஏ...யெம்பச்சயாயீ... நீ தாண்டி கூலிக்குடுக்கணும்.” வாய்விட்டே ஒவ்வொரு ராத்திரியும் வேணும் வேணாம்னு! ‘பாட்டு வெச்சே’ தீத்துக்கட்டினாள் வாலம்பாள். அவள் வைத்த ஒப்பாரியில் தெருவே கரைந்தது. இதையெல்லாம் கேள்விப்பட்ட ஊர்தெரு சனங்களில் மிகுதியானவர்களின் மனத்தீ பற்றிக்கொண்டு உள்ளுக்குள்ளேயே புகைந்து கிடந்தது. மகனின் பிரிவை சீனிவாசனாலும் தாங்கிக்கொள்ள முடியாமல் உள்ளுக்குள் அழுது வெளியே புலம்பியபடியே திரிந்தார். பெருகியத் துயரையெல்லாம் குடிசாமியின் காலடியில் போய்க் கொட்டித் தீர்த்ததோடு சூடமேற்றி கும்பிட்டு வேண்டிக்கொண்டு வந்தார். மகன் எங்கிருக்கிறானென்று தெரியாவிட்டாலும், எங்கிருந்தாலும் உயிரோடு இருக்கிறான் என்ற எண்ணமே ஆறுதல்படுத்தியது. ஒத்தைக்கு ஒரு புள்ளே ஊருக்குதான் வர புடிக்குல இந்த ஆயி அப்பனுக்கு ஒரு கடுதாசிக்கூடவா போட முடியில... ஒவ்வொரு நாளும் வெந்து வேக்காடாகி இருந்தனர்; புருஷனும் பொஞ்சாதியும்.

ஊரை விட்டே காணாமல் போய் இரண்டு வருஷங்கழித்து காக்கி உடுப்போடு நடேசன் திரும்பி வந்தபோது, ஊரே ஆச்சரியப்பட்டு போனது. எந்தத் தெருவின் வழியே சைக்கிளில் போனதிற்காக கட்டி வைத்து அடிக்கப்பட்டாரோ, அந்தத் தெருவின் வழியாகவே புத்தம் புதிதான ‘ராலே சைக்கிளில்’ சார்மினார் சிகரெட் பிடித்தபடியே கம்பீரமாய் நுழைந்தார்.

இரண்டு ஆண்டுகளுக்குப் பிறகு பார்க்கும் போதும் ஊர் அப்படியொன்றும் பெரியதாய் மாறிவிடவில்லை. அதே புழுதி பறக்கும் செம்மண் சாலை, அழுக்குக் கோவணத்தோடு போகும் கிழங்கள், தண்ணீர்க் குடம் தூக்கிச்செல்லும் லவுக்கை இல்லாத— சுருங்கிய முலைகளோடு போகும் கிழவிகள் இன்னும்... களப்பு கடைக்கும் வெளியே குத்துக்காலிட்டு நாய்க்குந்தலாய் அமர்ந்தபடியே காற்றில் பழுப்பு கயிறை திரிப்பதைப் போல டீயை தூக்கி, ஆற்றிக் கொண்டிருக்கும் 'டவராசெட் மனிதர்கள்'—ம்கூம் ஒரு மசுரு மாற்றமுமில்லை.

பெரியசாமி வகையறாவிடமிருந்து காப்பாற்றி கொண்டு போன பழனிமுத்துவும் அவருடைய ரத்த சொந்தங்களும், 'வீச' பொன்னுசாமிக்கு சொந்தமான மோட்டார் கொல்லையிலதான் நாலு நாளுக்கும் குறையாமல் நடேசனை தங்க வைத்திருந்தனர். தங்கராசு படையாச்சிதான் சீனிவாசனின் வீட்டிற்கு ஆளை அனுப்பி அவரை மறுநாள் காலையில பாளையத்திற்கு வரும்படி செய்தியனுப்பி இருந்தார், மகன் விஷயமாக இருக்குமென்று யூகித்தக் கிழவர், படையாச்சி சொல்லி விட்டது போலவே பாளையத்தில் காத்திருக்கிறார். பாளையம் என்றழைக்கப்படும் உடையார்பாளையத்தில் மட்டுமே சுற்று வட்டார கிராமங்களுக்கெல்லாம் ஒரே ஒரு உயர்நிலைப்பள்ளி இருந்தது. அதில்தான் பெரிய பத்தாம் வகுப்பான எஸ்.எஸ். எல்.சியில் ஒரு பாடத்தில் தோல்வியடைந்த நடேசனால் மீண்டும் மீண்டும் எல்லாப் பாடங்களையும் எழுதிப்பார்த்து அது முடியாதென்றவுடன் படிப்பை அப்படியே விட்டுவிட்டு, மூன்றாண்டுகளாக கூத்துக் கச்சேரி என்று திரிந்து கொண்டிருந்தவரின் டி.சி.யை வாங்கிக்கொண்டு வரத்தான் சீனிவாசனை ஆண்டை வரச்சொல்லி இருக்கிறார் என்பது இருவருமாக பள்ளிக்கூடம் நோக்கி போகும்போதுதான், 'நடேசன் எங்கு இருக்கிறானென்றும் அவனுக்கு இந்த 'சர்ட்டிபிட்டு' இருந்தாத்தான் எங்கியாச்சும் டவுனுல போயி பொழைச்சிக்க வசதியா இருக்குமென்று அவன் சொன்னானென்றும்' தங்கராசு சீனிவாசனிடம் விபரத்தை எல்லாம் கூறி அழைத்துக்கொண்டு போனார். மாணவனை அழைத்துக்கொண்டு வந்ததால்தான் டி.சியை தருவேனென்று முதலில் மறுத்துவிட்டார்; அப்போது தலைமையாசிரியராக இருந்த ச. ஆறுமுகம் முதலியார்வாள் அவர்கள். ஊரில் நடந்தவற்றை எல்லாம் தங்கராசு எடுத்துக்கூறியதும் சீனிவாசனிடம் கையெழுத்தை வாங்கிக்கொண்டு கொடுத்து

விட்டார்; எச்.எம். இருகைகளாலும் நீட்டி வாங்கியவர், கண்களில் ஒற்றிக்கொண்டு அப்படியே நிலம் வாங்க வைத்திருந்த பெரிய நூறு ரூபாய்த்தாள் மூன்றையும் மகனிடம் கொடுக்கச்சொல்லி குடிசாமியை வேண்டிக்கொண்டு, ரூபாயோடு மாற்றுச் சான்றிதழையும் ஆண்டையிடம் கொடுத்தார்.

தனக்கு அடைக்கலம் கொடுத்த 'வீச' இடமும், உயிரையும் மானத்தையும் பாதுகாத்த தங்கராசு படையாச்சிடமும் கண்ணீர் மல்க டி.சியையும் முன்னூறு ரூபாயையும் பெற்றுக்கொண்டு, மெட்ராஸ் போயி பிழைத்துக் கொண்ட பிறகு தகவல் அனுப்புகிறேன் அய்யாவிடமும்—ஆயியிடமும் சொல்லி விடுங்கள் என்று நன்றிப் பெற்றுக்கொண்டு விடைபெற்று கிளம்பினார் நடேசன். பாதுகாப்பாய் கூடவே போய் அனுப்பிவிட சொன்னார்; தன் மகனிடமும் மகனின் கூட்டாளி பயல்களிடமும் தங்கராசு படையாச்சி. 'வீச' கொல்லையிலிருந்து ஊர் அரவமடங்கிய பிறகு பழனிமுத்து மற்றும் அவர் ஆட்களின் துணையோடு பயிர் நிலங்களின் வழியாக குறுக்காக நடந்து ஆதிச்சனூர் ஓடையையும் கடந்து போய் நாச்சியார்பேட்டை மெயின் ரோட்டுக்கு வந்தடைந்த போது நடேசனை வழியனுப்பி வைப்பதைப் போல சாமக்கோழி தன் முதல் கூவலை கூவியது. ஒருமணி நேர காத்திருத்தலுக்கு பிறகு சரக்கு ஏற்றி வந்த லாரியை மறித்து ஏற்றி விட்டார்கள். "நல்லபடியா போயி சேரு நடேசா எங்க இருந்தாலும் மறக்காம கடுதாசி போடு" என்றார் பழனிமுத்து. கையெடுத்து கும்பிட்டு நன்றியை தெரிவித்தார் நடேசன். லாரியில் திருச்சி வந்தடைந்தது அந்த காலை நேரத்திலேயே பட்டாளத்துக்கு ஆளெடுப்பதாக பஸ்டாண்டு டீக்கடையில் இருவர் பேசிக்கொண்டது, அவர்களிடம் ஆள் எடுக்கும் இடத்தை விசாரித்துக் கொண்டு போய் சேர்ந்தது... சேர்ந்த சூட்டோடு பெங்களூர் இராணுவ பயிற்சி பள்ளியில் எல்லோருக்கும் மிகக் கடுமையாக இருந்த பயிற்சியைக் கூட, வெகு சாதாரணமாக ஒன்பது மாதகால பயிற்சியை நல்லவிதமாய் முடித்து 'டேராடூன்' இராணுவ கேம்பில் பணியில் சேர்ந்து இதோ இரண்டு மாத லீவில் 'மெட்ராஸ் ரெஜிமென்டின்' இன்ஜியரிங் பிரிவை சேர்ந்த சிப்பாய் என்ற சிறப்பு தகுதியோடு, வரும் வரை பேருக்கும் ஒரு கடிதாசிக்கூட போடாமல் மனதை கல்லாக்கிக் கொண்டு இருந்து விட்டார். அம்மா ஒப்பாரி வைத்து அழுமென்று

தெரிந்தும், தான்பட்ட அவமானமும் வேதனையும் இளகும் மனதைக்கூட தட்டித்தட்டி இறுக்கமாக்கி வைத்துவிட்டது. எந்த ஊர் தன்னை அவமானப்படுத்தியதோ எந்த ஊர் மக்கள் தன்னை கீழ்சாதிக்காரனென்று இளக்காரமாகப் பார்த்தார்களோ அந்த ஊரின் எல்லையை தொடும் வரை, 'இந்த நடேசன் செத்தானா? பிழைத்தானா வென்றுகூட யாருக்கும் தெரியக்கூடாது' என்ற வைராக்கியமே நடேசனை இந்த ரெண்டு வருஷ காலத்தையும் மௌனமாகவே இருக்க வைத்து விட்டது.

சைக்கிளில் ஊருக்குள் நுழைந்த நடேசனை பார்த்தவர்கள் யாரோ? எவரோ? என்று, முதலில் பயங்கலந்த மரியாதையுடன் விலகி வழிவிட்டு நின்றனர். 'போலீசாட்டும் தெரியிலியே இவுரு பெரிய அதிகாரியாக இருப்பாரோ?' அச்சத்துடன்தான் ஒவ்வொருவரும் பார்த்தனர். யாரென்று தெரிந்த மறுகணமே அவர்களுள் ஆச்சரியமும் 'நம்மூரு சேரிக்காரப்பயலா இப்படி மெதப்பா போறான்'னு ஏளனமாய் பேசிக்கொண்டாலும் சத்தம் வெளிவராமல் கமுக்கமாய் குசுகுசுத்து கொண்டார்கள். 'நெல்லுபளம்' ஏரியைக் கடந்து முதல் தெருவினுள் சைக்கிள் நுழைந்தபோது, வெளியே நின்றுகொண்டிருந்த தங்கராசு வைத்தியர்தான் (குடித்தெரு நாவிதர்) பெரியசாமியிடம் பதற்றத்துடன் கூறினார். "படாச்சி நம்மூருக்கு யாரோ உடுப்போட பட்டாளத்துக்காரன் வர்றாப்ல இருக்கு" என்றார். வெற்றிலைப் பாக்கைப் போட்டு குதப்பிக் கொண்டிருந்த பெரியசாமி இதைக் கேட்டவுடனே, வெற்றிலைப்பாக்கை படலோரத்தில் வந்து முழிவதைப் போல, வெளியே வந்து எட்டிப் பார்த்தார். பட்டென்று முதலில் யூகிக்க முடியாதபடி, முறுக்கி விடப்பட்ட கருகருவென்ற மீசையும், மழுங்க சிரைத்த முகமுமாய் ஊடுறுவி பார்த்தாலும் விழிகளே தெரியாதபடி போட்டிருந்த கறுப்புக் கண்ணாடியும் பெடலை மூர்க்கமாய் விசையோடு உதைவிட்டு மிதிக்கும் கறுப்பு நிற பூட்சும் கரும்பச்சை உடுப்பும், யாரென்று எதுவுமே தெரியவில்லை. ஊரைவிட்டு ஓடிப்போனவனை இன்னமும் யார் நினைத்துக் கொண்டிருப்பார்கள்? வருகின்ற சேதியை யாருக்கும் தெரிவிக்காமல் திடுதிடுப்பென்று வந்தால் யாறென்று யாருக்குதான் தெரியும்?

பரியேறி (பரிகாரி) தங்கராசு தான் பெரியசாமியிடம் குசுகுசுவென்றார். 'படாச்சி வர்றவன் ஜாடையப் பாத்தா ஊரவுட்டு ஓடிப்போன நம்ப பற சீனிவாசன் மவன்

நடேசன் மாரில்ல தெரியிது.” பதிலெதுவும் பேசாமல் திண்ணையில் போய் குந்திக்கொண்டார். உடுப்பையும் தோரணையையும் பார்த்து ‘இதுயாராய் இருக்குமென்று யோசித்தவர் வருவது நடேசன்தான் என்று தெரிந்ததும் முதலில் அதிர்ச்சியடைந்தாலும், அதை வெளிக்காட்டிக் கொள்ளாமல், “யாரோ எவனோ போறான் நீ ஓம் பொழப்பப்பாருடா” என்றார். இருந்தாலும் மட்டு மரியாதை எல்லாத்தையும் சிகரெட்டு புகையா இப்படி ஊதிவுட்டு போறானே என்று உடம்பும் மனசும் எரிந்தாலும், ‘அவென்தான் பழைய நடேசன் இல்லியே, கெவுருமண்டு ஆளாயில்ல வர்றான்.’ என்று எழுந்த அச்சமே பெரியசாமி படையாச்சியை வாயை மூடிக்கொள்ள வைத்துவிட்டது.

சேரியிலுள்ள தெருக்கள் இரண்டுமே விழாக்கோலம் பூண்டது போல் களைகட்டத் தொடங்கியது. மகனை கட்டிப்பிடித்துக் கொண்டு அழுதாள் வாலம்பாள் கிழவி. ஆரத்தியெடுத்து திருஷ்டி கழித்த பிறகே தன்னுடைய குடிசை வீட்டுக்கு அழைத்துப் போனாள். பட்டாளத்து உடுப்போடு பார்த்ததும், முதலில் பயந்துபோய் ஒதுங்கியவர்களையெல்லாம், மாமாவென்றும், பெருப்பாவென்றும், சின்னய்யா என்றும், பெரியாயி என்றும் அக்கா—தங்கச்சியென்றும் ததும்பி வழியும் மகிழ்வோடும் இத்தனை நாளும் பிரிந்திருந்த வலியை எல்லாம் மறந்துவிட்ட துள்ளலோடும், ஒவ்வொருவரையும் வாயார உறவுமுறைதனை சொல்லி அழைத்ததின் மூலம் இறுகி கெட்டித்தட்டில் போயிருந்த தன் துயரினை மெல்ல மெல்ல கரைத்துவிட்டு இயல்பானார் நடேசன்.

தெருவே—(வடக்காலத் தெருவையும் சேர்த்துதான்) தீபாவளி—பொங்கல் என்று வரும் பண்டிகைக்கால மகிழ்ச்சியை கொண்டாடுவதைப்போல நடேசனின் வருகையை ஆரவாரத்தோடும் மிகுந்த சந்தோஷத்தோடும் வரவேற்று கொண்டாடி மகிழ்ந்தார்கள். களைகட்டி இருந்தது; இரண்டு தெருக்களும்.

பட்டாளத்தார் வந்ததைப் பற்றிய பேச்சே சேரியிலிருந்து குடித்தெரு வரையிலும் உள்ள சனங்களின் அன்றைய பொழுதின் முக்கியமானதொரு விஷயமாய் இடம்பிடித்து இருந்தது. ஒவ்வொருவரும் நடேசனைப் பற்றியே மகிழ்ச்சியோடும், பொறாமையோடும், வெறுப்போடும் கோபத்தோடும், சுற்றிச்சுற்றி எதைப்பேசினாலும் இதைப்பற்றி பேசுவதிலேயே

தங்களையும் அறியாமல் சிக்கி இருந்தார்கள். தன் வீட்டிற்கும் கொல்லைக்கும் வேலைக்கு வந்த பெண்களிடமெல்லாம் விசாரித்தாள் முனியமுத்தாரின் மகனும் பெரியசாமியின், தங்கையுமான ராமாயி. நடேசன் படிக்கின்ற காலத்திலேயே அவன் துடுக்கான பேச்சும் முரட்டுத்தனமான நடையுடை பாவனையும் அவளின் மனதிற்குள்ளும் முதன்முதலாய் சடுகுடு ஆடியவன் அல்லவா! தன்னுடைய வீட்டில் வேலை செய்ய பறத்தெரு ஆளுங்களெல்லாம் வரும்போது இவன் மட்டும் வந்ததே இல்லியே!... அருகில் இருந்து ரெண்டு வார்த்தை பேசக்கொள்ளவாவது வாய்ப்பா இருக்குமே என்று ஆசைப்பட்டிருக்கிறாள். தன்னை விடவும் ஏழெட்டு வயதாவது மூத்தவன் என்றாலும், ஒன்றாக படித்திராவிட்டாலும் தூரத்திலிருந்து கவனித்து இருக்கிறாள். சுற்று வட்டாரத்தலேயே கபடி விளையாட்டில் சூரன் என்று கேள்விப்பட்டிருக்கிறாள். பயமில்லாத முரட்டு இளைஞனாய் பார்த்தே பழக்கப்பட்ட ராமாயிக்கு முதன்முதலாக தன் சொந்தங்களாலே அடித்து உதைக்கப்பட்ட போதுதான் அவள் மனதிலெழுந்திருந்த உருவம் சிதைந்து சின்னாபின்னமானதால் உண்டான துயரம் காய்ச்சல்வரை கொண்டுவிட்டது. ‘அய்யனாரப்பா அந்தாள காப்பாத்து’ என்றெல்லாம் வேண்டிக் கொண்டிருக்கிறாள். கட்டிக்கொடுக்கும் முன்பு இருந்த அதே மனம் புருஷனை இழந்துவிட்டு ‘வாழாவெட்டியாய்’ அப்பன் வீட்டோடு வந்த பிறகும் மாறாமல் அப்படியே இருக்கே என்று ஆச்சரியப்பட்டு போயிருக்கிறாள். இதோ... இப்போது... இரண்டு வருஷ காலமாய் காணாமல் போயிருந்தவன் திரும்பி வந்துவிட்டதில்... அதுவும் ‘பட்டாளத்தானாய்’ கேள்விப்பட்டதில் இருந்து அவளிடம் உண்டான பூரிப்பு... மகிழ்ச்சி, உடம்புக்கூட கேட்ட மாத்திரத்தில் பழையபடி சதைபோட்டு விட்டதாக ஒரு நினைப்பு..... எல்லாவற்றையும்விட அந்த ஆளை ‘எட்டைக்க வெச்சாவது பாத்துடனும்‘ என்ற பதைபதைப்பு அவள் விசாரிக்கும் குரலில் கூட துள்ளலுடன் கனீரென்று ஒலித்தது. இத்தனைக்கும் அருகாமையில் வைத்து பார்த்தது இல்லை, ஆசையாக இரண்டு வார்த்தை பேசியதில்லை. தன்னையே விசித்திர பிறவியாய் எண்ணிக்கொண்டாள் ராமாயி.

வந்த உடனே சிவில் உடைக்கு மாறிய நடேசன், தான் கொண்டுவந்ததில் எல்லாவற்றையும் எடுத்து ஆயா அப்பனிடம் காண்பித்து விவரித்து கொண்டிருந்தார். ஒவ்வொரு பொருளையும் பார்த்தறியாத அந்த ஏழைக்

கிழவனும்—கிழவியும் இது எல்லாவற்றையும் விட மகன் திரும்பக் கிடைத்ததே பெரிய அதிசயமாகவும் கடவுளே கண்ணெதிரில் தோன்றி கொடுத்த வரமாகவும் எண்ணி மகிழந்தார்கள். அப்பா போர்த்திக்கொள்ள கம்பளி, அம்மாவிற்கு கண்டாங்கி சேலை, ஆசையாய் தின்றுபார்க்க விதவிதமான இனிப்புகள் ஆசையாய் சாப்பிடுவார்களே என்று ஆப்பிள், திராட்சை சாத்துக்குடி என்று விதவிதமான பழங்கள், அய்யா குடிப்பாரே என்பதால் வெளியிலெங்கும் கிடைக்காத மிலிட்டரி ரம்... ஒவ்வொன்றையும் பார்க்க பார்க்க ஆனந்த மிகுதியால் பேச்சற்று அமர்ந்திருந்தார் சீனிவாசன். பெருமிதத்தால் மனம் விம்மியது. கொப்பளித்து வழிந்த கண்ணீரை துடைத்து கொண்டார்.

தன்னைக் காப்பாற்றி வழியனுப்பி வைத்த பழனிமுத்து அவரின் கூட்டாளிகள், சகோதரர்கள், தங்கராசு படையாச்சி 'வீச' என்று சொல்லப்படும் பொன்னுசாமி, கோனார் இப்படி ஒவ்வொரு வரையும் பார்த்த கையோடு, ஒவ்வொருத்தருக்கும் ஒவ்வொரு பொருளாய் ரம் என்றும், கம்பளி என்றும் சிகரெட் என்றும் கொடுத்ததோடு மறுக்காமல் தன்னுடைய நன்றியையும் பேச்சுவாக்கில் கூறிவிட்டு இருட்டிப்போயி வீடு வந்தார் நடேசன். இன்னும் குடித்தெருவுக்கு புள்ளையக் காணுமேன்னுட்டு அரிக்கேனும் கையுமாய் சீனிவாசனும் வாலம்பாக் கிழவியும் தெருவுக்கே போயி அழைத்து கொண்டு வந்தனர்.

"என்ன மாப்ள எப்படி இருக்கே?" தாய் மாமன் மகனான காத்தமுத்துவை விசாரித்தார் நடேசன்.

"நல்லா இருக்கேன் மாமா ஆரிமியில இப்ப என்னா ஊருல இருக்கீங்க?"

"என்னா மாப்ள படிக்காத ஆளுமாரி கேக்குற? இதுயென்ன சித்தமல்லி வடகடல்னு வேலைக்குபோற ஊரா? மிலிட்டரி மாப்ள எந்த ரெஜிமென்ட் எந்த கம்பெனின்னு ஒனக்கு தெரியாது தப்பில்ல... எந்த மாநிலத்தில இருக்குரன்று கேக்கலாம்ல—சரி வுடு கெடக்கு, இப்ப உ.பி அதாவது உத்திர பிரதேசத்துல உள்ள 'டேராடூன்ல'தான் மாப்ள வேல, பெங்களூர்ல 'ட்ரெயினிங்' முடிச்சவுடனே அங்கதான் அனுப்பி வெச்சாங்க.

"ஏம் மாமா எத்தன மாசம் லீவுல வந்திருக்கீங்க?

கல்யாணம் பண்ணுரமாரி எண்ணமில்லீங்களா?” ‘ரெண்டு மாசம் லீவு, முடிந்தவுடனே போயாவுணும் இல்லண்ணா வாரண்ட்டுதான், வருஷத்துக்கு ஒருமுறை லீவு தருவாங்க... என்னெ கேட்ட கல்யாணமா? இப்பதானே வேலையே கெடச்சிருக்கு, ஆவட்டும் மாப்ள அடுத்தமுற வரும்போது முடிச்சிட்டா போவுது.” இருவரும் பேசிக்கொண்டிருக்கும் போதே தத்தி தத்தி நடந்து வந்த காத்தமுத்துவின் இரண்டு வயசு மகன் ரவி திண்ணையிலிருந்த நடேசனின் ‘சார்மினார்’ சிகரெட் டப்பாவையும் சிகார் லைட்டரையும் எடுக்கத் தாவினான். அது கைக்கு கிடைக்காததால் அழுதக் குழந்தையை தூக்கி வைத்துக்கொண்டு கொஞ்சினார் நடேசன். பயல் ரொம்ப சுட்டி முறுக்கிக் கொண்டிருந்த மீசையைப் பிடித்து இழுத்து வலியுண்டாக்கினான். மாமாவையும் அத்தையையும் விசாரித்துக் வீட்டுக்கு கிளம்பினார் நடேசன்.

ஊர்க்குடித்தெரு பெரிய மனிதர்களுக்கும் இளவட்டங்களுக்கும் ஒரே புகைச்சலாகவும் பொறாமையாகவும் இருந்தது; நடேசன் சைக்கிளில் போவதும் வருவதுமாய் இருப்பதை பார்க்கின்ற போது. மகன் தினமும் சவரம் செய்வதையும், பிரஷ் கொண்டு பல் துலக்குவதையும் பெருமையுடன் பார்த்து விட்டு வெளியே போவார் சீனிவாசன். ஒவ்வொரு நாளும் ஒவ்வொரு விதமாய் ஆக்கிப் போட்டது வாலம்பாக் கிழவி. முட்டையும் பொட்டை யுமாய் ஒருநாள் கோழி என்றால், இன்னொரு நாளோ நண்டு. வேறொரு நாள் பக்கத்து ஊரில் போட்டார்கள் என்று பன்றிக் கறிக்குழம்பை ஆசைஆசையாய் சமைத்துப் போட்டது. எல்லோரின் வீடுகளிலும் கம்பும் கேழ்வரகும் கிண்டி சோறாகும் போது, அரிசி சோறாக்க சொன்னார் சீனிவாசன். நடேசன்தான் ஆசையாய் இருக்கிறதென்றும், சுக்கா ரொட்டியும், சப்பாத்தியும் பூரியும் தின்று தின்று நாக்கு செத்துப் போய் கிடந்ததால், ஒரு வாரக்காலம் ஒன்றுமே சொல்லாமல் அரிசிச்சோறு தின்றவர், பிறகு வழக்கம் போலவே சோளச் சோறையும், வரகரிசி சோற்றையும் களி கம்மஞ்சோறென்று ஆக்கச் சொல்லி விட்டார்.

“ஊரே பார்த்து ஓமலுபடுது நடேசா குடித்தெரு பக்கமெல்லாம் போவாத,” வூட்டு உள்ளார போயி குந்து, குடித்தெரு ஆளுவ நீ கட்டுலுல குந்துரத பாத்தாக்க சங்கடப்படுவாங்க” ஒவ்வொன்றுக்கும் தடை போட்டு அடைக்கோழியைப் போல மகனை வீட்டுக்குள்ளேயே

முடக்கப் பார்த்தார் கிழவர். இதையும் மீறித்தான் ஒவ்வொரு முறையும் ஒவ்வொரு குடித்தெருகாரர்களின் கண்ணிலும் ‘ஊர்க் கட்டுமானத்தை’ படும்படி பார்த்து கொண்டதோடு, உடைக்கும் விதமாய், கட்டிலில் கால் மேல் கால் போட்டு அமர்ந்து சிகரெட் பிடித்த படியும், தோல் செருப்பை போட்ட படியும் தெருவில் போவதும் வருவதுமாய் இருந்ததோடு குடித்தெரு தன்னை ஒத்த இளவட்டங்கள் யாராவது விசாரிக்கும்போது மீசையை முறுக்கியபடியே பதில் சொல்லுவதுபோல் தன்னுடைய நடவடிக்கைகளின் மூலம் ஊரையே கதிகலக்க அடித்து கொண்டிருந்தார்.

பெரிய தமுரு சீனிவாசனிடம் சில விஷயங்களை கூறினார். ஊர்த்தெருவில் நடேசனை பற்றி என்னவெல்லாம் பேசுகிறார்கள். என்றும், “ஊரை மாத்திபுடலாம்னு கங்கணம் கட்டிக்கிட்டு வந்தவன் போலில்ல நடந்துகிறான், பாத்து மாமா பொல்லாத கெட்டசாதி பயலுங்க அவனுங்களும் மாற மாட்டானுங்க… நம்ப கூத்தியானுங்களும் ஒத்துமையா இருக்கமாட்டானுங்க… நடேசனை நல்லவெதமா வெச்சி பட்டாளத்துக்கு அனுப்பி வையி, மேலக்கி அவன் இதுப்போல வரும்போது சாதி சனத்துல ஒரு பொண்ண பாத்து ‘தெலக்கி’ வெச்சிட்டா அப்புறம் குடும்பம் புள்ளக்குட்டின்னு வரும்போது இந்த துள்ளாட்டாம்லா இருக்காது பாரேன்…” சாமிநாதன் சொல்லச் சொல்ல சரி சரியென்று ஆமோதித்து தலையாட்டிக்கொண்டார் சீனிவாசன். சிலவற்றை பக்குவமாக மகனிடம் எடுத்துக்கூறினார். இரண்டுமாத காலங்களும் போனதே தெரியவில்லை. புத்தம்புது சைக்கிளை தன்னுடைய மாப்பிளையான காத்தமுத்துவிடமே வைத்துக்கொள்ளும்படி கொடுத்து விட்டு போனார். காத்தமுத்து, சீனிவாசன் வாலம்பாக் கிழவி எல்லோரும் ஊர்த்தெருவு வழியாக போகாமல் குறுக்குவழியாகக் அழைத்துக்கொண்டு மூன்று மையில் தூரத்தைக் கடந்து மணகெதி கிராமத்திற்கு வந்தார்கள். எந்த ஊருக்கு போகவேண்டும் என்றாலும் இங்கு வந்தால்தான் பஸ் ஏற முடியும்.

மகனுக்கு, பச்சையாயி கோயிலு திருநீரை பூசிவிட்டார் சீனிவாசன். ஊருக்கு வந்ததும் தன்னுடைய இரண்டு வருட ஊதியத்தை உள் வீட்டில் வைத்து ஆயி அப்பனிடம் கொடுத்திருந்தார் நடேசன். அதையொரு மஞ்சள் துணியால் முடிந்து கள்ளிப் பெட்டியில் வைத்திருந்த வாலம்பாக் கிழவி, ஊருக்கு போகும் போது மகனிடம் அப்படியே எடுத்துக்

கொடுத்தாள்.

தான் கொடுத்ததில் ஒரு அணாவைக்கூட செலவு செய்திடாமல் வைத்திருந்த ஆயியின் கெட்டிக்காரதனத்தை நினைக்க ஆச்சரியமாய் இருந்தது நடேசனுக்கு. தனக்கு போதுமென்று நூறு ரூபாய் தாளை மட்டும் எடுத்துக் கொண்டு மீதியை ஆயியிடமே கொடுத்தவர், “இப்படியே கொண்டு போயி பொட்டியில் வெச்சிருக்காதே நம்ப மாப்ள காத்தமுத்த கூட்டிக்கிட்டு போயி ஓம்பேருலியாவது இல்லெ அய்யா பேருலியாவது பேங்குல ஒரு கணக்க தொடங்கி போட்டு வை ஆயா, பின்னால நெலம் ஏதாச்சும் வாங்கணும்னா எடுத்துக்கலாம்.” என்றார். அரியனூர் போகும் சோழன் பஸ் வரவும் தாவி ஏறினார் நடேசன், கண்ணில் நீர்த்திரள கையெடுத்து கும்பிட்டபடியே நின்று கொண்டிருந்தாள் வாலாம்பாக் கிழவி.

‘மவன் பட்டாளத்துக்குப் போயி மூணு பொதனும் வந்துட்டு போயிடுச்சே இன்னும் ஒரு கடிதாசிக் கூட வல்லியே’ண்ணு சஞ்சலப்பட்டுக் கொண்டிருந்தாள் வாலம்பாக் கிழவி. நடேசன் ஊரை விட்டுப் போயி ஒரு மாதங்கழித்து வந்தது ஒரு கடிதம், அதையும் ஊர்த்தெருவை சேர்ந்த ‘சர்க்கரை’ என்கின்ற சக்கரவர்த்தி ‘போஸ்ட்மேன்தான்’ கொண்டு வந்து திண்ணையில போட்டு விட்டு போயிருந்தார். கிழவி எப்போதும் போல காட்டு வேலைக்கு போய்விட்டு வந்தவளுக்கு, திண்ணையில காயிதம் கிடந்ததை கண்டதும் வீட்டுக்குள்ள நுழைந்து ஒரு வாய் கம்மங்கஞ்சியைக் கூட ஊற்றிக் கொள்ளாமல், ‘யே மகமாயீ...பச்சயாயி’ என்று கண்ணில் ஒற்றியபடி தன் அண்ணன் பெரிய தமுரு வீட்டிற்கு ஓடினாள். கடிதத்தை காத்தமுத்துதான் வாங்கிப்பார்த்தார். வழக்கமாக வரும் கடிதம் போலில்லாமல் பச்சை நிறத்தில் இருந்த கடிதத்தை கவனித்து பார்த்தார் காத்தமுத்து.

முன்பக்கத்தில்: மேலே, “FOR USE BY MEMBERS OF ARMED FORCES ONLY”
என்றும், “FREE ON ACTIVE SERVICE”
“GREEN ENVELOPE”

என்று பெரிய எழுத்தில் இருந்தது.

பின் பக்கத்திலோ:

எண்ணும்: *"1334767"*

பெயரும்: S. NATASAN என்றிருந்தது. வட்டமாய் பதியப்பட்ட அஞ்சலக முத்திரையில் 20.03.70 குறிப்பிடப்பட்டிருந்தது.

"என்னடாப்பா பொரட்டி பொரட்டி பாக்குற, அப்படி என்னதான் எயிதியிருக்கான் செத்த படிச்சிதான் காட்டேன்டா..." கிழவி அவசரப்படுத்தியது.

"அம்மாவிற்கும் அய்யாவிற்கும் அனேக நமஸ்காரங்களுடன் மகன் S. Natasan எழுதிக் கொள்வது, நான் வந்து சேர்ந்து விட்டேன் பயப்படவேண்டாம். டேராடூன் வந்தவுடனே லெட்டர் போடலாம் என்றிருந்தேன், உடனே எனக்கு வேறு இடத்திற்கு மாற்றல் உத்தரவு வந்துவிட்டதால் எழுத முடியாமல் போய்விட்டது. எப்படி நல்லா இருக்கியா? அய்யா எப்படி இருக்கிறார், நான் கிளம்பும் போதே ஏதோ ஒரு ஜோடி எருது மாடு வாங்கணும்னு சொன்னாரே என்ன வாங்கியாச்சா? எனக்கு என்ன விபரமென்று லெட்டர் போடவும். நம்ப மாப்ள காத்த முத்து எப்படி இருக்கிறான்? அவனுடைய மகன் என்னுடைய வருங்கால மருமகன் ரவி எப்படி நன்றாக இருக்கிறானா? அந்த சைக்கிலு நான் வர்றவரையில் மாப்பிள்ளையிடமே இருக்கட்டும், நீயோ அப்பாவோ கேட்டு தொந்தரவு செய்ய வேண்டாம். நம்ம சனங்களெல்லாம் மத்த ஊரு உலகத்தப் போல எப்பொ திருந்தி வாழப்போறாங்களோ? என்ற கவலைதான் ஒவ்வொரு நாளும் என்னை தூங்க விடாமல் செய்கிறது. எப்படியோ நாம ஒருவன் தப்பித்து கொண்டோமென்று நினைக்கவில்லை. அய்யாவை நம்ம கீழக்காட்டு கொல்லையை பார்ப்பதோடு, வீட்டு வேலை தோட்ட வேலை என்று பார்த்துக்கொண்டு இருக்கச்சொல்லவும். ஊர்க்குடியானவன் வீட்டு கொல்லைக்குடிக்கு எல்லாம் கூலி வேலைக்கு போகவேண்டாம். வெட்டிவேலை பண்ணவேலை என்று அவர்கள் கூப்பிட்டாலும் போகவேண்டாம். இதுவரைக்கும் அடிமை வேலை செய்து பிழைத்ததே போதும். இப்போது நான் சம்பாதிக்கிறேன் எதற்கும் கவலைப்படாமல் இருக்கச் சொல்லவும், அய்யாவை 'பொத்த மண்டையன் 'வூட்டுக்கு எல்லாம் போக வேண்டாமென்று சொல்லி வை. சாராயம் குடலை அரித்து விடும், குடிக்க

வேண்டுமென்று ஆசைப்பட்டால் சுத்தமல்லி ஓடைப்பாக்கம் கள் இறக்குவதாக கேள்விப்பட்டேன் எப்போதாவது குடித்துவிட்டு வரச்சொல்லவும். வரும் மாதத்தில் சம்பளம் எடுத்ததும் அப்பா பெயருக்கு ரூ.100 மணியாடர் செய்கிறேன். இனிமேல் லீவில் ஊருக்கு வர எப்படியும் ஒரு வருஷமாகும், அதுவரைக்கும் அண்டை வீட்டுக்காரர்களிடம் சண்டை சல்லு என்று போகாமல் இருக்கவும். இவ்வளவுதான் விஷயம்".

இப்படிக்கு
என்றும் உங்கள் மகன்
S. Natasan

"மாப்பிள்ளை அறிவது மாமா அக்கா எல்லோரையும் நான் விசாரித்ததாக கூறவும் தங்கை எப்படி இருக்கிறது? சண்டை போடாமல், இருக்கவும். பெரிய குடும்பத்து பிள்ளை அது. என் மருமகனை நன்றாக கவனித்துக்கொள், துருதுருவென்ற பார்வையும், மழலைக்குரலும் சின்னச் சின்ன சேட்டைகளும் இன்னும் மனசுல பசுமையா இருக்கு. வேறன்ன? நம்ம சனங்க குடியானவன் வீட்டுல போயி நல்ல நாள் பெரிநாளென்றால் சோறெடுத்துதான் ஆக வேண்டுமா? தெருவில் நீ ஒருத்தன்தான் படித்தவன் விபரம் அறிந்தவன், நம்பத்தெரு பிள்ளைகளை ஸ்கூலுக்கு அனுப்பச் சொல்லு. செத்த மாட்டுக்கறி எல்லாம் தின்னக்கூடாது என்று சொல்லவும். உயிரோடு அறுத்து திங்கலாம் தப்பில்லை, எங்களுக்கு என்ன ஆட்டுக்கறியா போடுறானுங்க? ஆனா டாக்டர் பரிசோதித்த நல்ல மாட்டுக்கறியத்தான் போடுறாங்க... சரி சரி அதிகம் எழுதியிட்டேன். அப்பாவையும் அம்மாவையும் கவனித்துக்கொள். அவர்கள் ஏதேனும் எழுதும்படி சொன்னால் கீழுள்ள விலாசத்திற்கு லெட்டர் எழுதவும்."

உன் பிரியமுள்ள மாமா
S. Natasan

என்னுடைய Address:

Spr. S. Natasan, No, 1334767, Rhq. Coy, 8. Engrs. Regt, C/O. 99. Apo.

மேற்காலத் திண்ணையில் படுத்திருந்த காத்தமுத்துவிற்கு ஏனோ நடேசனின் நினைவு வந்து தூங்கவிடாமல் பழைய நினைவுகளை எல்லாம் உசுப்பிவிட்டு விட்டது. பாயில் புரண்டு புரண்டு படுத்துக்கொண்டிருந்தார். ஒப்பாரியின் ஓங்காரம் குறையத்தொடங்கி அடங்கிப்போன பிறகும் வெகுநேரத்திற்கு மனம் எதையெதையோ காட்சியாக்கி சஞ்சலத்தை பெருக்கிக்கொண்டிருந்தது. தலைமாட்டில் இருந்த செம்பை எடுத்து தண்ணீரை குடித்துவிட்டு படுத்தார் காத்தமுத்து. எங்கோ ஆந்தை ஒன்று அலறிவிட்டு பறந்துபோனது. அமைதியாய் நகர்ந்து கொண்டிருந்த நள்ளிரவு நேரத்தில் வடக்காலத் தெருபக்கம் இரண்டொரு நாய்கள் குரைக்கத்தொடங்கியது. தூங்க முயன்று கொண்டிருந்தார்.

11

இன்றோடு முடிகிறது பொதுத்தேர்வு. ஊரிலிருந்து வரும்போதே தன்னுடைய கூட்டாளிகளிடம் சொல்லி வைத்திருந்தான் ரவி. கடைசி பரிட்சை முடிஞ்ச உடனே எல்லோரும் அப்படியே செயங்கொண்டம் போகாலாமென்று. 'பப்ளிக் எக்ஸாம்' எப்படி இருக்குமோ என்று பயந்து கொண்டிருந்தவனுக்கு முதன்முதலாக தேர்வெழுதும் ஹாலுக்குள் நுழையும் போதிருந்த பயமும் படபடப்பும் மெல்லக் குறைந்து இயல்பு நிலைக்கு வந்திருந்தான். ஆங்கிலத் தேர்வின் போதுதான் திடீரென வகுப்பிற்குள் நுழைந்த பறக்கும் படையிடம் இரண்டொரு மாணவர்கள் பிடிபட்டனர். ஒருவன் ஆங்கில உரை நூலான 'ஜெயக்குமார் நோட்ஸையே' டெஸ்கின் அடியில் வைத்துக் கொண்டு 'எக்ஸாமை' எழுதிக்கொண்டிருந்த போதும், மற்ற இரண்டு பேர்களும் 'பிட்டை' வைத்து எழுதிக் கொண்டிருந்த போதும், மாட்டிக் கொண்டனர். தேர்வு மையம் உடையார் பாளையம் மேல்நிலைப்பள்ளி என்பதால், இங்கு வந்து எழுதும்போது மாட்டிக் கொண்டனர். முதல்நாள் வந்த ஹால் சூப்ரவைசர் சொல்லி இருக்கிறார் பறக்கும்படை வருமென்று. கேட்டால்தானே; மாட்டிக் கொண்டானுங்க வெளியூர் பள்ளிக் கூடத்தில் படிக்கின்ற பையன்கள்.

தெரிந்த கேள்விகளுக்காய் முதலில் பதிலெழுத தொடங்கினான் ரவி. வரலாறு பாடத்தில் ஆண்டுகளை நினைவில் வைத்துக்கொள்வதுதான் சிரமமாய் இருந்தது. சுவாரசியமான ஒரு கதையை படிப்பது போலவே சி.சி.சார் பாடத்தை சொல்லிக்கொடுத்த விதமும், ஆண்டுகளை நினைவில்

வைத்துக்கொள்ள கையாளச் சொன்ன உத்தியும், ரவியை காப்பாற்றி கைக்கொடுத்தது என்று சொல்லலாம். எழுதி முடித்தப்பிறகு ஏதேனும் கேள்வி விடுபட்டு இருக்கிறதாவென்று சரிபார்த்து கொண்டான். ஒவ்வொரு தாளையும் திரும்பவும் ஒருமுறை பார்த்து விட்டு, டெஸ்கிலிருந்த நூலையெடுத்து கோர்த்துக் கட்டிவிட்டு கொண்டுபோய் சாரிடம் கொடுத்தான் ரவி. விடைத்தாளை வாங்கியவர், “இன்னும் அஞ்சே நிமிஷங்கதான் இருக்கு... சீக்கிரமா சரிபாத்திட்டு குடுங்க” என்றவர், வெளியே கிளம்பியவனை கூப்பிட்டு விடைத்தாளை கொடுத்தார், “ஒன்னோட எக்ஸாமினேஷன் நம்பர யாரு எழுரது? ஒங்கப்பாவா வந்து எழுதிக் குடுப்பாரு இந்தா புடி” சரியாத்தானே பார்த்தோம், எப்படி விடுபட்டிருக்கும் என்று வாங்கியவன் தேர்வு எண்ணை எழுதாமலேயே கொடுத்திருக்கிறமோ என்று திடுக்கிட்டு, 093783 என்று நிதானமாக எழுதிக்கொடுத்து விட்டு, வெளியேறினான்.

கால்மணி நேரத்திற்கு முன்பே எழுதி முடித்துவிட்டு, வெளியேயுள்ள செட்டியார் கடை திண்ணையில் வந்து குந்தியிருந்தான் முருகேசன். ரவி, தங்கவேலு, பாண்டியன் பெருமாளென்று ஒவ்வொருவராய் வெளியே வந்தனர். வெற்றிகரமாக பொதுத் தேர்வை எழுதி முடித்துவிட்ட திருப்தி ஒவ்வொருவர் முகத்திலும் மலர்ச்சியை உண்டாக்கி இருந்தது. சிறிதுநேரம் வினாத்தாளை வைத்துக்கொண்டு பேசிக்கொண்டிருந்த பையன்கள், கிளம்பலாம் என்று ரவி சொன்னதுதான் தெரியும். அவனவனும் ஹாலுக்குள் நடந்த விஷயங்களையும், ‘பிட்டடித்து’ பறக்கும் படையிடம் மாட்டிக்கொண்ட மாணவர்களை பற்றியும், சிலாகித்து பேசியபடியே கடைத்தெருவை பார்க்க நடந்து போய்க் கொண்டிருந்தனர்.

“ரெண்டரை மணிக்கெல்லாம் டிக்கெட்டு கொடுக்க ஆரம்பிச்சிடுவான் அதுக்குள்ள போயாவணும்டா.” நினைவூட்டி அவசரப்படுத்தினான் தங்கவேலு. “இப்பியே வவுத்த பசிக்குதடா ஆளுக்கு ஒரு புளிப்பட்டய தின்னுட்டு போவலாமா?” பெருமாள் தான் கேட்டான். “அதலாம் படம் பாத்துட்டு வரும்போது பாத்துக்குலாம்டா.” நேரமாகிக்கொண்டே போவுதென்ற எரிச்சலில் கடுப்படித்தான் முருகேசன். மற்ற பையன்களும் ஆமாமென்று ஆமோதித்ததைக் கண்டதும், ஏண்டா வாயைத் திறந்தோமென்று பேசாமல் இருந்தான் பெருமாளு.

உடையார்பாளையத்தில் டூரிங்டாக்கிஸ்தான் இருக்கிறது. 'மேட்னி' பார்க்கும் ஆவல் பயல்களை முடுக்கி விடவே, வாடகைக்கு எடுத்து வந்த மிதிவண்டிகளின் 'பெடலை' வேகமாய் மிதிக்க வைத்ததென்று சொல்லலாம். ரவி சீட்டில் அமர்ந்து மிதிக்க, பெருமாள் பின்னால் அமர்ந்தபடி கூட்டாய் தானும் பெடலில் கால்களை வைத்து தன் பலத்தை எல்லாம் நுனிக்காலுக்கு செலுத்தியிருந்தான். இரண்டு சைக்கிள்களும் 'உய்ய்...உய்' யென்ற ஓசையோடு வேகமெடுத்துச் சென்றன. முருகேசன் பாடு தேவலாமென்றாலும் சூத்து வலிக்க முக்கோண கம்பியில் குந்திக் கொண்டு வேடிக்கை பார்த்தபடியே வலியை மறந்து போயிருந்தான். பொட்டக்கொல்லை ஹைஸ்கூலில் படிக்கின்ற பையன்களின் சைக்கிளில் தொற்றிக்கொண்டு பாண்டியன், முன்னால் போய்க் கொண்டிருந்தான். குடிக்காட்டு குடித்தெருவை சேர்ந்த இராசேந்திரனை பின்னால் வைத்துக் கொண்டு தங்கவேலு பின்னால் வந்து கொண்டிருந்தான். வியர்வையில் நனைந்து போயிருந்த ரவியின் சட்டை உடம்போடு ஒட்டிக்கொண்டது. பையன்களை கடந்து போகும் எஸ்.டி. ஜவா, புல்லட் ஸ்வேகா என்று மோட்டார் சைக்கிள்காரர்களெல்லாம் வேகமாய் மிதித்துக் கொண்டு வரும் பையன்களை பார்த்து சிரித்து கொண்டே சென்றார்கள். கச்சிப்பெருமாளை கடக்கும்போது ரவிதான் டீக்கடைத்தட்டியில் ஒட்டப்பட்டிருந்த போஸ்டரைப் பார்த்தான். இந்தப்படத்தை அஞ்சாப்பு முழாண்டு லீவுல தாராசுரத்திலுள்ள பெரியம்மா வீட்டுக்கு போயிருந்தப்ப, 'சூரியகாந்தி' டூரிங்கொட்டாயில பார்த்த ஞாபகம் வந்தது. போஸ்டரில் 'முள்ளும் மலரும்' படத்தின் பெயர் பெரிய எழுத்தில் எழுதப்பட்டிருந்தது. முன்னால் குந்தியிருந்த முருகேசனிடம்தான் கேட்டான் ரவி. "லேய் ஜனகர்ல ரஜினி படம் ஓடுதுடா அத நான் முன்னாடியே பாத்துட்டேண்டா— கலா பேலசுல 'தங்கப்புத்தகம்' போட்டுருக்கான்டா, நாம கலாவுக்கு போவுலாமாடா?" "சிவாஜி படத்த நான் போன வருஷமே நம்ப பாளையத்து 'கண்ணங்கெட்டாயில பாத்துட்டேன்டா, நாம ஜனகருக்கே போவலாம் ரவி 'முள்ளும் மலரும் நான் பாக்குலேடா." அவன் குரலில் எதிர்பார்ப்பும், பார்க்க வேண்டுமே என்ற ஆசையும், இந்த பயல் தனக்குப்பிடித்த படத்தை பார்க்க, மத்தவுனுவளையும் எங்கே அழைச்சிகிட்டு பொயிடுவானோ என்ற பதைபதைப்பும் கலந்திருக்க, கெஞ்சலுடன் சொன்னான். இப்படி முருகேசன் கேட்பதற்கும் காரணம் இல்லாமலில்லை, சினிமாவுக்கு என்று

சகக் கூட்டாளிகளிடம் பணம் கேட்டபோது, பயல்களெல்லாம் தலைக்கு அஞ்சி ரூபாய் கொடுத்துவிட முருகேசன் மட்டும் இரண்டு ரூவா தாளொன்றை கொடுத்துவிட்டு, "என்னால இம்முட்டுதான் முடியும் நீங்க எல்லோரும் சேந்து கூட்டிகிட்டு போனாலும் சரி போவாட்டி போனாலும் சரிப்பா" என்று காலையிலேயே சொல்லிவிட்டதுதான்.

மூச்சிரைக்க இரைக்க மிதித்துக்கொண்டுபோய் ஜனகரின் முன்னால் நிற்கும்போது, காவலாளி பெரிய இரும்பு கதவினை திறந்து விட்டான். சைக்கிள் ஒன்றுக்கு பதினைஞ்சி பைசாவும், மோட்டர் வண்டிகளுக்கு எட்டணாவுமாய் வாங்கிக்கொண்டு 'டோக்கன் சீட்டை' கிழித்துக் கொடுத்ததோடு, ஒவ்வொருவர் வண்டியிலும் பிறிதொன்றை செருகி வைத்தான். சைக்கிளை நிறுத்திவிட்டு ரவி வெளியே வந்தான். நுழைவுச் சீட்டு வாங்கும் கவுண்டர்களில் கடைசிக் கவுன்டரான பெஞ்சு டிக்கெட் எடுக்கும் கவுண்டரில்தான் கூட்டம் அதிகமாயிருந்தது. பெஞ்சு 2.00 ரூபாய், சேர் 3.00ரூபாய் மற்றும் நான்கு ரூபாயும் வசூலித்தார்கள். புதிதாகக் கட்டப்பட்டிருந்த திரையரங்கு என்பதால் கட்டணமும் கூடுதலாக இருக்கிறதென்று பார்வையாளர்களில் சிலர் சலித்துக் கொண்டார்கள். இதே 'கலா பேலஸ்' என்றால் பெஞ்சு டிக்கட் இன்னமும் ஒரு ரூபாய்தான் வசூலிக்கிறார்கள். பையன்களை எல்லாம் சேர் டிக்கட் கவுன்டருக்கு போகும் வரிசைக்கு அழைத்துக் கொண்டு போனான் ரவி.

நுழைவுச்சீட்டுக்களை வாங்கிக்கொண்டு உள்ளே போனபோது தான் இதுவரையும் மிதித்த களைப்பெல்லாம் காணாமல் போயிருந்தது. பசி வெளியே எட்டிப் பார்க்காமல் உள்ளே பதுங்கிக் கொண்டது; ஒவ்வொருவனின் முகத்திலும் படம் 'போடங்காட்டியும்' வந்துட்டோமே' என்ற எண்ணமே 'சோர்வு' — 'பசி' இரண்டையும் விரட்டியடித்திருந்தது. சுழலும் காற்றாடிகளுக்கு நேர் கீழாகவுள்ள கடைசி வரிசையிலுள்ள சேரில் போய் அமர்ந்தார்கள். திரும்பும் திசையெல்லாம் பெஞ்சு சேர் என்று எங்கு பார்த்தாலும் பள்ளி மாணவ—மாணவிகளுமே தென்பட்டனர். பயிர்களுக்கு இடையிடையே வளர்ந்திருக்கும் களைகளைப் போல பொதுமக்களின் தலைகள் தெரிந்தன. 'ரசிகமகா ஜனங்களின்' கூச்சலை கேட்க சகிக்காமல் 'வார்ரீலை' ஓடவிட்டான் தியேட்டர்காரன். அது 'வார்' ரீலாய் இல்லாமல், தமிழக அரசின் செய்திப்பிரிவு வழங்கிய முதல்வரின் நலத்திட்ட உதவிகளை காண்பித்தார்கள்.

தகதகக்கும் நிறத்தோடு தொப்பியும் கறுப்பு கண்ணாடி சகிதமாய் படிக்கட்டுக்களில் தாவி ஓடிய எம்.ஜிஆரின் வசீகரமான தோற்றத்தைக் கண்ட மாத்திரத்தில் எழுந்த விசிலொலி திரையரங்கையே அதிர வைத்தது. சுற்றிலுமுள்ள கதவுகள் சாத்தப்பட்டதால் உண்டான செயற்கையாய் பரவிய இருளில் செய்திப்படம் முடிந்து படம்போடத் தொடங்கி திரையில் இசை— 'இளையராஜா' என்றதிற்கும் கைத்தட்டி ஒலியெழுப்பியது ரவிக்கு ஆச்சரியமாயிருந்தது.

வாசலில் கட்டிலைப் போட்டு படுத்தவன் எப்பொழுது தூங்கினானென்று தெரியவில்லை. அம்மா எழுப்பிய போதுதான் கண்ணை கசக்கிக்கொண்டு எழுந்தான் ரவி. கீற்றாய் அசைந்த அரிக்கேனின் ஒளியில் அம்மாவின் முகம் மங்கலாய் தெரிந்தது. மேற்காலத் திண்ணையில் தம்பி சேகர் சுருண்டு படுத்திருந்தான். வெற்றிலை போட்டு குதப்பியபடியே கிழக்கால திண்ணையில் அய்யா அமர்ந்திருந்தார்.

சோறு திங்கச்சொல்லி அம்மா எழுப்பியவுடன் முகங்கைக் காலை கழுவி வர தொட்டிப்பக்கம் சென்றான். இருட்டில் முதலில் ஒன்றுமே தெரியவில்லை. எல்லாம் சில நொடிகள்தான் பிறகு பழகிப்போனது. "எலேய் கீழப்பாத்து போடா". மகனை எச்சரித்து விட்டு, அவரின் பார்வை சோறு போட்டுக்கொண்டிருந்த அஞ்சலையின் பக்கம் திரும்பியது. "புள்ளெ இருட்டுல போறானே அரிக்கேன கொடுத்துடுவோம்னு இல்லாம மங்குனியாட்டம் இருக்கா பாரு."

"எம்புள்ளெ பதனமா பொயிட்டு வருவான் ஓயித செத்த அயித்தி வெச்சிகிட்டு இரு, பெத்தவளுக்கு இல்லாத அக்கற..." 'சரி சொல்லிட்டு போறா போ' என்று எதுவுமே பேசாமல் வாயை மூடிக்கொண்டார்.

"இருட்டுல போறோமே ஒரு குச்சி கோல எடுத்து தட்டிக்கிட்டு போவுங்குற அறிவு இருக்கா? கூறுகெட்ட படுவாயிக்கி. இதுலாம் நாலுபேரு மெச்ச எப்படித்தான் பொழச்சி வரப்போவுதோ?" தாழ்வாரத்தில் குந்தியிருந்த கிழவர் வையத்தொடங்கியதும், ரவிக்கு எரிச்சலாய் இருந்தது. 'பொழுது விடிஞ்சி பொழுது போனா இந்தெ கெழப்பய ரோதனய தாங்கமுடியல.' கருவிக் கொண்டான். மேகப் பொதிக்குள் நிலா புதைந்து கொண்டதால் உண்டாகியிருந்த

கம்மலான வெளிச்சத்தில், தண்ணீர் தொட்டிக்கு அருகிலுள்ள வாழை மரங்கள் இரண்டும், நிழலோவியங்களாய் அசைந்து கொண்டிருந்தன. தண்ணீர் புழங்கும் இடமென்பதால் கிழக்கு திசையிலுள்ள கருவேப்பிலை மரம் வரை சேறாகி சொத சொதவென்றிருந்தது. உடைந்த திருவைக்கல்லை போட்டுருந்ததால் ஒளையில் கால் வைக்காமல் கழுவிக்கொள்ள வசதியாய் இருந்தது. நீர் பட்டதும் துள்ளிக்குதித்தோடியது. தவளை ஒன்று. இதுபோன்ற இடங்களில் தவளையைப் பிடிக்க பாம்பு வருமென்பதால்தான் அய்யாவும், தன்னுடைய 'நொணநிண்டி' வாயை கிழவனும் திறந்திருக்கிறார்கள் என்பதை புரிந்து கொண்டான். 'வேல முடிஞ்சி எப்போ அய்யாவும் அம்மாவும் வந்தாங்க?'... 'அப்படீன்னா வேல கலைஞ்சி வந்து சோறாக்கி விட்டு அம்மா எழுப்புற வரைக்கும் இப்புடி கும்பகர்ணனாட்டும் தூங்கி இருக்கோகே... பத்துநாட்களுக்கும் மேலாக பப்ளிக் பரிட்சைக்காக கண்ணுமுழிச்சி படிச்ச அசதி..., சேங்கணம் வரைக்கும் 'ட்ரிப்பிள்சுல' படம் பார்க்க விதுக்கு விதுக்கென்று மிதித்து கொண்டு போய் வந்த களைப்பு இப்படி அடிச்சி போட்டது போல தூங்கி இருக்கோம்.' கடலைக்கொடி போர்ப் பட்டியை கடக்கும்போது, மாட்டு தொட்டியிலிருந்து வீசிய புளிச்ச வாடை நாசியை ஒரு கணம் தடுமாற வைத்தது.

சேகருக்கு இன்னும் முழுப்பரிட்சை தொடங்கவில்லை. இவனை மட்டும் வீட்டுல விட்டு விட்டு ஆயியும் அப்பனும் வேலைக்கும், அண்ணன் ரவி ஆடு மேய்க்கவும் கிழவர் குடித்தெருவுக்கும் போயிருந்தார்கள். விடுமுறை நாளென்பதால் விளையாட்டில் மும்பரமாயிருந்தான். கலியன் மகன் சாமிதுரை, சுக்கிரன் மகன் தனபாலு இவன், மூவரும் நந்தான் குட்டைக்கு போனார்கள். கோடை வெயில் உக்கிரமாய் தகிக்க தொடங்கி விட்டதால் குளம் வற்றி குட்டையாகி இருந்தது. கரையோரங்களை தோண்டினால் ஈரநப்புடன் இருக்கும் களி மண்ணுக்காகத்தான் மூவரும் சென்றனர்.

வீட்டிலிருந்து எடுத்துவந்த பழைய ஓட்டை சட்டியை தனபாலிடம் கொடுத்துவிட்டு, கைப்பாரையால் குத்தித் தள்ள, மேலெழுந்து வந்த களிமண்ணை அள்ளியள்ளி சட்டியில் வைத்தான். வீட்டிலிருந்த சேகரை கலியனின் மகன் சாமிதுரை பயதான் வந்து கூப்பிட்டான். களிமண்ணெடுத்து சாமி சிலை ரேடியோ பெட்டி எல்லாம் செய்யலாமென்ற ஆசையில்தான், தன்னோடு திருடன்—போலீசு விளையாடிக்

கொண்டிருந்த தனபாலையும் அழைத்துக்கொண்டு வந்தான், சேகர்.

குட்டையில் குந்தியிருந்த நாயை கல்லெடுத்து விரட்டினான் தனபால். அது கருவிக்கொண்டே ஓடியது. திரும்பவும் கைப்பாரையால் குத்தி நெம்பினான். கருகருவென்று கட்டிகட்டியாய் களிமண்ணு பேந்து வந்தது.

“என்னடா இளிச்சிட்டு நிக்கற? எடுத்து சட்டியில போடு.” என்றான் சேகர்.

“இன்னும் ரெண்டு தாட்டி குத்தினாதானே மண்ணு நெறையா வரும், ஒரு நெம்புலேயே அள்ளு அள்ளுங்குரே” முறைத்தான் சாமிதுரை.

“லேய்... அங்கெப்பாருடா.” தனபால் சுட்டிக்காட்டிய திசையைப் பார்த்தான். மயிலு ஆசாரி தெங்கரையில் குந்தி கழுவிக் கொண்டிருந்தார். பெரிய களிமண்ணு கட்டியப்போல தொங்கிக் கொண்டிருப்பதைப் பார்த்ததும் “ஓதப்புடுக்குடோய்” சாமிதுரை கத்தியதும், பயல்களிடமிருந்து சிரிப்பு சத்தம் பலமாய் எழுந்தது. மயிலு ஆசாரி திரும்பிப் பார்த்து வையத் தொடங்கினார்.

“நாறக்கூதி கொளவாரிங்களுக்கு சிரிப்பப்பாரு, தூ... கலி முத்தி போச்சுங்குறது சரியாத்தான் இருக்கும் போலிருக்கு.” கிழவன் அருகில் வந்து அடித்து விடுவானோ என்று கருவைத் தோப்பு பக்கம் ஓடினார்கள். சிறுவர்களை வைதபடியே காலை அகட்டி அகட்டி வைத்து நடந்து போனார் மயிலு ஆசாரி. கிழவன் வீட்டைப் பார்க்க போவதைப் பார்த்ததும், ‘ஓ! அந்தாளு அடிக்க வரலியா’ என்று தெரிந்து கொண்ட பயல்கள், பயம் தெளிந்து திரும்பவும் குட்டைக்கு வந்தார்கள். துணி துவைக்கும் பெரிய கருங்கல்லில் வந்தமர்ந்த பறவையைக்காட்டி, என்னா பறவையென்று? கேட்டான் தனபால். உடலும் றெக்கைகளும் ஊதா நிறத்திலும், நீண்ட அலகு கருஞ்சிவப்பு நிறத்திலுமாய் இருந்த பறவையின் பார்வை நீர்பரப்பின் மேலேயே குவிந்திருந்தது. நின்று கவனித்து அதனழகைப் பருகியவன், “அது மீங்கொத்திடா” என்றான் சேகர். இடுகாட்டிற்கு போகும் சரளைப் பாதையின் தெற்கே வளர்ந்திருந்த கொன்றை மரத்தில், இளவெயில் பட்டு தகதகத்து கொண்டிருந்தன; பொன்னிறமுள்ள சரக்கொன்றை மலர்கள்.

மண்சட்டி ரொம்பி இருந்தது. சட்டியை தனபாலும் கைப்பாரையை சாமிதுரையும் எடுத்துக் கொள்ள, சேகர் கையை வீசிக்கொண்டு முன்னால் சென்றான். மாரியம்மன் கோயில் திண்ணையில் ஊமக்கட்டாரு பீடியை இழுத்தபடி குந்தியிருந்தான். வயது முப்பத்தஞ்சி இருக்கும். கட்டாரை கேலி செய்வதென்றால் சிறுவர்களிலிருந்து பெரியவர்கள் வரைக்கும் ஒரே குஷிதான். தனபால் தான் கை ஜாடை காட்டி கேட்டான்.

“எஞ்சடடா?” கையை ஆட்டி என்னடாவென்று கேட்டான் கட்டாரு. மூக்குத்தியை நினைவூட்டுவது போல், மூக்கின் மேல் ஒருவிரலை வைத்து பெண்ணின் நளின பாவனையை செய்து காட்டி, இரு கைகளையும் கழுத்தைச் சுற்றி சைகை செய்து, கல்யாணம் எப்போ செய்யப்போற? என்பதைத்தான் அப்படிகேட்டான். இறுகிப்போயிருந்த கட்டாரின் முகத்தில் பரவசம் தொற்றிக் கொள்ள “அப்படடா... ஞ்சடா... ஒக்கட ஒக்கடடா டும்... டும்... பீப்பீ க்கூம் க்கூம்.” என்று விரல்களாலும், அவனுடைய மொழியாலும் சிரிப்பாலும் கேள்வியை புரிந்து கொண்டு, சரியான பதிலை சொன்னான். கட்டாரை வெறுப்பேற்ற பயல்கள் செய்யும் முதல் காரியம், கல்யாணம் எப்பொழுதென்று கேட்பதுதான், தன்னுடைய உருவத்தையும் குறைபாட்டையும் ஒரு பொருட்டாய் எண்ணாமல், ‘பொண்ணு பாத்துகிட்டுருக்காங்க கல்யாணமின்னும் மூன்றுமாதத்தில் ஆகிவிடுமென்று’ சொல்லுவான். இதே பதிலை பதினைந்து வருடங்களாக சொல்லிக் கொண்டுதான் இருக்கிறான். குறும்புக்காரர்கள் சிலர் ஜாடை மொழியில் அவன் குறைகளை சுட்டிக்காட்டி ‘உனக்குலாம் எவன் பொண்ணு தருவான்?’ என்று கேட்டவுடன் கட்டாரு முகம் மாறுவதை பார்க்க வேண்டுமே. சினம் தலைக்கேறி கேள்வி கேட்டவனின் வீட்டிலுள்ள பெண்களை எல்லாம், தான் இப்படித்தான் போவேனென்று ஆக்ரோஷமாய் கைகள் இரண்டையும் ஆபாசமாய் காட்டி தன்னுடைய ஆசையை எல்லாம் கோபத்தோடு ஆற்றிக்கொள்வான். அதுபோல்தான் தனபாலிடமும் ‘ஒக்காளை எனக்குக் கொடு நான் இப்படி என்று.... ....’ நாக்கை துருத்தியபடி செய்துகாட்ட சேகரும் சாமிதுரை பயலும் கண்களிலிருந்து நீர் வரும்வரை வாய்விட்டு சிரித்தார்கள். தனபாலுக்கு அவமானமாய் போய் விட்டது. இருவரையும் விழுங்கி விடுவதைப்போல பார்த்தான். தலையை நட்டுக்கொண்டே போகும் தனபாலை பார்த்து

சத்தம்போட்டு சிரித்தான், ஊமக்கட்டாரு.

சேகர் வீட்டிலுள்ள பூவரசு மரத்தினடியில் மூவரும் அமர்ந்து கொண்டனர். தரையெங்கும் பழுப்பிலைகள் உதிர்ந்து கிடந்தன. வதங்கிக்கிடந்த பூக்களையும் இலைகளையும் பொறுக்கி வேலியோரத்தில் போட்டான் சேகர். தாழ்வாரத்தில் கிடந்த தகரத்தை எடுத்து வந்து அதில் களிமண்ணை பேத்து போட்டு உருட்டதொடங்கினான். கொட்டாங் குச்சியில் தண்ணி மொண்டு வந்து வைத்தான் சாமிதுரை. நீரை விரலால் தொட்டுத் தொட்டு மண்ணை நன்றாக பிசைந்தான். குஞ்சுகளோடு மேய்ந்து கொண்டிருந்த தாய்க்கோழி, தரையில் விருட்டென பதிந்து கடந்து போன நிழலைக்கண்டு “கொர்ர்ரு... கொக் கொக் கொர்ர்ரூ...” என்று குஞ்சுகளுக்கு அபாய சமிக்ஞை செய்த உடனே, இரை பொறுக்கிக்கொண்டிருந்ததெல்லாம், கொட்டாயிக்குள் குடுகுடுவென ஓடி ஒளிந்து கொண்டன. எசா வேறுதிசைக்கு பறந்து போய்விட்ட பிறகுதான், தாய்க்கோழி “கொக்கொக்...” என்று, தானியத்தை கொத்தி அபாயம் விலகி விட்டதென்பதை உணர்த்தி, இரைப் பொறுக்க குஞ்சுகளை அழைத்தது.

ஊசி போன்ற நீண்ட அலகும், அடர் கருமை றெக்கைகளும் மஞ்சள் நிற அடிப்பகுதியுமாய் சின்னஞ்சிறு அழகான குருவியொன்று, விசிலடிப்பதைப்போல குரலெழுப்பியபடியே கள்ளிக்கு கள்ளி தாவியது, பறந்து போய் வாழையில் அமர்ந்து இரண்டு முறை சீட்டியடித்துவிட்டு, விறுட்டென பறந்து மறைந்து போனது. ரேடியோ செய்வதை நிறுத்திவிட்டு வேடிக்கைப் பார்த்தவன், குருவி பறந்துபோன பிறகும், அதன் விசிலொலி காதிற்குள் இன்னும் எதிரொலித்து கொண்டு இருப்பது போலவே பிரம்மையை ஏற்படுத்தி இருந்தது.

தரையில் காலால் ஒரு வட்டம் போட்டு விட்டு வெயிலில் நின்றான் தனபால். காலுக்கடியில் நிழல் பதுங்கியிருப்பதைப் பார்த்ததும், சோத்து பெல் அடிக்கிற நேரமாயிடுச்சி என்றான். பாதி களிமண் தீர்ந்து போயிருந்தது. சதுரமான ரேடியோ பெட்டியொன்று சேகரின் கையிலிருந்தது. படலாகி இருந்த மூங்கிக்குச்சியில் மெலிதான ஒன்றை ஒடித்து வந்து, 1,2,3,4 என்று வரிசையாக ஈர மண்ணில் கீறி எழுதினான். சீவம்புல் குச்சை ஒரு அங்குல நீளத்திற்கு ஒடித்து குறுக்குவாட்டில் பதித்தான். சிறு உருண்டையை எடுத்து உள்ளங்கயில் தட்டி வட்டவடிவமான திருப்பானாய் செய்து, இன்னொறு

சீவம்புல்லை எடுத்து திருப்பானியில் செருகி, ரேடியோவின் கீழ்பகுதியில் பொறுத்தி திருப்ப... திருப்ப இவனின் கையிலுள்ள ரேடியோ பாடத்தொடங்க பையன்கள் இருவரும் கைத்தட்டி ஆரவாரம் செய்தனர்.

“ஊடான வூட்டுல என்னடாயிது அயிச்சாட்டியம் பண்ணுறீங்க இரு இரு வர்றேன்.” பெரியவர் சாமிநாதன்தான் சத்தம் போட்டப்படியே ஒழுவாரம் புல்லுக்கட்டோடு உள்ளே நுழைந்தார். தனபாலும் சாமிதுரையும் இனிமேல்பட்டு இங்கே விளையாட முடியாதென்று, ‘கெழப்பய வந்துட்டாம் பாரு’ முணுமுணுத்தபடியே தெருவுக்கு ஓடினார்கள்.

‘சனியனாட்டும் வந்துட்டாம் பாரு’ தாத்தாவையே முறைத்தபடி மேற்காலத் திண்ணையில் போய் அமர்ந்து கொண்டான் சேகர். வேலியோரத்தில் கிடந்த கல்லின் மேல் குந்த வைக்கப்பட்டிருந்த ரேடியோப்பெட்டி வெயிலில் ஒணக்கையாய் காய்ந்தபடியே பாடத்தொடங்க... இசையில் மெய்மறந்த கரட்டு ஓணான் வேலியின் அடியில் தலையை மேலுங்கீழுமாய் ஆட்டி ரசித்துக் கொண்டிருந்தது.

புல்மண்டி கிடந்த தரிசில் ஆடுகளெல்லாம் மேய்ந்து கொண்டிருந்தன. கானல் ‘கருவாட்டுவாலியின்’ வாலைப்போலவே நெளிந்து கொண்டு இருந்தது. சீயப்பர் கோவில் தோப்பில் பெருத்து வளர்ந்திருந்த ஆலமரத்தின் முரட்டு விழுதுகளை பிடித்து ஊஞ்சலாடிக் கொண்டிருந்தார்கள்; பெருமாளும் காளிமுத்துவும். வடக்காலத்தெரு பெண் பிள்ளைகள் இரண்டு பேரும் பசுங்கள்ளியின் ஊடாக பட்டுப்போன பிறகும் முறிந்திடாமலிருக்கும் பட்டகள்ளிகளை திருகியெடுத்து தட்டுக் கூடையில் போட்டபடி இருந்தனர்.

சப்பளத்தி கள்ளியின் வீச்சுவீச்சான முட்களையும், தட்டையான பசும்மடலையும் நூலாம் படையைப்போல் வெள்ளை நிற கோது சுற்றியிருந்ததை பார்த்ததும், சிறுமிகளில் ஒருத்தி அதை விரலால் தொட்டு நெருடிப்பார்த்தாள். சிவப்பு நிறத்திற்கு மாறிப்போயிருந்த கோது கையில் ஒட்டி பிசுபிசுத்தது. குனிந்து மடலை பார்க்க வீச்சான ஊசிப்போன்ற முட்கள் கொத்தாய் வளர்ந்திருந்தன. நடுவிலுள்ள முள் மட்டும் பெரிதாக நீண்டு மஞ்சள்

நிறமாயிருந்தது. அம்முள்ளை சுற்றிலும் பசுமையாக சில முட்கள் கள்ளி முழுவதும் கொத்துக் கொத்தாய்... ... மடல்களை ஆடு மாடுகள் கடிக்காமல் கவசமாயிருந்து பாதுகாக்கிறது. "சட்டு சடுக்கிண்ணு பட்ட கள்ளிவள ஒடிடீ பொட்டெ." சேத்தாளிக்காரி சத்தம் போட்டதும், மடுக்மடுக்கென்று ஒடித்தும், முடியாததை ஆட்டித் திருகியும் எடுத்து தட்டுச்கூடையில் போட்டுக்கொண்டாள்.

சீயப்பர் கோயிலை ஒட்டியுள்ள உசிலை மரக்கிளையென்றில் அமர்ந்தபடி காஜா பீடியை ஒட்ட ஒட்ட இழுத்து கொண்டிருந்தான் ரவி. கும்பலாய் பறந்து வந்த தவிட்டுக்குருவிக் கூட்டம், குந்தலாமென்று நெருங்கி வந்து இவனைக் கண்டதும் பயந்து ஆலமரம் பக்கம் பறந்து போயின. தூரத்தில் நாவன் மகள் பானுமதி ஆடு மேய்ந்து கொண்டிருப்பதை அப்பொழுதுதான் கவனித்தான். பயலை ஒருவித பரபரப்பும் உற்சாகமும் பற்றிக்கொண்டன. ஆட்காட்டி விரலையும் கட்டை விரலையும் குவித்து உள்மடித்து நாக்கில் வைத்து விசிலடித்தான். இவனெழுப்பிய சீட்டியொலி பானுமதியை உசிலை மரத்தை நோக்கி திரும்பிப் பார்க்க வைத்தது. யாராய் இருக்குமென்று முதலில் குழம்பியவள், மீண்டும் உய் உய்யென்று எழும்பிய இரட்டை விசிலை கவனமாய் கேட்டுணர்ந்து, 'மரத்தில குந்திகிட்டு காடதான் அடிக்கிறான்' புரிந்துகொண்டவளாய், தலைப்பாகையாய் கட்டியிருந்த துண்டை அவிழ்த்து காற்றிலசைத்து, வரச்சொல்லி சைகை காட்டினாள்.

உசிலைமரக் கிளையிலிருந்து கொத்தாய் தொங்கும் காய்கள் காற்றிலாடி கொண்டிருந்தன. கிளையைப் பற்றி தொங்கியபடியே கீழே குதித்தான் ரவி. கோவிலுக்கும் நேர் வடக்கு திசையில் காளிமுத்துவும் பெருமாளும் ஆடு வளைத்து கொண்டிருந்தனர். ஆலமரத்தினடியில் நாக்கை துரத்தியபடி குந்தியிருந்தது நாய்ஒன்று. அதன் விழிகள் இவனை வெறித்தபடியே இருந்தன. பெண் பிள்ளைகள் எப்போதோ போயிருந்தனர். ஆள் அரவமேதுமில்லை, காற்று வேகமாய் சுழன்று ஊளையிட்டு கொண்டிருந்தது. ஆரசுபதி தோப்பின் தெற்கு மூலையில் துண்டை விரித்துபோட்டு பானுமதி குந்தியிருந்தாள். அவளின் ஆடுகள் எதிரிலுள்ள 'கோனங்கொல்லையில்' மேய்ந்து கொண்டிருந்தன. மணக்கொல்லையின் வழியாக ஓடிவந்தது பயலுக்கு மேல்மூச்சு கீழ்மூச்சு வாங்கியது.

"ஆடோட்டிகிட்டு எப்பெ பொட்டே வந்தே?"

"அரநாழிக்கும் மேலாவுது ரவி." என்றாள். துண்டின் ஓரத்தில்போய் அமர்ந்தான். "தண்ணி வெடையா இருக்கு பொட்டே." அவள் சீசாவில் கொண்டு வந்திருந்த தண்ணீரும் சுத்தமாய் தீர்ந்து போயிருந்தது. "இந்தா பாரு தே..." பாட்டிலை அவனிடம் கொடுத்தாள். மூடியை கழற்றி விட்டு தலைகீழாய் கவிழ்த்தான், இரண்டொரு திரவச்சொட்டுகள் நாவில் விழுந்து, 'தண்ணி வெடையை' மேலும் கூட்டியது. தாகம் மேலெழுந்து குடித்தே தீரவேண்டும் போலிருந்தது. தோப்பை சுற்றிலுமுள்ள கேணிகளெல்லாம் நீரற்று வறண்டு கிடந்தன. வேறுவழி தெரியாமல் பானுமதியிடம் தாகம் தீர்க்க வழிகாண சொன்னான். வேப்பமரத்தில் ஒரு கொத்தை அலக்கால் அறுத்து கையில் வைத்துகொண்டு தனியாய் மேய்த்துகொண்டிருந்த 'மொட்டச்சியை', தழையைக் காட்டி அசைத்தசைத்து அருகே அழைத்தாள், இவள் குரலைக்கேட்டதும் மேய்ந்துக்கொண்டிருந்த மற்ற ஆடுகளும் தலையை தூக்கி திரும்பிபார்த்தன. மொட்டச்சி மட்டும் தன் பால்மடி ஆடஆட ஓடி வந்தாள். நெருங்கி வந்தவளின் கழுத்தில் துண்டைப்போட்டு நிழலுக்கு இழுத்து வந்து, தைல மரத்தில் கட்டினாள். கீழே குந்தி பின்னங்கால் இரண்டையும் அகட்டி பிடித்துக்கொள்ள, அவனை குனிந்து பால் காம்பை சப்பச்சொன்னாள். பால்மடியில் ஒட்டியிருந்த நாயுருவிகளை விரலால் நெருடி உதிர்த்து துடைத்துவிட்டு, வாய்வைத்து சப்பினான் ரவி. பால் கவிச்சையும், ஆட்டிலிருந்து வீசிய நெடியும் பயலை என்னவோ செய்தது. இரண்டு மூன்றுமுறை சப்பிப்பார்த்தும், ம்கூம் வரவில்லை என்பதைப்போல் உதட்டை பிதுக்கிக்காட்டினான்.

"எக்கி அடக்கிக்கிச்சி போலருக்கு." என்றாள்.

"ஒனக்கு வருமா?" கேட்டான்".

"கெடாப்பயலுக்கு கொழுப்பப்பாரு, அதுலாம் புள்ளெ பொறந்தா தாண்டா வரும்." பொய்க் கோபத்தோடு வஞ் சியபடியே ஆட்டை அவிழ்த்து விட்டாள் பானுமதி.

"சரியீ வருதாண்ணுதான் பாப்புமா பானுமதி." கெஞ்சலாய் கேட்டான் ரவி. இவர்களை ஒருமுறை திரும்பி பார்த்துவிட்டு மொட்டச்சி மேய ஓடியது. அவள் இடுப்பில் கையைப்போட்டு தோப்பின் அடம்பான பகுதிக்கு அழைத்துபோனான்.

குச்சியால் சருகுகளை ஒரு தரம் தட்டிப்பார்த்து கொண்டான்; அடியில் ஏதேனும் சுருண்டு கொண்டு கிடக்கலாமென்ற முன் யோசனையில். இருவரின் துண்டுகளும் விரிப்பாக நெருக்கமாய் குந்தினார்கள். தைலமர வாசனையையும் மீறி அவளுடம்பின் மணம் அவனை முறுக்கேற வைத்தது. அவளின் நாடித்துடிப்பை நன்றாக உணர முடிந்தது. கிசுகிசுப்பான குரலில் “நீயும் என்னமாரித்தானே?” என்றான். என்னவென்பதைப் போல கூர்ந்து பார்த்தாள். “சட்டெ மட்டுந்தா போடுவியா?” என்றதிற்கு காதைப் பிடித்து திருகினாள். இளஞ்சூட்டின் கதகதப்பு இதமாயிருந்தது. அவள் மௌனத்தின் மொழியறிந்து உரையாடத்தொடங்கிய கணப்பொழுதில் தன்னையே தொலைத்து விட்டு இருவருமே மொழியற்ற காட்டில் சர்ப்பங்களாய் உருமாறிப்போயிருந்தனர். அவனின் மூர்க்கமான தழுவலில் எலும்புகள் நொறுங்கி விடுமோயென்று பயந்தாள். தழுவலும் தீண்டலும் தொடர் நிகழ்வாகி நெகழ்வடைந்து இறுக்கம் தளர்ந்து இயல்புநிலைக்கு வந்தபோதுதான் கவனித்தான்; தான் கவிழ்ந்திருப்பது சீயப்பர்கோவிலில் பார்த்த நாயின் மீதென்று. அதிர்ச்சி அலையலையாய் பாய்ந்து பீதியுண்டாக்கியது. பால்கள்ளிகளின் மொக்குகள் விரிந்துகொள்ள, அதனுள்ளே இருந்த இமைகள் திறந்து வெறித்தன. பார்க்கவே நடுக்கமாய் இருக்க வெடுக்கென்று முகத்தை திருப்பிக்கொண்டான். ஆடையற்று கிடந்தவளின் வழுவழுவென்றிருந்த சருமத்தை, மொச்சை நெடிவீசும் கிடாவொன்று தன் சொரசொரப்பான நாவால் நக்கிக் கொண்டிருப்பதையும்—ஓணக்கையுடன் அவள் படுத்திருப்பதையும் பார்த்ததும், பயமும் குழப்பமும் மேலும் அதிகமாயின. இறுக்கமாய் பற்றியிருந்த நாய் அவன் சங்கைப் பிடித்து கவ்வத் தொடங்கியது. “அய்யோ அம்மா” வென அலறிய படியே எழுந்தான். கண்விழித்த போதுதான் தெரிந்தது, நன்றாக விடிந்திருப்பது. வாசலில் அம்மா. கனவின் அதிர்ச்சியிலிருந்து மீளாதவனாய் விழித்துகொண்ட பிறகும் அப்படியே படுத்தே கிடந்தான். மண்தோண்டியை எடுத்துக்கொண்டு அம்மா குட்டைத்தண்ணி மொள்ள சென்றிருந்தது. எதேச்சையாய் கைப்பட்டு பிசுபிசுத்ததும் வெட்கமும் அருவருப்பும் அடைந்தான். உடனே போய் குளித்து விட்டு வரவேண்டுமென்று எழுந்தான். நாலுமுழ வேட்டியும் துண்டும் கொடிக்கயிற்றில் கிடப்பதைக் கண்டு அதையெடுத்து கொண்டு வெளியே வந்தவன், திரும்பவும் வீட்டிற்குள் சென்று தண்ணீரில்லாமல் காலியாயிருந்த தவலைப்பானையை

எடுத்த கையோடு மறுகையில் வாளிக்கயிற்றை பிடித்தபடி, சர்க்கார் கேணிக்கு போகும் பாதையில் வேகமாய் நடக்கத் தொடங்கினான் ரவி. இவனை பார்த்து முறுவலித்தபடியே கருவைக்காட்டைப் பார்க்க போய்க்கொண்டிருந்தாள்; நேற்றிரவு கனவில் வந்த நாவன் மகள் பானுமதி.

தெற்காலத் தெருவிலிருந்து களவெட்டாளை கூப்பிடும் பருக்கலாவின் குரல் கணீரென்று ஒலித்து கொண்டிருந்தது. கொல்லைக்காட்டு வேலைக்கு போகும் பெண்களின் பேச்சும் கெலிப்பும் தெருவையே பரபரப்பில் ஆழ்த்திருந்தது. பண்ணை வேலைக்கு ஒருவார காலமாகவே வராமல்போன கலியனை, பெரியசாமி நாக்கூசும் வார்த்தைகளால் விளாசிக்கொண்டிருந்தார். கலியனின் மனைவி மாரியம்மாள் தான், தன் ‘ஆம்படையான்’ இது நா வரை காயலா கெடந்ததால வரமுடியல என்றும், நாளையிலிருந்து நாள் தவறாம வேலைக்கு வருவாரென்று ஆண்டையிடம் கெஞ்சி கேட்கவும், கோபம் அடங்கி ‘சரி சரி வரச்சொல்லு’ கூறிவிட்டு போனார்.

கறிபானையை வாசலில் வைத்து பெரியவட்ட கொடித் தட்டில் கொட்டி, மஞ்சள் நிறமேரியிருந்த கறித்துண்டுகள் ஒவ்வொன்றையும் நசுக்கிப் பார்த்து கயிற்றில் கோர்த்து கொண்டிருந்தாள் அஞ்சலை. கறி ஈர நப்புடன் இருந்து விட்டால் புழு வைத்து விடு மென்பதால் தினமும் வெளியிலெடுத்து வெயிலில் காயவைத்து திரும்பவும் பானைக்குள் எடுத்து வைப்பதையே ஒரு வேலையாக செய்து வந்தாள். தெருவில் மாடறுக்கும் போதெல்லாம் இரண்டு கூறுக்கும் குறையாமல், கறி வாங்கி வந்து தருவார் காத்தமுத்து. ஒரு ‘கூறு’ கறியை நிறுத்துப்பார்த்தால் ஒண்ணரை கிலோவிற்கு குறையாமலிருக்கும். ஒரு கூறு இரண்டு ரூபாய்க்கு விற்ற கறிதான், குடித்தெரு ஆட்களும் ரகசியமாய் வாங்கி திங்கத்தொடங்கிய பிறகு இப்பொழுது ஒரு ரூபாய் கூடுதலாகி மூன்று ரூபாய்க்கு விற்கிறார்கள். எடுத்து வரும் கறியை நன்றாக அலசிவிட்டு பொடிப்பொடியாய் அரிந்து கறிச்சட்டியில் கொட்டி வேகவைத்து தாங்கடையில் கொட்டினால், பிள்ளைகள் எல்லாம் சுடச்சுட தேக்கம் தீர தின்பார்கள். தின்று போட்ட எலும்புகளையெல்லாம் பொறுக்கி வெயிலில் காயவைத்து பழம்பானையில் கொட்டி மூடிவைத்தால்,

எலும்பெடுக்க வரும் வியாபாரியிடம் போட்டுவிட்டு, அச்சுவெல்லமோ இல்லை தேங்காய் புண்ணாக்கோ வாங்கி பிள்ளைகளுக்கு கொடுக்கலாம்.

மஞ்சள் குளித்திருந்த கறித்துண்டுகள் நீண்ட கயிற்றில் தோரணமாகி வெயில் காய்ந்து கொண்டிருந்தன. கழியை வைத்துக்கொண்டு காக்கா விரட்டிக் கொண்டிருந்தான் சேகர். 'சன்னைங்கன் தொட்டா' 'வீச' ஆண்டையின் கொல்லையில் டீஸல் மோட்டார் வசதி இருந்ததால், மூன்று போகமும் விவசாயம் நடந்துகொண்டிருந்தது. ஒப்புக்கு ஏதாவது கத்தரியோ வெண்டையோ வாங்கி வரச்சொல்லி தன் அய்யாவை அனுப்பிவைத்தார் காத்தமுத்து. சுக்கிரன் மகன் நுங்கு வண்டியை உருட்டிக்கொண்டே தெருவில் ஓடினான். வீட்டிலிருக்கும் வாண்டுகளுக்கு பெரியவர்கள் செய்துகொடுக்கும் வண்டியிது. நீண்ட மூங்கில் சிம்பின் நுனி 'ட' வடிவிலிருக்கும் குச்சியில் வெட்டப்பட்ட நுங்கின் அரைவட்டம் செறுகப்பட்டு இருக்கும். தனபாலோ உதட்டைப் பிதுக்கி பஸ்காரனைப்போல் ஒலியெழுப்பிய படியே உருட்டிக்கொண்டே ஓடினான். சாமி துரையோட வண்டியோ 'டப்டப்பென்ற' சப்தத்தோடு ஓடியது. இந்த சத்தத்திற்காகவே பனல்காயின் விளிம்பில் காகித அட்டையை சதுரஞ் சதுரஞ்சமாய் நறுக்கி மடித்து மூங்கில் முள்ளால் குத்தியிருந்தான். உருட்டிக்கொண்டு ஓடும் வேகத்தில் சுழலும் நுங்கில் அட்டை மோதி 'டப்டப்பென்று' ஒலியெழுப்ப, தனபாலும் மற்ற பயல்களும் வாயை பிளந்து கொண்டு வேடிக்கை பார்த்தார்கள்.

நேற்று பொசாயப் பொழுது போன கிழவர் மரக்காலில் போட்ட சோளச்சோற்றை தின்றுவிட்டு அங்கேயே ராப்பொழுதை கழித்தவர், விடிந்ததும்தான் கிளம்பி வந்தார். வழியில் களப்பு கடையைக் கண்டவர் வெதவெதன்று ஒரு மிடகு 'சுடுதண்ணி' குடித்தால் ஒணக்கையாய் இருக்குமென்று 'ரோவம்பா' கடைக்கு போனார். சேரித்தெரு ஆட்களெல்லாம் கடைக்கு வெளியே குத்துகாலிட்டு அமர்ந்து அண்டையாயிருந்த சுவரில் சாய்ந்துகொண்டு, டவராவில் டீயை ஆற்றிக் குடித்துக் கொண்டிருந்தார்கள். இவரும் வெளியே குந்தி குடித்துவிட்டு உள்ளே டவராவை கொடுக்க நீட்டியவரை கடைக்காரர் அதட்டலாய் பேசினார்.

"ஏலேய் தமுரு என்னடா ரோசனையில கொடுக்குகிற?"

“என்னாண்டே?”

“என்னடா நொன்னாண்டே பறப்...பு...டே, ஒணக்கையா குடிக்கத்தெரிதுலே கழுவி வெச்சா என்னடா?”

“மறதியா குடுத்துட்டேங்க சாமீ...”

பரிதாபமாக சொன்ன பெரியவர், கடைக்காரன் தூக்கி தண்ணீர் ஊற்ற டவராவில் வாங்கி கழுவிக் கொடுத்துவிட்டு, மடியை அவிழ்த்து வெற்றிலைப்பாக்கு பையின் கடைசி பிரையிலிருந்த சில்லரையில் பித்தளை இருபது காசு ஒன்றையும் ஐந்து பைசா ஒன்றையுமாய் பொறுக்கியெடுத்து கால் ரூபாயை கொடுத்துவிட்டு வெளியே வீதிக்கு வந்தார். கழுவிக் கொடுத்தப் பிறகும் முணுமுணுத்துக் கொண்டிருந்தான் கடைக்காரன். ‘நடேசங்கிட்ட ஒதைப்பட்டதெல்லாம் மறந்துபுட்டா படுவாமவன் பேசுர பேச்சப் பாரு... அவன் இருந்தா இப்படிலாம் பேசிபுடுவானா?’ நடேசனின் நினைவு வர கண்கலங்கினார் கிழவர். உடலில் தெம்பும் கண்பார்வையும் இருந்த வரை எப்போதாவது தவிலும், பெரிய மோளமான தமுரையும் வாசித்தவர்தான் சாமிநாதன். மோளவாரை கழுத்தில் மாட்டிக்கொண்டு சுற்றிச்சுழன்று சாமிநாதன் பெரிய தமுரை அடிக்கும் அழகே தனிதான். நெட்டையான ஆட்களால் மட்டுமே தூக்கி சுமந்தபடி வாசிக்கும் தோல் கருவியான பெரியதமுரை — வளர்த்தி இல்லாத ஒலருக்குக்கூட பழக்கப்பட்ட விலக்கைப்போல சொன்னதைக் கேட்கும் வாத்தியம் “ரஞ்சங்கு... ரஞ்சங்கு...” என்று எட்டு ஊருக்கு கேட்கும் விசையோடு ஒலியெழுப்பிக் கொண்டிருக்கும். வாத்தியத்தின் பெயரே பெரியவரின் பெயராய் ‘பெரிய மனிதர்களால்’ சூட்டப்பட்டு இன்றளவும் வழங்கப்பட்டு வருகிறது. குடித்தெருவைச் சேர்ந்த இளவட்ட பயல்களும் கூட ‘பட்டப்பெயரை’ வைத்தே கூப்பிடுறானுங்க. பெரியவரின் நிஜப்பெயர் என்ன அவரை ஒத்த ஆட்களைத் தவிர குடித்தெரு இளவட்டகளில் இருந்து சேரிக்கார இளவட்டங்களுக்கும் கூட தெரியாது. கடைக்காரனின் வசவு இன்னமும் வண்டாய் குடைந்து கொண்டிருந்தது. தெருப்போகும் பாதையில் தன் கக்கிக்கழியை ஊன்றிக் கொண்டே போனார். வீட்டிற்குள் நுழையும்போதே காத்தமுத்து கோபமாய் பேசத்தொடங்கினார்.

“ஏய்யா இப்பதான் ஒனக்கு வர வழிதெரிஞ்சுதா?”

“அட இவனப் பாருடா... நம்ப பெரியாண்ட வேற முடியாம காயலா கெடக்காருண்ணு பாத்துட்டு வரலாம்னு போனேன், பாத்து வெகுநாளாச்சா அதான் பேசிக்கிட்டே இருந்து புட்டேன் நேரம் போனதே தெரியில இருட்டில் போயிடுச்சி. கங்கமங்கலா இருக்கும்போதே பாத தெரியாது, இதுல அம்மாசி இருட்டுல மோடு எது? பள்ளமெதுன்னு தெரியாம எங்க உழுந்துவர சொல்லுர? இப்பியோ பொரைக்கியோண்ணு இருக்காரு... ராவு இருந்துப்போன்னு சொல்லிட்டாங்க தட்ட முடியில.” துண்டில் முணித்து தலையில் வைத்துகொண்டு வந்திருந்த கத்தரிக் காய்களை மகனிடம் கொடுத்தார் சாமிநாதன்.

“பொழுது இருக்கும்போதே வூட்டப்பாக்க வந்துட வேண்டியது தானே, நீயிதான் ஆண்ட ஆண்டன்னுகிட்டு உசுரவுட்டுக்குரே, ஆனா அவுனுங்க அப்படியில்லியே, வேல ஆவுர வர எம் பணக்காரன் வெட்டியாம்பானுங்க ஆனப்பிரவு அவெங்கெடக்கான் ப.பு... டம்பானுங்க... “மகன் சொல்லச் சொல்ல ரோவம்பா கடைக்காரன் முத்துசாமி படையாச்சி வைததே நினைவுக்கு வந்து தொலைத்தது. அப்பன் மேலுள்ள பாசத்துலதானே பேசுறான் பேசிட்டுப் போறான் போ... நாலா அஞ்சா கெடக்கு, ஒரு கொட்டி நாக்கு கெடக்கு போயேன் கெடக்கு...’ தாழ்வாரத்தில் கிடந்த கட்டிலில் போய் குந்திக்கொண்டார். அலுமினியத் தூக்குவாளியில் சோளச்சோறும் வாளியின் கைப்பிடியோரத்தில் துணியில் முணிக்கப்பட்ட உப்புக்கல்லுமாய் மண்வெட்டியை தோளில் சாய்த்து கொண்டு படவாசல்வரை சென்ற காத்தமுத்து திரும்பி வந்து கூப்பிட்டார். உள்வீட்டில் துணியை சாணிப்பாலில் முக்கியெடுத்து தரையை மெழுகிக் கொண்டிருந்தவள் என்ன ஏதென்று வெளியே வந்து கேட்டாள்.

“ஆங்... சொல்ல மறந்துட்டேன் சின்னவன் பள்ளிக்கூடம் போவும் போது பத்துகாசு கொடுத்தனுப்பு பரிச்ச பேப்பரு வாங்கனும்னு சொன்னான். பெரியவனுக்கு லீவுதானே ஆடுவள வடக்கிக்காட்டப் பாக்க ஓட்டிகிட்டு போவச்சொல்லு இருட்டிப் போயி தான் வருவேன்... வரட்டா...”

மகன் கிளம்பிக் கொண்டிருந்த போதே வயிற்றை கடமுடா வென்றதும் பெரியவர் குட்டைக்கரை கிளம்பி போனார். “சரிய்யா... பொயிட்டு வா.” என்றவள், போனவரை மறுபடியும் கூப்பிட்டாள். இரண்டெட்டு நடந்தவர் நின்று

என்னாவென்பதைப் போல மனைவியை பார்த்தார்.

“வேல கலஞ்சி வரும்போது ‘வீச’ ஆண்ட கிட்ட ரெண்டுகட்டு கள்ளக்கொடி (கடலைக்கொடி) கேட்டு வாங்கிக்கிட்டு வாய்யா, வர்ற சந்தையில கெடாய வித்துபுட்டு குடத்துடலாம்.” அஞ்சலை சொன்னதுக்கு எல்லாம் ‘சரி சரி’ என்று தலையாட்டிவிட்டு விரசாய் நடக்கத்தொடங்கினார்; காத்தமுத்து. தரை மெழுகும் வேலை முடிந்ததும் சாணிப்பால் துணியை சட்டியில் போட்டுவிட்டு, வாழைக்கட்டை பக்கமுள்ள தொட்டிக்கு சென்று கைக்காலை கழுவிக்கொண்டு வந்தாள். வெயிலேறிக் கொண்டிருந்தது. சின்னப்பள்ளிக்கூடமென்கின்ற ‘ஊராட்சி ஒன்றிய நடுநிலைப் பள்ளியில் இன்றிலிருந்து முழாண்டு தேர்வு தொடங்குகிறது. முந்தானையில் முணிந்து வைத்திருந்த சில்லரையில் பத்து பைசாவை எடுத்து மகனிடம் கொடுத்தாள். வாங்கியவன் கிளம்பாமல் அதே இடத்தில் பிடிவாதமாய் நின்றுகொண்டே இருந்தான்.

“போவாம ஏண்டா நிக்கிற?”

“இன்னும் ஒரு பத்து பைசாகுடு.”

“இருந்தததான் குடுத்துட்டேனே அப்புறமென்னடா?”

“இது இங்கு போடவே சரியா பொயிடும், பேப்பரு வாங்கனும் நீ பத்து பைசாவ கொடு.”

“பேப்பரு ஐஞ்சி காசுக்கு வாங்கிக்க கொஞ்சம் இருக்குறத வெச்சி மையி போட்டுக்கேயண்டா கௌம்பு... கௌம்பு எனக்கு சோலிமாலியா இருக்கு...”

“பத்தாது அஞ்சி காசாவுது கொடும்மா” காலை உதறிக் கொண்டே அழத்தொடங்கினான் சேகர்.

“சாண்டக்குடிக்கி காசில்ல போடாங்குறேன், பொட்டச்சி யாட்டம் சிணுங்கி சிணுங்கிட்டு நிக்கிற, அர காலுன்னு ஊடான வூட்டுல வெக்க முடியுதா? இருக்கிறதெல்லாம் தொடச்சி குடுத்துணும் எம்புளுவுனிப்பய புள்ளைக்கு, நாயக்கரு கட ஆயித கடிச்ச ருசி போவுமா? கட கடயா நக்கிய பலபட்டர நாயில்ல இது, அதான் பீ புண்ணாக்குன்னு திங்க பேயா அலையிது.” ஆத்திரம் தீரெவைதாள் அஞ் சலை. இனிமேலும் நின்று கொண்டிருந்தால் அம்மாவிடம்

அடிவாங்க நேரிடுமென்று அழுதபடியே போனான் சேகர். என்ன நினைத்தாளோ, 'புள்ள பரிச்ச எழுத போவும் மொத நாளும் அதுவுமா அழுதுகிட்டே போவுதே' தெருவுக்கு ஓடி கூப்பிட்டாள். "வரமாட்டேன் போ" வீம்புடன் அழுது கொண்டே போனவனை ஓடிப்போய் மறித்து, இரண்டு இரண்டு காசும் ஒரே ஒரு காசுமாய் சில்லரைகளாய் பொறுக்கி கையில் கொடுத்து, வழிந்து கொண்டிருந்த கண்ணீரை முந்தானையால் துடைத்துவிட்டு விட்டு, கன்னத்தில் முத்தம் பதித்து அனுப்பி வைத்தாள். கல்கோனா வாங்க காசு கிடைத்த சந்தோஷத்தில் போய்க்கொண்டிருந்தான் சேகர். அழுததிற்கு அடையாளமாய் கன்னத்தில் உப்புத்தடம் கோடாய் படிந்திருந்தது.

அம்மா கொடுத்த காசு டவுசரில் குலுங்கிக் கொண்டிருந்தது. குலுங்கும் சில்லரைகளைப் போலவே அவன் மனதில் மகிழ்ச்சியும் துள்ளாட்டம் போட்டது. தனக்குத் தெரிந்த சினிமாப் பாடலொன்றை பாடிக்கொண்டே போனவனை, வினோதமாய் பார்த்த புழுத்தான்(வேம்பன்) வீட்டு நாய், என்னவோ ஏதோ வென்று குரைக்க தொடங்கியது.

"என்னெ பாத்தா வள்ளு வள்ளுங்குரே கிட்ட வந்தே ஓம்மண்டைய பேத்துடுவேன் பேத்து." நாயைப் பார்த்து வைது விட்டு, விட்ட இடத்திலிருந்து பாடிக்கொண்டே போனான். நசையனின் கடைசி மகன் சோமு கூப்பிட்டுக் கொண்டே பின்னாலேயே ஓடி வந்தான். மூச்சிரைக்க ஓடியாந்தவன், "சேகரு பரிச்சைக்கு நீ படிச்சிட்டியா?" என்றான்.

"யேன்டா நீ படிக்கிலியா?"

"ஏதோ படிச்சிருக்கேன்... இருந்தாலும் தெரியாத கேள்வி வந்தா எனக்கு காட்டு சேகரு..."

"பேசாம வாடா அதுலாம் பரிச்ச எழுதும்போது பாத்துக்கலாம்."

சேகர் வடக்காலத் தெருவழியாக வந்து கொண்டிருந்தான். தனபாலும் சாமிதுரையும் நந்தாங் குட்டை கரை வழியாகவே வந்து இவனுடன் சேர்ந்து கொண்டனர். கூட்டாளிகளைக் கண்டதும் உற்சாகமான மனோநிலையில் இருந்தவன் மேலும் குஷியானான். எதுவும் பேசாமல் பின்னாலேயே வந்து கொண்டிருந்தான் சோமு. எண்ணெய் வழியும் தலையில்

நீளமாய் பின்னப்பட்ட ஜடை ஊஞ்சலாட தனலெட்சுமியும் பரிட்சை அட்டையோடு வீட்டிலிருந்து வந்தவள், தெருவில் இறங்கி பயல்களோடு சேர்ந்து கொண்டாள். தன்னுடைய டவுசரையும் சட்டையையும் ஒருமுறை கீழிருந்து மேலாக பார்த்துக் கொண்டான். அனிச்சையாக கை தலையை கோதிக் கொண்டது. காக்கி டவுசரும் சுருக்கம் விழுந்த மேல்சட்டையும் அவளின் அழகுக்கு முன்னால் தான் மட்டமாக இருப்பது போலவே தெரிந்தது. மேல்சட்டையை அம்மா துவைக்கும் போதே பட்டன்கள் இரண்டு தெறித்து விழுந்துவிட, ஊக்குபோட்டு இருந்தது துருத்திக்கொண்டு அப்படியே தெரிந்தது வேறு எரிச்சலை உண்டாக்கியது. நீலநிற பாவாடையும் சந்தனக்கலரில் மேல் சட்டையுமாய், குட்டித் தேவதையைப் போல முன்னால் போய்க்கொண்டிருந்தாள் தனலெட்சுமி. 'ஏண்டா பறத்தெருவுல பொறந்து தொலைச்சே முண்ணு' இருந்தது; சேகருக்கு.

'பொத்தமண்டையன்' வீட்டின் முன்னால் ஒரே கூட்டமாய் இருந்தது. 'இந்தெ வக்காளவோழி வளுக்கு வேற வேலயே இல்ல போலிருக்கு... விடிஞ்சா போதும் அந்த ஆயியோட 'சாண்டு' நல்லா ருசியா இருக்குண்ணு குடிக்க வந்திடுறானுங்க...' நிற்கின்ற கூட்டத்தில் பாதி குடித்தெருக் காரர்களும் மீதி உள்ளவர்கள் சேரியாட்களுமாய் இருந்தார்கள். ரெண்டு ரூவாய கொடுத்து ஒரு கிளாசு 'பட்ட சரக்க' ஊத்திக்கொண்டால் போதும் போதை ஜிவ்வின்னு ஏறி, வேட்டி கீழே விழுவதைக்கூட உணர முடியாமல் கோவணத்தோடு அலைய வைத்து தன் 'திறமையை' காட்டும்; 'பொத்தமண்டையன் சரக்கு.'

முதல்பெல் அடிக்கும்போதே பள்ளிக்கூடத்தை நெருங்கி விட்டனர். ஐந்தாம் வகுப்புவரை தாழ்வாரம்போல் இறக்கப்பட்ட வெளிப்புற வகுப்புகளில் தேர்வு தொடங்கியது. பிள்ளைகளை மண்ணில் அமர வைப்பதிற்கு பதிலாக நீள நீளமான பலகையை போட்டு வைத்திருந்தனர். குடித்தெரு பிள்ளைகளெல்லாம் முன்வரிசையிலுள்ள பலகையிலுமாய் சேரித்தெருப் பிள்ளைகளெல்லாம் கொஞ்சம் தள்ளி கடைசியாக போடப்பட்ட பலகையிலுமாய் பார்த்து வகுப்பு ஆசிரியரே தனியாக அமர வைத்திருந்தார். வெளியூரிலிருந்து புதிதாக வேலையில் வந்து சேரும் ஆசிரியர்கள், 'அப்படியெல்லாம் தனித்தனியாக எல்லாம் உக்கார வைக்கமுடியாது, அகர வரிசைப் படிதான் உட்கார வைப்பேனென்று பிடிவாதம் பிடித்தால் அவ்வளவுதான்,

அப்படிப்பட்ட துடிப்பான ஆசிரியர்களை—அவருக்கு விழும் அடிகளையும் வசவையும் அவரின் மேல் அதிகாரிகளால் கூட தடுக்க முடியாது. சாராய நெடியுடன் உள் நுழையும் குரல் முதலில் வெளுக்கும் "ஏலேய் வாத்தி ஒழுங்கு பு...டையாக இருக்க முடியாதா? பறயஞ்சக்கிலி வூட்டு புள்ளையோடு எங்கவூட்டு புள்ளைவளையும் ஓண்ணட மண்ணடையா ஒக்கார சொல்லுறியா?" குரலை அலட்சியப் படுத்தினால், அப்புறம் அந்த ஆசிரியருக்கு ஊரின் எல்லையில் கிடைக்கும் 'மண்டகப்புடி.' வேறு ஊருக்கு மாற்றிக்கொண்டு ஓடவேண்டும். இல்லையென்றால் ஊர் பெரிய மனிதர்கள் சொல்லுரதைக் கேட்டுக்கொண்டு வேலையப் பாக்க வேண்டியதுதான்; வேறு வழியே இல்லை.

ஆறிலிருந்து எட்டு வகுப்புகள் வரைக்கும் சிமெண்ட் தளத்தைக்கொண்ட பெரிய பள்ளிக்கூடத்தில் தேர்வு நடைபெறுகிறது. சேகரும் அவன் கூட்டாளிகளும் பின்னாலிலுள்ள 'அவர்களுக்கான பலகையில்' போய் அமர்ந்தனர். சென்றாண்டு வரை தொடக்கப்பள்ளியாய் இருந்து, இந்த ஆண்டிலிருந்துதான் நடுநிலைப்பள்ளியாய் உயர்ந்திருக்கிறது.

சுவரோடு சுவராய் பதிக்கப்பட்ட கரும்பலகையில்,

"அகர முதல எழுத்தெல்லாம் ஆதி

பகவன் முதற்றே உலகு." என்ற முதற் குறளும், அவற்றோடு கீழே மையப்பகுதியில், "முழாண்டுத்தேர்வு — தமிழ் 21.04.1983 — வெண்மானூர்."

என்று மாக்கட்டியால் பளிச்சென்று எழுதப்பட்டு இருந்தது. கீழவெளியிலிருந்து 'லூனா'வில் வரும் 'கருங்குண்டன்' என்ற பட்டப்பெயருடைய சிவசாமி வாத்தியார்தான், மாணவர்களுக்கெல்லாம் வினாத்தாளை கொடுத்துக்கொண்டே வந்தார். அண்ணனுடைய பரிட்சை அட்டையிலுள்ள கிளிப்பில் விடைத்தாளை பொறுத்திவிட்டு சேகர் எழுதத் தொடங்கினான்.

12

சனங்களின் நடமாட்டம் ஏதுமில்லாமல் தெரு வெறிச்சோடி போயிருந்தது. கோழியும் நாய்களும் அலைந்து கொண்டிருந்தன. வெயில் உச்சிக்கு ஏறி சுள்ளென்று அடிக்கத்தொடங்கியது. நெல் வைக்கோலை தண்ணியில் நனைத்தெடுத்து அவற்றை தனித்தனியாய் பிரித்து, நாலைந்து பிரிகளை கால் கட்டைவிரலில் சுற்றிக்கொண்டு, இரண்டும் மூன்றுமாய் வைக்கோல் இழைகளை எடுத்துக்கொண்டு தொடையில் வைத்து இரண்டு கைகளாலும் திரிக்கத்தொடங்கினார். நேற்று ராத்திரி குரலெழுப்பி தெருவையே கிடுகிடுக்க வைத்த சேவல், குப்பைமேட்டை கிளறி புழு பூச்சிகளை கொத்திக்கொண்டிருந்தது. வேலியோரத்தில் மேயும் குஞ்சுகளை ஒவ்வொன்றாய் கூப்பிட்டு பொறுக்கிய தானிய மணிகளை கொத்திக்கொறித்து போட்டுத்தின்ன சொன்னதோடு, எசா, பருந்து இவற்றின் நிழல் தரையில் எங்கிகேனும் படிகிறதாவென்று கூர்மையாய் கவனித்தபடியே மேய்ந்து கொண்டிருந்தது தாய்க்கோழி. தங்கவேலு, பெருமாளு, பாண்டியன் காளிமுத்து நால்வரும் (தெருவில்) ஒழுங்கையில் நின்றபடியே, ரவியை ஆடோட்டிக் கொண்டு சீக்கிரமாய் வரும்படி அழைத்தார்கள். அவர்கள் ஓட்டி வந்த ஆடுகள் வேலிகளில் படர்ந்து கிடந்த கொடிகளையும் தழைகளையும் தாவுகால்போட்டு கடித்து கொண்டிருந்தன.

"ஏலேய் பெரியவனே எம்முட்டு நாழிதான் தவ இல்லாம ஆடுவோ பட்டினியா கெடக்கும் சீக்கிரமா ஓட்டிக்கிட்டு கிளம்புடா, ஓங்கூட்டாளிவ வேற வந்து நிக்கிறானுவ." பிரிமனையை பின்னிக்கொண்டே பேரனைப் பார்த்து

பெரியவர் சத்தம் போட்டார். தாத்தாவின் பேச்சிற்கு மறுபேச்சில்லாமல் ஆமோதித்தவனாய் ஆடுகளை அவிழ்த்து பிடித்துகொண்டு கூட்டாளிகளோடு தானும் மேய்ச்சலுக்கு வடக்கிக்காடு சென்றான் ரவி.

இரண்டு கொரா ஆடு, ஒரு கெடா நாலு இளங்குட்டிகளோடு ரவியும், ஒரு கெடா ஒரு கொராவோடு தங்கவேலுவும், நாலு கொராவோடு பெருமாளும், காளிமுத்துவும் பாண்டியனும் தலைக்கு இரண்டு கொரா ஆடுகளோடும் ஓட்டிக்கொண்டு போனார்கள். 'பூச்சிமவன்' தரிசில் ஆடுகளுக்கு முட்டிக்கட்டிய பின்பு மேயவிட்டனர். ஆட்டின் முன்னங்காலில் ஒன்றை மடித்து மணியங்கயிற்றால் கட்டி இருந்ததால், பச்சையைக் கண்டு நாலுகால் பாய்ச்சலில் ஓடிவிடாமல் இருக்கவே, கழுத்து கயிற்றையும் சேர்த்து சில ஓடுகாலி ஆடுகளை கட்டியபின்பு ஓட்டிவிட்டனர்.

பையன்கள் ஐவரும், கிணற்றின் சிமெண்ட் விளிம்பில் உசிலைமர நிழல் விரிந்துள்ள இடமாய் பார்த்து அமர்ந்தனர். "பெருமாளு, பீடி கீடி ஏதாச்சும் வெச்சிருக்கியாடா?" பாண்டியன் தான் கேட்டான். டவுசரினுள் கையை விட்டு இருந்த ஒரே பீடியையும் வெளியே எடுத்து, பற்ற வைத்து ஆளுக்கு இரண்டு இழுப்பு வீதம் ஒரு சுற்றுவந்தது. ரவி மட்டும் இந்த புகைமண்டல கூட்டனியில் சேராமல், கையிலியில் மடித்து வைத்திருந்த மைதீன் புகையிலையில் கொஞ்சமாய் திருகியெடுத்து உள்ளங்கையில் வைத்து தேய்த்து குரட்டில் அடக்கிக்கொண்டான் வெயில் கொளுத்தி கொண்டிருந்தது. கிணற்றின் கிழக்கு திசையில் கமலை ஏற்றத்தால் உண்டாகியிருந்த பள்ளத்தில் பரவியிருந்த நொய்மண் தரைவெயிலில் மினுமினுத்து கொண்டிருந்தது. மேல்பகுதியில் கோழிகளின் நடை பதிவாகியிருந்தது. அது கானாங் கோழியின் தடமாகத்தான் இருக்க வேண்டுமென்று ரவி சொன்னான். தரிசில் மூலைக்கொன்றாய் ஆடுகளெல்லாம் மேய்ந்து கொண்டிருந்தன. வேலியோரங்களில் வளர்ந்திருந்த துத்திச்செடிகள் அடிக்கின்ற அனல் காற்றில் வதங்கி போயிருந்தன. அதன் பாம்பட காய்கள் காய்ந்துபோய் எப்பொழுது கழன்று விழுமோ என்பதைப்போல தொங்கிக் கொண்டிருந்தன.

இந்த கடுங்கோடையிலும் அலட்டிக்கொள்ளாமல் வெள்ளை நிற பருக்களைப்போல பால்கள்ளியில் அரும்பியிருந்த

சின்னஞ் சிறு மலர்கள் பார்க்க வசீகரமாய் இருந்தன. காய்ந்து போயிருந்த பட்டக்கள்ளியையும் விட்டுவைக்காமல் ஆடுகளெல்லாம் கடித்து பசியாற்றி கொண்டன. ரவியின் கெடா மட்டும் தாவுகால் போட்டு இளங்கள்ளிகளாய் பார்த்து தின்னத்தின்ன ஆட்டின் வாயிலும் அறுபட்ட கள்ளியிலுமாய் வழியும் கள்ளிப்பாலின் மணம் பயல்களின் நாசிகளையும் கடந்து போயின.

தீயாய் அனலைக் கக்கும் வெயிலில் மேய முடியாமல் ரவியின் இளங்குட்டிகள் கள்ளி நிழலில் வந்து அடைந்துகொண்டன. இருந்த நீரெல்லாம் வற்றி வாயைப்பிளந்த நிலையில் வானைப் பார்த்து கொண்டு பரிதாபமாய் கிடந்தது பூச்சிமவன் கிணறு. மழைக்காலங்களிலோ தண்ணீர் வழிய வழிய தளும்பி கொண்டிருக்கும். உசிலை மரத்தின் உச்சிக்கிளையிலிருந்து பயல்களெல்லாம் கேணிக்குள் ‘தொபுக்கடீரென்று’ குதிப்பார்கள். கண்கள் ரெண்டும் கோவைப்பழங்கணக்காய் சிவப்பேரி கிடக்கும் அளவிற்கு குதியாட்டம் போட்டபிறகே, வீடு திரும்புவார்கள். மேலிருந்து குதிக்க பயப்படுபவர்கள் கல்படிகளின் வழியே இறங்கி குளித்துவிட்டு மேலேறுவார்கள்.

பெருமாளுதான் வாயை நிண்டினான்,

“ரவி ஒனக்கு விஷயம் தெரியுமாடா?”

“சொல்லுடா”

“நம்ப மயிலு ஆசாரி வூட்டுக்கு குடித்தெரு கோவாலு வந்து போறானாமே ஒனக்குத் தெரியுமா?”

“அதுக்கென்னடா இப்ப?” எரிச்சலுடன் கேட்டான் தங்கவேலு. எப்பொழுதுமே இப்படித்தான் கூட்டத்தில் தங்கவேலு இருக்கும்போது, மயிலாசாரி பொண்டாட்டியைப் பற்றி கேட்டுவிட்டாலே அவ்வளவுதான் அவன் முகமே கருத்துப் போய்விடும். பொசுக்கென்று கோபம் வந்திடும். “அவளப்பத்தி பேசினாலே நீயாண்டா கோவப்படுறேன்னு கேட்டுவிட்டால் போச்சி.” “ஓங்கிட்ட அந்த மயிரெல்லாம் சொல்லணும்னு அவசியமென்னடா” வென்று முறைப்பான். இம்முறையும் அப்படித்தான் அவனிருப்பதையே மறந்து போய் ரவியிடம் கேட்டுத் தொலைத்து விட்டான்; பெருமாள் பய. இவ்வளவிற்கும் மயிலு ஆசாரி பொண்ணாட்டி பெருமாளுக்கு சித்திமுறை வேண்டும். நேரடியாக இல்லையென்றாலும்

ஊர்முறைக்கு என்று வைத்துக் கொண்டாலும் சித்தி சித்திதானே. இதைப்பற்றி பயல்கள் எவனாவது பெருமாளிடம் கேட்டாலோ, "ஆமா ஆமா சின்னாயி எங்காயிக்கூட பொறந்தா பாரு... பேச வந்துட்டான்." இதோடு கொச்சையாய் இரண்டொரு வார்த்தைகளையும் சேர்த்துக் கொள்வான். அவளைப் பற்றி மற்றவர்கள் என்னதான் புகாராக அசிங்கமாகப் பேசினாலும் காதில் வாங்காதவனைப் போல கம்மென்று இருந்து விடுவான். ஆனால் இம்முறை அவனே அவளைப் பற்றி பேசியதுதான் ஆச்சர்யம், தங்கவேலுக்கும் ரவிக்கும் மட்டுமல்ல பாண்டியனுக்கும்தான் கமலம் அத்தை முறை வேண்டும்.

"என்ன இருந்தாலும் அது நம்ப சாதிசனமில்லியா, போயும் போயும் ஒரு ஈசப்பயகிட்டயா காலத்தூக்கணும்."

"ஆமாண்டா குண்டித்துணியில்லாம கெடக்கிறவளுக்கு நாலுமுழ வட்டுத்துணி கெடைச்சா கூடத்தான் சுத்திக்குவா, பேசுராம் பாரு அவ புருஷன் முடியாதவன் கெழவன், பாவம் அந்தெ அத்ததான் என்ன பண்ணும்?"

"அதுக்காக...?"

"ஒனக்கு இதுல ஆவுரது ஒண்ணுமில்லடா பெறகென்ன பேச்சுவேண்டி கிடக்கு, கோவாலு கண்ணாலம் ஆவாதவன், இந்தெ அத்தையும் அவெங்கொல்லக்காட்டுல வேலவித்து செஞ்சிகிட்டு போவ வர இருக்குது... 'அது' அவெங்கவங்க வூட்டு விஷயம் இதுல நொழஞ்சி பாக்க நாம யாரு?" "சரி... சரி அந்தெ பேச்ச உடுங்கடா, எப்ப பாத்தாலும் உப்புபெறாத விஷயத்துக் கெல்லாம் வாயப்போட்டு அலம்பிகிட்டு..." ரவி கடுப்படித்தான் பெருமாளின் கொரா ஆடுதான் முட்டிக்கால் போட்டுவிட்ட பிறகும், தாவி தாவி பக்கத்து மோட்டார் கொல்லையை பாத்து ஓடியது. பக்கத்து கொல்லைக்கார ஆள் வசதியானவரென்பதால் மோட்டார் வைத்துள்ளார். மின்மோட்டார் வசதி இருந்ததால் கோடைப்பயிராக கடலையை போட்டுள்ளார். எருவும் தண்ணீரும் பயிரை செழிப்பாக்க முயற்சியெடுக்க, கடலைக் கொடியும் வஞ் சனையில்லாம பச்சைக் கம்பளத்தை போர்த்தியதைப் போல ஒவ்வொரு பாத்திகளிலும் வளர்ந்து நின்று தன்னழகைக்காட்டி, மேயும் ஆடுகளை எல்லாம் திரும்பிப் பார்க்க வைத்ததோடு மினுங்கும் இலைகளை காற்றிலசைத்து ஆசைக்காட்டி

அருகினில் அழைத்தது. ஓடியதைப் பார்த்த ஒவ்வொன்றும் தரிசை விட்டுவிட்டு பின்னால் ஓடத் தொடங்கின. பாண்டியனையும் பெருமாளையும் ஓடிப்போய் ஆடுங்களை தரிசைப் பார்க்க மறித்து ஓட்டி வருமாறு விரட்டினான் ரவி.

கண்ணாடி சீசாவில் கொண்டு வந்திருந்த பாண்டியனின் தண்ணீரை, ஆளுக்கு ஒரு மிடகு குடித்து தொண்டையை ஈரப்படுத்தி கொண்டனர். தரிசில் மேய்த்தது போதுமென்று வடக்கிக்காடு நோக்கி ஓட்டிப்போனார்கள். கோவிந்தசாமி படையாச்சி சவுக்குத் தோப்பிற்குள் நுழைந்துவிடாமல், ஆளுக்கொரு மூலையில் நின்று கொண்டனர். காளிமுத்து கொண்டு வந்திருந்த பெரிய அலக்கால், கருவைமரத்திலுள்ள நெற்றுகளை அறுத்துப் போட்டான் ரவி. குட்டிப்போட்ட ரவியின் கொரா ஆடு காலை அகட்டி வைத்தபடியே நெற்றுகளை மேய்ந்து கொண்டிருக்க; குடிக்கும் குட்டிகளின் சிணுங்கல் ஒலியும், கடவாயில் வழியும் பாலும், வால்களை ஆட்டிய படியே முட்டி முட்டிக் குட்டிகள் குடிக்கும் அழகினைப் பார்த்து ரசித்துக் கொண்டிருந்தான் ரவி. கருவைக்காய் தின்பதை நிறுத்திவிட்டு, தாய் ஆடு தன்னுடைய இரண்டு குட்டிகளையும் மாற்றி மாற்றி பாசத்தோடு நக்கிக் கொடுத்தது. வயிறு முட்ட குடித்த பிறகுதான் அவைகள் இரண்டும் எட்ட நவுந்து கீழேக் கிடந்த கருவைக் காய்களை மேய்ந்து பார்த்தன. பீக்கருவையில் படர்ந்து கிடந்த கோவைக்கொடியையும் அதன் தழை காயோடு அறுத்துப் போட்டான். அணில் கடித்து விட்டுப்போன சிவந்த பழங்களில் ஒன்றிரண்டு கீழே விழ, அதையெடுத்து ஊதிவிட்டு தான் தின்றதோடு கூட்டாளிகளுக்கும் கொடுத்தான்.

இப்பொழுது ஆடுகளெல்லாம் மேற்கேயுள்ள முந்திரிக் கொல்லைக்கு போகும் வழியிலுள்ள தரிசில் மேயத்தொடங்கின. பசியடங்கிவிட்ட மிதப்பில் ரவியோட கிடா நாக்கைத் துருத்திக் கொண்டு பெருமாளின் கொராவை மோந்து பார்த்து துரத்த தொடங்கியது.

“அடி ஒக்காள ஓழியுதே.” அடிக்க போவதைப்போல கழியை தூக்கிக் கொண்டோடி விரட்டினான் பெருமாள்.

“என்னடா பெருமாளு ஓஞ்சின்னாயிக்கு ஒரு சட்டம் கொராவுக்கு ஒரு சட்டமா? வன் தாத்தா பெரியத்த முறைப் போலவே அடித்தொண்டையை செருமியபடி

பேசிக்காட்டினான் ரவி. பயல்களெல்லாம் கொல்லென்று சிரித்தார்கள். தரிசிலிருந்து கிழக்கு பக்கம் போனால், தெற்கு வடக்காக வாய்க்காலொன்று போகிறது. மழைக்காலங்களில் மட்டுமே நீர் ஓடும் ஓடையிது. கரையின் இருபுறங்களிலும் தாழைக்குத்துக்கள் மரங்களைப்போல் வளர்ந்து புதராய் மண்டிக் கிடந்தன. வாய்க்கால் பக்கம் ஆடுகள் ஓடிவிடாமல், கையில் அலக்குக் கழியோடு காளிமுத்து நின்றுகொண்டிருந்தான். இப்பொழுது பீடி இருந்தால் தேவலாமென்று நினைத்தான். துண்டு பீடிக்குக்கூட இந்த காட்டில் வழியில்லாததால், ரவியிடம் கெஞ்சி கூத்தாடி ஒரு 'தரத்திற்கு பொயிலையை' மட்டும் வாங்கி கொரட்டில் அடக்கிக் கொண்டான்.

முந்திரி மரநிழலில் ஆடுகளெல்லாம் அடைந்து கொண்டன. இந்த இடத்தைப் பார்த்ததும் தாத்தாவோடு ஒரு மழைக்காலத்தில் வந்த நினைவு தேவையில்லாமல் வந்து தொலைக்க, புகையிலையைத் திருவி அடக்கிய ரவியின் மனமும் அசைபோடத் தொடங்கியது.

ஒரு வார காலமாய் விடாமல் பெய்த பேய்மழை அன்றைய ராத்திரிதான் சீராகி விடியற்காலையோடு நின்றிருந்தது. எங்கு கால் வைத்தாலும் கணுக்கான விழுங்கிக்கொண்டு மழைநீர் ஓடிக்கொண்டிருந்தது. அடுப்பிலிருந்து கிளம்பிய புகை ஈரக்கூரையினூடே வெளியேறி பனிப்புகையைப் போல தனித்து காற்றில் அலைந்து கரைந்து கொண்டிருந்தது. தலைக்கு கொள்ள மட்டையை போட்டுக்கொண்டு, பாதக்கட்டை மிதியடியோடு உளையிலமுத்தி நடந்து போய்க் கொண்டிருந்தார் தாத்தா. அவர் முன்னாலும் பின்னாலுமாய் ஆடுகள் போய்க் கொண்டிருந்தன. தானும் கூடவே வருவேண்ணு ரவி அடம்பிடித்ததால், சரி தொலையட்டு மென்று அஞ்சலைதான் இவனை மாமனாருடன் அனுப்பி வைத்தாள்.

இதே வடக்கிக் காட்டில்தான் தாத்தா ஆடு மேய்த்து கொண்டிருந்தார். ஒரு வார அடைமழையில் வெளியே எங்கும் ஓட்டிக்கொண்டு போக முடியாமல், கொட்டாயிலேயே கட்டி வைத்திருந்த தழைகளையே அசை போட்டு... அசை போட்டு... மூத்திர வாடையடிக்கும் வதங்கிய தழைகளை கடித்துப் பார்த்து தளிரிலைகளையோ பச்சைத் தழைகளையோ மேய வழியில்லாமல் அடைபட்டுக் கிடந்த ஆடுகளெல்லாம்,

காடு கரைகளில் மேயவிட்டதுதான் தெரியும், காட்டுக் கொடியிலிருந்து கிளுவை இலைகள் வரை ஒன்றையும் விடாமல் பருபருவென தலையைக் கூட தூக்காமல் மேய்ந்து கொண்டிருந்தன. ஆடு மேய்ப்பதிலேயே கவனமாய் இருந்தார் தாத்தா. காட்டிலிருந்து ஓடி வந்து மழைநீர் பள்ளத்தில் பாயும் ஒலி ஒரே தாள லயத்தோடு காடெங்கும் இசையலைகளை பரவவிட்ட படி காற்றில் மிதந்தன. வயிற்றை வலிக்கவே வெளிக்கி போகவேண்டு மென்று தாத்தாவிடம் சொல்லிவிட்டு கிழக்கு பக்கமாய் போனவன், வாய்க்காலைப் போல ஓடிக்கொண்டிருந்த சிற்றோடையின் கரையில் போய் குந்தினான். எங்கே ஈரத்தரை வழுக்கி விட்டுடுமோ என்று ரயில் பூண்டுச் செட்டியை இறுக பற்றிக்கொண்டே முக்கிக்கொண்டிருந்தான் ரவி. கொல்லைக் காட்டிலிருந்து ஓடிவந்த தண்ணீரெல்லாம் வாய்க்காலில் தபதபவென்று விழுந்து கொண்டிருந்தது. வயிற்றின் பாரத்தை இறக்கியபின்பு தேங்கிக்கிடந்த தண்ணியில் கழுவிக்கொண்டு டவுசரைப் போட்டுக்கொண்டிருந்த போதுதான், உயிர் போவதைப்போல கத்தும் ஆட்டின் குரல் கேட்டது. எங்கோ மேயிர ஆடு கத்துது என்று இருந்தவனை அதன் தொடர் கத்தல் கவனத்தை ஈர்க்கவே, வாய்க்காலின் அடுத்த பக்கத்திலிருந்துதான் அந்த ஆட்டின் குரல் கேக்கிறது என்று யூகித்துக் கொண்டவன் என்ன ஆனாலும் ஆகட்டுமென்று, சுழித்தோடும் தண்ணீரைக் கண்டு அஞ்சாமல் கழுத்தில் கிடந்த துண்டை எடுத்து தாழையின் அடிப்பகுதியில் சுற்றிப்பிடித்துக் கொண்டு கீழே இறங்கினான். வேகமாய் பாய்ந்தோடிய தண்ணீர் ரவியை மல்லாக்க தள்ளியது, துண்டை இறுக்கிப் பிடித்திருந்ததால் சுதாரித்து எழுந்து கொண்டவன் வாய்க்காலின் மறுமுனையில் இருந்து பார்க்க காட்சி தெளிவாய் தெரிந்தது, சிறிய வேப்பமரம் ஒன்றில் ஆடு கட்டப்பட்டிருக்க, கொள்ளமட்டையை தலையில் கவிழ்த்திருந்த ஒரு மனிதர் பின்னால் நின்றபடி, 'ஏதோ செய்து கொண்டிருந்தார்.' ஆள் யாரென்றும் தெரியவில்லை, என்ன செய்து கொண்டிருக்கிறார் என்றும் புரிபடவில்லை; ஆனால் ஆட்டின் கத்தல் மட்டும் விடாமல் ஒலித்து கொண்டிருந்தது. நடந்ததை எல்லாம் ஒன்றுவிடாமல் ஓடிவந்து தாத்தாவிடம் சொன்னான் ரவி.

"ஆர்றா அவன், ஆட்டப்போட்டு அழும்பு பண்ணுறவன்?" தாத்தாவின் சத்தங்கேட்டதும், கட்டியிருந்த ஆட்டை அப்படியே விட்டுவிட்டு 'கொள்ள மட்டை மனிதன்'

வேலியைத் தாண்டி சிட்டாய் பறந்து விட்டான். வரும்போது ஆட்டையும் அவிழ்த்து பிடித்துகொண்டு வந்து விட்டார். அந்த 'ஆள்' யாரென்றும்? என்ன செய்தாரென்றும்? ரவி இளைஞனான பிறகு தெரிந்து கொண்டான். அதன் பிறகு அந்த ஆளை பார்க்க நேரிடும் போதெல்லாம், ஆட்டின் கத்தலும் தாத்தாவின் வசவும், கண்முன்னே மின்னிவிட்டு மறையும். அவன், இவனை பார்த்தாலும் இவனைப் பார்க்காதது போல முகத்தை வேறுபக்கம் திருப்பிக்கொண்டு போய்விடுவார்.

ஆனாப்பழுங்கள் நிறைந்த துண்டோடு வந்தான் காளிமுத்து. அதன் பழுப்பும் வெண்மையும் கலந்த மினுமினுப்பான நிறமும் சூடத்தின் மணமும் வாயில் போடாமலேயே எச்சிலூற வைத்தது. வாயில் நாலைந்து பழங்களைப் போட்டு குதப்பத் தொடங்கியவுடனே 'தண்ணிவெடை' தணியத் தொடங்கின. தாழப்பறந்து வந்த காடையொன்று முந்திரிக்குள் ஓடி மறைந்தது.

வீட்டிற்குள் வளைத்து ஓட்டிக் கொண்டு போகலாமென்றான் ரவி. பொழுது இந்தா அந்தாவென்று சாயத் தொடங்கியது. குருவித் தேங்காய்களை திருகி மென்றபடியிருந்த பாண்டியனும், கிளுவை இலைகளைப் பறித்து வாயில் போட்டு குதப்பிக்கொண்டிருந்த தங்கவேலுவும், தங்களின் ஆடுகளை வளைத்து ஓட்டத்தொடங்கினர். பசி தீர மேய்ந்து விட்ட ஆடுகளும் நீரறுந்தும் ஆவலில் வீட்டைப் பார்க்க வேகமாய் நடக்கத் தொடங்கின. இரண்டு இளங்குட்டிகளையும் ரவி தூக்கிக்கொண்டான். குட்டிகளைத் திரும்பி பார்ப்பதும் நடப்பதுமாய் இருந்தது தாய் ஆடு. நாக்கைத் துறுத்தியடி துரத்திய கிடாவை அலக்கின் அடிப்பகுதியால் ஒரு போடு போட்டு ஒழுங்காக போகும்படி செய்தான் காளிமுத்து.

முந்திரியிலிருந்து கெதாவும் கௌதாரிகளின் 'கேக்கலிக்கம்' குரல்கள் மனதை என்னவோ செய்தது. விதவிதமான பறவைகளின் குரலொலிகளே காடெங்கும் நிரம்பி வழிந்து மாலைப் பொழுதையே ரம்மியாக்கி கொண்டிருந்தன. நாங்கள் மட்டுமென்ன இளப்பமா என்பதைப் போல கருவை மரங்களில் அண்டியிருந்த பூச்சிகள் ஒரே குரலில் பாடத் தொடங்கின; கிரீச்சிடும் அவ்வொலி இரைச்சலாய் எழுந்து இரவை வர வேற்பது போலிருந்தது. கைரேகையையும் விழுங்கி விடும் ஆர்வத்தில் இருள் பின்னால் விரட்டிக்கொண்டே

வந்தது.

பொதுத்தேர்வை எழுதிவிட்டு வந்ததும் வராததுமாய், பரிட்சை அட்டையை திண்ணையில் கெடாசி விட்டு தெருவுக்கு ஓடினான் சேகர். அவன் பின்னாலேயே ஓடியது கருப்பு. கீழே குனிந்து கல்லெடுப்பதை போல பாவனை செய்து வெறுங்கையை சுழற்றி வீசி விரட்டினான். முதலில் பயந்து ஓடினாலும் பின்னாலேயே திரும்பி கொஞ்சதூரம் போனதை, அவன் கண்டுகொள்ளவில்லை என்று தெரிந்ததும் வீட்டிற்கு திரும்பியது கருப்பு. இரண்டு நாட்களுக்கு முன்புதான் சேகரும் தனபாலும் 'டூ' விட்டுக்கொண்டு பிரிந்தனர். கூட்டாளிகளுக்கிடையில் சண்டையெல்லாம் கொஞ்ச நேரம்தான், வெயிலும் நிழலும் இடம் மாறுவதைப்போல சண்டையும் நீண்ட நேரமெல்லாமல் தாக்குப்பிடிக்காமல் இடத்தை காலிசெய்து விட்டு காணாமல் போய்விடும். போனது போலவே எப்போது வேண்டுமானாலும் திடுதிப்பென்று வந்தும் குந்திக்கொள்ளும். ஒருவன் வரவில்லை என்றால் இன்னொருவன் தேடிக்கொண்டு போய்விடுவான். தனபால்தான் முதலில் கேட்டான்.

"கிச்சு கிச்சு தாம்பாளம் வெளையாடுலாமாடா?" இவனும் சரியென்று ஒத்துக்கொள்ளவே, உள்ளே ஓடிப்போய் வீடு கூட்டும் விளக்குமாரிலிருந்து சீவாங்குச்சி ஒன்றை உருவிக்கொண்டு வந்தான் தனபால். "எங்க ஒழுங்கையில்தான் விளையாடணும்" என்றான் சேகர்.

வடக்குத்தெருவிலிருந்து 'நொண்டிப்பண்டாரம்' என்று குடித்தெரு ஆட்களால் அழைக்கப்படும் சிதம்பரம் வீடும், அதற்கெடுத்து நேரெதிரே வடக்காலத்தெரு வத்தன் பெரியப்பா வீட்டையும் கடந்து வந்த பையன்கள், உத்திராடம் வீட்டை ஒட்டியுள்ள ஒழுங்கையில், எதிரெதிரே காலை நீட்டி அமர்ந்தார்கள்.

"மொதல்ல நீ ஆடுறியா நான் ஆடட்டுமா?"

"நீயே விளாடு" சம்மதித்தான் தனபால்.

இரண்டு கால்களுக்கிடையிலும் பரவியிருந்த மணலை இருகைகளாலும் அருகே கூட்டி சேர்த்து கோபுரமாய் குவித்து இரண்டு கைகளாலும் நீள வாக்கில் கோடுபோல மணலை இழுத்து சிறிய மேடு போலாக்கினான் சேகர்.

தெருமணல் இரண்டடி நீளத்திற்கு குவியமாகி நீண்டிருந்தது. இரண்டங்குலம் நீளமுள்ள குச்சியை வலதுகையிலுள்ள ஆட்காட்டி விரலுக்கும் கட்டை விரலுக்குமாய் பொறுத்தி கொண்டவன், குச்சியுள்ள கையை மணலினுள் நுழைந்தபடியே மீன் குஞ்சொன்று நீந்தி செல்வதைப்போல மறுமுனை வரை விரலை நகர்த்திக்கொண்டே போனான். இடையிலெங்கு புதைத்துள்ளானென்பதை அவன் மட்டுமே அறிந்து கொள்ளும் வீதத்தில் மணலினுள் பதுவுசாய் பதுங்கிக் கிடந்தது சீவாங்குச்சு.

“ம் குச்சிய எடுடா.”

இங்குதான் இருக்குமென்று யூகித்து, இரண்டு கைகளின் விரல்களையும் கோர்த்த நிலையில் மணலில் கவிழ்த்தான் தனபால். மற்ற பகுதியை சீஸ்க்கத் தொடங்கியவன் தன்னருகிலேயே இருந்த குவியலின் அடியிலிருந்து சீவாங்குச்சை வெளியிலெடுத்து ‘கெக்கெக்கே’ வென்று சிரித்தான் சேகர்; முதல் ரவுண்டிலேயே ஜெயித்து விட்ட களிப்பில் ஆட்டம் இன்னும் இருக்கிறது. இவெனப்படி முனையிலேயே ஒளித்து வைத்தான்? திகைத்து போனாலும் வேறு வழியின்றி ஆட்டத்தை தொடரச் சொன்னான்.

உள்ளங்கைகளை சேர்த்து வைக்கச்சொல்லி மண்ணள்ளி தனபாலின் கையில் கொட்டி எச்சில் துப்ப சொன்னான். ஈரமாயிருந்த இடத்தில் குச்சியை சொறுவிய பிறகு, பின்பக்கமாய் வந்து தனபாலின் கண்களை தன்னிரு கரங்களால் அழுத்த பொத்திக் கொண்டு, “நடடா” வென்றவன் பாடத்தொடங்கினான்.

“கிச்சு கிச்சு தாம்பாளம்
கிய்யா கிய்யா தாம்பாளம்
நட்டு வெச்ச தாம்பாளம்
நாராயணன் தாம்பாளம்...”

சேகர் பாடப்பாட, வேண்டா வெறுப்பாக அவனும் பின்பாட்டுப்பாட, ஒவ்வொரு முறையும், “இங்க வெக்கிட்டுமா?”— “இங்கெ” என்று கேட்டுக்கொண்டே கையேந்திய நிலையில் போனான். “கெழக்க போடா” மேற்கு திசை நோக்கி திருப்பி போகச்சொன்னான். ஒவ்வொரு முறையும் அவனை திருப்பி நடக்கச்சொன்ன போகும் திசைகளை தவறாகவே சொன்னான் சேகர்.

செம்மண் பாதையை விட்டு கீழே இறக்கத்தில் ஒற்றையடி பாதையில் போகச்சொல்லி திரும்பவும் மேற்கு நோக்கி நடக்கும் போது காலில் தட்டுப்பட்ட குப்பை மேட்டை நினைவில் வைத்துகொண்டான் தனபால். காட்டாமணக்கு வேலியோரத்தில் போனதும் "வையிடா" என்றான். கீழே குனியும்போது தலையில் இலைகள் தட்டுப்பட்டன. காட்டாமணக்கிலிருந்து கசிந்து பரவிய மணம் பயலை யோசிக்க வைத்தது. திரும்பவும் அதே வழியில் அலைக்கழித்தவாரே கூட்டிவந்து, விளையாடிக் கொண்டிருந்த இடத்திற்கு வந்ததும், கைகளை கண்களிலிருந்து எடுத்துக் கொண்ட மறுநொடியே "குச்சிய எடுத்தாடாவென்று விரட்டினான் சேகர்.

"கண்ண வலிக்குது இருடா..." ஆத்திரத்தில் வார்த்தைகளை கடித்து துப்பிய தனபால், யோசித்தபடியே பார்வை தெளிவடையும் வரை நின்றவன், மனதில் பதித்து கொண்ட அடையாளங்கள் ஒவ்வொன்றையும் யோசித்துப் பார்த்தான். பிறகு கொஞ்ச நேரம் கழித்து வடக்கு நோக்கி நடக்கத் தொடங்கினான் தனபால். 'காட்டாமணக்கு இலை... குப்பை மேடு... பாதையின் ஏற்றயிறக்கம்' கிழக்கே நடந்து ஒற்றையடி பாதையில் இறங்கினான். 'மண்ண கீழவெக்கும் போது ரெண்டுபேரு பேசிக்கிட்டாங்களே...' ஒரே ஓட்டமாய் காலனி மனைக்காக ஒதுக்கப்பட்ட காலிமனைகளின் அருகேயுள்ள பன்னீர் அண்ணனின் கீற்றுகொட்டாயை நோக்கி ஓடினான்.

'வக்காளோழி கண்டுபுடிச்சிட்டானே...' மனதிற்குள் வைதான் சேகர். குச்சியை எடுத்துக் கொண்டு தனபால் வருவதற்குள் தெருவிலுள்ள மின்கம்பங்களில் குண்டுபல்பு கண்சிமிட்டவும் நேரம் சரியாயிருந்தது. அதற்குள் வீட்டிலிருந்து அண்ணன் கூப்பிடுவது காதில் விழவே இதையே சாக்காய் வைத்துகொண்டு,

"டேய் காத்தால வெளாடுலாண்டா அண்ணங் கூப்பிடுரான்." முகத்தை சோகமாய் வைத்துக் கொண்டு சொன்னான் சேகர். இவனைத் தேடிக்கொண்டே அம்மா தூரத்தில் வருவதைப் பார்த்த தனபால், "சரிடா... எங்கம்மா வருது" கூறிவிட்டு ஓடினான். வானமெங்கும் சிதறிக்கிடக்கும் தானிய மணிகளை போல நட்சத்திரங்கள்... ... அடர்த்தியான இருளில் மின்னிக் கொண்டிருந்தன.

'தெருவுக்கு பொயிட்டு வர்றேன்னு சொல்லிட்டுப்போன

ஆள வேற காணலியே சோற்று பானையை ஊற்றி மூடாமல், பட வாசலைப் பார்த்தபடியே வாசலில் அமர்ந்திருந்தாள் அஞ்சலை. 'வேலவித்திண்ணு பொயிட்டு வந்து எல்லாம் அசமடக்கி முடிக்காங்காட்டியும் பாதி சோத்தி ஆயிடுச்சே! கண்ணாலம் குடும்பம்னு ஆயிட்ட பிறவு அப்பன் வூட்டுல இருந்த மாரில்லாம் இருக்க முடியுமா?' அஞ்சலையின் மனதில் பல்வேறு நினைவுகள் ஒவ்வொன்றாய் வந்து கிளரிக்கொண்டே இருந்தன. இப்படியே, அது இழுக்கும் இழுப்புக்கு எல்லாம் விட்டால் தூங்க விடாமல் செய்து விடுமென்று எழுந்து போய் திண்ணையில் எரிந்து கொண்டிருந்த அரிக்கேனின் திரியை குறைந்து, சன்னமாய் வைத்து விட்டு வந்து படுத்தாள். மேகங்களின்றி நிலவின் பாலொளி தெருவெங்கும் பரவியிருந்தது. அதன் நகர்தல் தானியம் பொறுக்கும் கோழியைப் போல தெரிந்தது.

அழும் குழந்தைக்காக மேலத் தெருக்காரி வைத்த தாலாட்டுப் பாடல் தெளிவாக கேட்டது. பட வாசலுக்கும் வெளியே ஒழுங்கையில் போகும் மிதியடியின் 'டப்டப்பென்று' சத்தம் கேட்டதும், எழுந்து பார்த்தாள். ஒலி தெற்கு திசையை நோக்கி போய்க்கொண்டிருந்தது. யாராக இருக்குமென்று யூகித்தவளுக்கு மெல்ல புரிபுட்டது; அது குடித்தெரு கோபாலு என்று. மயிலா சாரி வீட்டிற்குதான் அவன் போகிறானென்று இவளுக்கும் தெரியுமென்பதால், எவன் எங்கெப்போனா நமக்கென்னவென்று திரும்பவும் படுத்துகொண்டாள்.

"சீ... ஓடு அந்தாண்ட... திருட்டு படுவா சோத்து பானையிலயா வாயிவெக்க வர்ற." பூனையை சாக்கு வைத்து கோபாலை வைதாள் வாலம்பாக் கிழவி. சுருக்கென்று தைத்தாலும் ஆசாரி பொஞ்சாதி மீதுள்ள மோகம் தூசை தட்டிவிட்டு போவதைப்போல எதையும் கண்டுகொள்ளாமல் அவனை போக வைத்தது. மாரியம்மன் கோவிலையும் தாண்டி டப்டப்பென்று எழுந்த ஒலி நின்று போயிருந்தது. செருப்பை கழற்றி கையிலெடுத்து கொண்டு போனான். கோயிலில் முடங்கிக் கொண்டிருந்தவர்களும் கண்டும் காணாதது போலிருந்தனர். 'ஓடத்தண்ணிய அம்மாக்குடி — அய்யாக்குடிங்குற மாரி நாலுவாய் குடிக்கத்தானே செய்வாங்க, சரி போவுட்டும் போ கெடக்கு கழுதக் கெட்டா குட்டிச்சுவரு...' என்று விட்டுத்தொலைத்தனர்.

"எட்டியேய் கமலம், சுள்ளான் அப்பு அப்புண்ணு

அப்புதடீ... தாவரத்துல கெடக்கிற துப்புட்டிய செத்த எடுத்து குடுடீ...” மேற்கால கொட்டாயில தனியாக படுத்திருக்கும் மயிலு ஆசாரியின் குரல், கிழக்கால கூர வீட்டிலுள்ளே படுத்திருந்தவளை எரிச்சலூட்டியது. “இந்த கெழ சாண்டக்குடிக்கி சாவாம கெடந்து யேன்வுசுர வாங்குறானே...'' முணுமுணுத்தபடியே படுத்திருந்தவள், கிழவன் மீண்டும் மீண்டும் கத்தவே “என்னெ புடிச்ச சனியன் எடுத்து குடுக்காட்டா உடாது போலிருக்கே.” எழுந்து வெளியே வந்து தாழ்வாரக்கொடி கயிற்றில் தொங்கிக் கொண்டிருந்த ‘குமட்ட லெடுக்கும்‘ போர்வையை இடதுகையால எடுத்துக் கொண்டு போய் கொடுத்தாள்.

“மின்னாரத்துலியே எடுத்துகிட்டா என்ன? செத்த கண்ண மூடவுடாம ஏயிப்படி உசுர எடுக்குர?” — “ஆமாண்டி... ஆமாம், ஆம்படையானுக்கு துப்புட்டிய எடுத்தாந்து தரத்தான் ஒனக்கு நோனிய வலிக்குதோ?” — “நல்லா வாயில வந்துட போவுது, பாதிசோத்தியாச்சேன்னு பாக்குறேன், இவுறு ஆம்படையானாம்ல ஆம்படையான், தெம்பத்த பயலுக்கு வாயப்பாரு...” ஆசாரியின் மனதை வார்த்தைகளால் கொத்தி பிடுங்கினாள் கமலா. “தூ” வேலியோரத்தில் போய் சத்தமாய் காறித்துப்பினாள். தன் முகத்தில துப்பியதை போல அவமானத்தால் குன்றிப்போய் படுத்திருந்தார் மயிலாசாரி. இதற்குமேல் வாயை திறந்துவிட்டால், ஆம்படையான்னுகூட பார்க்காமல் அடித்து விடுவாளென்ற பயமே ஆசாரியை வாயை மூடிக்கொள்ள வைத்தது.

இன்னைக்கு பாத்து அந்த சாண்டக்குடிக்கி வந்து அடம்பண்ணிட போறான் என்ற பயம் வேறு அவளை தூங்க விடாமல் அரித்துக் கொண்டிருந்தது. வழிந்த கண்ணீரை துடைத்தபடியே படுத்திருந்தார் ஆசாரி. ‘காலம்போன காலத்துல இவள கட்டியிருக்கக்கூடாது’ தன்னுடைய தவறை நினைத்து நினைத்து அவர் புழுங்காத நாளேயில்ல. முதல் மனைவி பாம்பு கடித்து சாகாமல் இருந்திருந்தால், இவளை ஏன் இரண்டாம் தாரமா கட்டிக்கொள்ளப் போகிறார் மயில் ஆசாரி. ஒரே மகனும் மாமனார் வீட்டோடு தங்கிக்கொண்ட பிறகு, சோறாக்கிப்போட, துணிமணிகளைத் துவைத்துக் கொடுக்க, ஒரு துணை வேண்டுமே என நினைத்த போதுதான் சொந்த பந்தங்களின் பேச்சைக் கேட்டு ஊரிலுள்ள உறவுக்காரப் பெண்ணைப் பார்த்து கட்டிக்கொண்டார். கல்யாணமாகி இரண்டு வருஷம் வரைக்கும் எப்படியோ

‘இருப்பதை’ வைத்து ஒப்பேற்றியவர், அடுத்தடுத்த வருஷத்திலிருந்து மனசு ஆசைப்பட்டாலும் உடம்பு ஒத்துழைக்க மறுக்கிறது. ‘மொதல்ல குடிய நிப்பாட்டிபுட்டு வா மயிலு அப்புறுமா ஒனக்கு நாட்டு மருந்து தர்றேன்னு’ உள்ளூரு வைத்தியரு பெரியதம்பி சொல்லிட்டாரு. ‘அந்த கருமாந்திரத்த நிப்பாட்டவும் முடியாம வைத்தியத்த செய்து கொள்ளவும் முடியாம பொயிடுச்சி... அதான் கமலம் இப்ப எதச்சொன்னாலும் எடுத்தெறிஞ்சி பேசுரதோட, ஆரு எதச்சொன்னாலும் அதப்பத்திலாம் கவலப்படாம குடித்தெரு கோவால வூட்டுக்கே வரச்சொல்லுரா...ம் விதி ஆரவுட்டது. அப்படியே போயி பூசரயில துப்புட்டிய முறுக்கிப்போட்டு தொங்கிட்டாக் கூட தேவலாம்னு தோணுது; இருந்தாலும் வாழணுமேங்குற நப்பாச சகிச்சிகிட்டு கெடக்க வேண்டியதா பொயிடுச்சி தனக்குத்தானே புலம்பிக்கொண்டே இருந்தார் மயிலாசாரி.

வாசலில் நிழலசைவதைக்கண்டு அரிக்கேனின் திரியை ஏற்றிவைத்து விட்டு எழுந்து உட்கார்ந்தாள் கமலம்.

“கொல்லைக்கு தண்ணி பாச்ச போனதால செத்த நாழியா யிடுச்சி கமலம்.”

“அதுசரி ஒன்னியத்தான் ஒருவாரஞ்செண்டு வரச்சொன்னேன்ல அப்புறம் யேந்தே இண்ணைக்கு வந்தே?”

“வந்துட்டேன். இப்ப ஒனக்கு என்ன பெரச்சன?”

“ம். நோனி. எல்லாம் வழக்கமான பெரச்சனதான். இந்த வாரம் முச்சூடும் இந்த பக்கிட்டுலேயே தலவெச்சி படுத்திடாதே.”

“சரியாய் போச்சி போ இப்ப என்னையென்ன பண்ணச் சொல்லுர?”

“கெளம்புங்குறேன்.”

“அசதியா இருக்கு கமலம், ஒடம்ப செத்த கீழசாச்சி கெடந்துட்டு போறேனே.”

“அதெல்லாம் ஒரு... ... வேணாம் மொதல்ல நீயி கெளம்பு புரியாம பேசுறே.”

“சரி சரி கௌம்புறேன்... அதுக்கு மின்னே” நெருங்கி வந்து காதில் குசுகுசுவென்று ஏதோ சொன்னான் கோபால்.

“ஏய்யா நீயெல்லாம் ஒரு மனுஷ ஜென்மம்தானா? இல்லே நான் தெரியாமத்தான் கேக்குறேன் மிருகமா? அதுக்கும் கீழயா நீ... அதலாஞ் செய்யச்சொல்லுர, ஒனக்கு அருகுருப்பா இல்லை, சீச்சீ நெனச்சாலே உவ்வே... ஓக்களிக்குது, கௌம்பு கௌம்பு என்னயென்ன தேவ்டியா செறுக்கிண்ணா நெனச்சே? நாளையு மிண்ணையும் இதுமாரி பேசிகிட்டு இஞ்ச வரவேணாம், சொல்லிபுட்டேன் ஆமா...”

கோபாலின் முகம் தொங்கி போய்விட்டது. அதப்போயி ஏன் இவகிட்ட சொல்லித் தொலைத்தோமென்று தன்னைத்தானே நொந்துகொண்டான். செருப்பைப் போட குனிந்தவன் ஒருகணம் யோசித்து விட்டு கையிலெடுத்துக் கொண்டு கிளம்பினான். வாசல்வரைக்கும் அவனுடன் கூடவே போன அரிக்கேனின் நிழல் தெரு ஒழுங்கையில் மண்டியிருந்த இருளோடு சேர்ந்து இரண்டறக் கலந்தது.

13

மேய்த்தது வரை போதுமென்று மாடுகளை எல்லாம் தெற்கிக்காட்டிலிருந்து ஓட்டிக்கொண்டு தொழுவத்திற்கு திரும்பினான் மாரி. பத்துருப்படி மாடுகள் என்றால் சும்மாவா நடந்துபோகும். கால்நடைகளின் குளம்புகள் கிளறிவிட்ட புழுதி மேலெழுந்து பாதையோரத்திலுள்ள ஆடாதொடை செடிகளிலெல்லாம் படிந்திருந்தன. வெயிலில் மேய்ந்த களைப்பு வியர்வையைப் போல உடலோடு ஒட்டியிருந்தது. பசி, வெறுங்குடலை மெல்லத் தொடங்கியதை உணர்ந்தான். மாமோட்டிக் கொண்டு போகும்போதே அலுமினிய தூக்குவாளியில் கொண்டு போயிருந்த இரண்டு உருண்டை களி எவ்வளவு நேரம் பசியைத் தாங்கும்? நான்கு முறை மூத்திரம் போனாலே நிறைந்திருக்கும் வயிறு டப்பென்று ஒட்டி போய்விடும். கைலியில் சுருட்டி வைத்திருந்த மைதீன் புகையிலையில் கொஞ்சமாய் எடுத்து அடக்கிக் கொண்டான். கழுத்துமணி கிணுகிணுக்க தவிடு புண்ணாக்கு கலந்திருக்கும் புளிச்ச தண்ணியை குடிக்கும் ஆசையில், மாடுகளெல்லாம் வேகமாய் போய்க் கொண்டிருந்தன.

செல்லியம்மன் கோவிலை தாண்டியதும் சிலதுகள் தாக மிகுதியால் பெரிய ஏரியில் இறங்கி 'நீஞ்சின'. கரையோர முள்ள பூண்டுச்செடிகளில் அசையாமல் குந்தியிருந்த வண்ணத்துப் பூச்சிகள் அரவங்கண்டு பறந்துபோயின; வேறு செடியிலமர. அரச மரத்திலிருந்து உதிர்ந்து போயிருந்த பழுத்த இலைகள் நீரில் மிதந்து கொண்டிருந்தன. கூடுடடைய வந்த பறவைகளின் சத்தத்தால் அரச மரமே போர்த்தப்பட்டிருந்தது. அதன் பருத்த ஒவ்வொரு கிளையிலும் பல்வேறு பறவைகள் அமர்வதும்,

பறப்பதும் சப்தமெழுப்புவதுமாயிருந்தன. காற்றின் உலுக்கலால் எழும் இலைகளின் சலசலப்பு பறவைகளின் மகிழ்ச்சி குரலொலியும் போட்டிப் போட்டுக்கொண்டு இரைச்சலால் அவ்விடத்தையே பரபரப்பாக்கி கொண்டிருந்தன. நடு ஏரியில் சில வாண்டுகள் முங்கு நீச்சல் போட்டு கொண்டு மறுகரைக்கு போனவர்கள் திரும்பவும் நீருக்குள் பாய்ந்தார்கள். கரையை வந்தடைய. இக்கரையில்தானே அந்த பயல்களின் டவுசரும், துண்டும் வேட்டியுமாய் அரச மரத்தினடியில் சுருட்டி வைக்கப்பட்டிருக்கிறது.

நீர் அருந்தியது போதுமென்று ஒவ்வொரு மாட்டையும் அதட்டி ஓட்டிக்கொண்டு போனான் மாரி. மின் கம்பியில் வரிசையாய் குந்தியிருந்த சில வாலாட்டிக்குருவிகள் இவன் மாடோட்டும் குரலொலியை கேட்டதும் பயந்துபோய் திசைக்கு ஒன்றாய் பறந்துபோயின. குண்டுபல்பின் வழியாக மஞ்சளொளியை தெரு மின்கம்பங்கள் இப்பொழுதுதான் உமிழதொடங்கின. படவாசலை திறந்துவிட்டு மாடுகளை எல்லாம் உள்ளே ஓட்டிவிட்டான். கீழே சாய்த்து வைக்கப்பட்டிருந்த தென்னம்மட்டையை எடுத்து நன்றாக கலக்கி பிறகு தக்கவைத்து கொண்டுபோய் ஒவ்வொன்றாய் புண்ணாக்கும் தவுடும் கலந்த தண்ணியை குடிக்க வைத்து, ஒவ்வொரு மாட்டையும் இழுத்துப்போய் கொட்டாயில் கட்டினான். கோக்காலிப் போட்டு அம்பாரமாய் போர்ப்போட்டிருந்த நெல்லு வைக்கோலை, தொரட்டியால் இழுத்துப்போட்டு, கொடுங்கையில் அள்ளிக் கொண்டுபோய் ஒவ்வொரு மாட்டின் முன்னாலும் போட்டான். அடுத்து பக்கத்திலேயே உள்ள கடலைக்கொடி போரில் இருந்து பிடுங்கியதை கலப்பு தீவனமாக ஒவ்வொன்றுக்கும் ஒரு தட்டுக்கூடை அளவிற்கு போட்டான் மாரி. இரவு முழுவதும் அசைபோட்டு... அசைபோட்டு எல்லாவற்றையும் தின்றுதீர்த்து விட்டப்பிறகு காலையில் பட்டியைப் பார்த்தால் சிதறிக்கிடக்கும் கூளங்கள் சாணிகளை பார்க்கும்போதே மலைப்பாய் இருக்கும்.

நிலா வெளிக்கிளம்பி கொண்டிருந்தது. குளித்துவிட்டு வரலாமென்று கிளம்பியவனை வரச்சொல்லி கூப்பிட்டாள் சித்ரா. என்னவென்று கேட்டான். இரட்டை ஜடை போட்டுக்கொண்டு கும்மென்று நிற்பவளின் உருவம் துவண்டுக்கிடந்ததை தூண்டிவிட்டது போலிருந்தது. பெருமூச்சு விட்டபடியே, “என்ன சித்ரா?” வென்றான். வாழையிலையில்

சுத்தி வைத்திருந்த உளுந்தம் பனியாரங்களை மடியிலிருந்து எடுத்து கையில் திணித்ததோடு, கண்ணிமைக்கும் நேரத்தில் அவன் கையை ஒரு திருவு திருவிவிட்டு ஓடி மறைந்தாள். மாட்டுக்கொட்டாயின் இருளில் நின்று வடைகளையெல்லாம் தின்று முடித்துவிட்டு, ஏரியை பார்க்க போனான்.

‘இப்படியொரு ஆசைய வெச்சிகிட்டு திரியிராளே இது எங்கெ கொண்டுபோயி உடுமோ? பச்சையாயி, எல்லாத்தையும் நீதான் காப்பாத்தணும்.’ தலைக்கு மேலே பறந்துபோன பறவை எழுப்பி விட்டுப் போன குரல் அவனுள் மூடியிருந்த ஏதோவொன்றை திறந்துவிட்டது. அது பயமா? தனிமை உணர்வா? கூட்டத்தை பிரிந்து திசைமாறி பறக்கின்றோமே என்கின்ற பிரிவின் துயரா? யோசித்தபடியே சென்றவனின் மனதில் அப்பறவையின் குரல் சஞ்சலத்தை கிளறி விட்டதென்னவோ நிஜமாயிருந்தது.

சித்திரை வெய்யில் காடெங்கும் சர்ப்பமாய் சீறியலைந்து கொண்டிருந்தது. நுணா மரத்தின் பக்கக்கிளைகளை போத்து போத்தாய் முறித்து போட்டாள் ராசம்மா தழையைக் கண்ட ஆசையில் ஓடிவந்த ஆடுகளை தரிசை பார்க்க ஓட்டிவிட்டாள்; நிழலில் அசைபோட்டு கொண்டிருந்த கிழ ஆடுகளுக்கும் குட்டிகளுக்கும் தழையை தனித்தனியாய் பிரித்து போடவேண்டுமென்பதால்.

சப்பளத்தி கள்ளியை தாண்டிப்போய் அடம்பாய் வளர்ந்திருந்த கிளாபுதரில் வீச்சு வீச்சாய் நீண்டிருந்த முட்டைகளையும், தடித்த தழைகளையும் கவனமாய் பார்த்து விலக்கிவிட்டு, மடி நிறைய கொய்தாள் கிளா பழங்களை. கிளுவை இலையை மென்று அதன் கொழகொழப்பில் கிறங்கிப் போயிருந்த சரோஜாவின் மார்பில் இவள் கையை வைத்து எழுப்ப, திடுக்கிட்டவள் திரும்பி பார்த்து சிணுங்கலோடு வைதாள். சிரித்தபடியே பழங்களை அள்ளி சரோஜாவின் மடியில் கொட்டி தின்னச்சொன்னாள் ராசம்மா.

மேய முடியாமல் ஆடுகளெல்லாம் நிழலில் வந்து அடைந்து கொண்டன. இது கீழைக்காட்டு தரிசு, தரிசுக்கு வடக்கே வண்டிப்பாதை சாரையைப்போல் நீண்டு கிடந்தது. அதன் புழுதி படிந்துள்ள தடத்தில் மாட்டின் குளம்புகள் கலைந்திடாமல் வெயிலில் உறைந்திருந்தன. பக்கத்திலுள்ள ஆரசுபதி தோப்பின் உட்புறத்தில் முனுசாமியும் முத்துக்கண்ணும் வேலியை

தட்டிக்கொண்டே வர, வெளிப்புறத்தில் தங்கவேலுவும் பெருமாளும் உற்று பார்த்துக்கொண்டே வந்தனர். பயல்கள் ஒவ்வொருத்தனிடமும் கட்டக்கழியும் சுளுக்கியும் இருந்தன. தோளில் மண்வெட்டியோடு சூரியை வாகாய் பிடித்தபடியே வந்தான் ரவி. தைலமரங்களினூடே நுழைந்து வரும் காற்று சுவாசக்குழலினுள்ளும் மணத்தை பரப்பியது. கால் பதிக்கும் போதெல்லாம் மேலெழும் சருகுகளின் அலறல், ஊர்வன பறப்பன யாவற்றிக்கும் அபாயச் செய்தியை 'சமிக்ஞையாய்' அறிவிப்பது போலிருந்தது.

வேட்டைக்கு தலைமை தாங்கி வழிநடத்தி செல்வதே ரவிதான். இவனைத் தவிர வேறுயாரும் நுணுக்கமாய் இடங்களைப் பார்த்து கூட்டாளிகளுக்கு வியூகம் வகுத்துக் கொடுப்பதிலும் உருப்படிகளையும் தப்பிச்செல்ல விட்டுவிடாமல் குறிபார்த்து அடித்து வீழ்த்துவதிலும், இந்த ஊரிலேயே ரவியை மிஞ்ச யாருமில்லை என்று சொல்லலாம். 'இவன் ஊருக்குப் போய்விட்டாலோ இல்லை பள்ளிக்கூடத்திற்கு போயிருந்தாலோ பயல்கள் வேறு யாருமே வேட்டைக்கு கிளம்ப மாட்டார்கள். வரப்பு எலிகளை பிடிப்பதிலும் ரவிதான் கில்லாடி. மண்துப்பி இருக்கும் வளையாகப் பார்த்து, மண்வெட்டிக்காரன் வெட்டிக்கொண்டே போகும்போது, பொசுக்கென்று குறுக்கே ஓடும் வெள்ளெலியை உருட்டிக் கழியால் அடித்துப்பிடித்து விடுவான்.

ஒவ்வொரு வேலியாய் தட்டிக்கொண்டே போனார்கள். மூங்கில் கழியும், பீக்கருவை மற்றும் உருட்டுக்கழியும் வேலியில் பட்டு எழுப்பும் ஒலியால், அரவங்கண்ட ஜீவன்கள் உயிர் பயத்தில் தன்னுடைய இருப்பிடத்தை விட்டு வெளியே வந்து தரிசை பார்க்க ஓடும். அப்பொழுது மட்டும் உஷாராய் இருந்தால் போதும் அடித்து வீழ்த்தி விடலாம். இதுதான் பயல்களின் கணிப்பு. கழியை ஓங்கி ஓங்கி வேலியில் தட்டிக் கொண்டே வந்தபோதுதான்... பட்டக்கள்ளியொன்று மடமடவென்று முறியும் சத்தம் கேட்கவே, அடம்பில் பதுங்கியிருந்த கானாங்கோழி ஒன்று பயந்து போய் வெளியே வந்து தலைதெறிக்க ஓடுவதைப் பார்த்த சேப்பியும் கருப்பும் பின்னாலேயே துரத்தத் தொடங்கின. முனுசாமியிடமிருந்து கட்டக்கழியை பிடுங்கிக்கொண்டு ஓடினான் ரவி. துரத்திக் கொண்டோடிய நாய்கள் இரண்டும் முந்திரிக் கொல்லையினுள் நுழைந்து அலசத் தொடங்கின. தப்பியோட முடியாத

நிலை வந்தவுடன் கோழி வெட்டவெளியை நோக்கி ஓடத் தொடங்கியதுதான் தெரியும், கையிலிருந்த கட்டக்கழியை குறி பார்த்து சுழற்றி வீசினான் ரவி. பாக்கு கடிக்கும் நேரத்திற்குள் தலையில் அடிபட்டு திருவிக் கொண்டுபோய் விழுந்தது கானாங்கோழி. இலந்தை கன்றுக்கு அருகில் கிடந்ததை சேப்பி கவ்விக்கொண்டு ஓடிவந்து காளிமுத்துவின் காலடியில் போட்டுவிட்டு சிணுங்கியது.

காடெங்கும் திரிந்ததால் உண்டாகியிருந்த களைப்பை போக்கிக் கொள்ள 'முசுட்டாக்' குட்டையில் அடைந்து கொண்டன; சேப்பியும் கருப்பும். வன்னிமரத்திலிருந்து பறந்து சென்று குட்டையை நோட்டமிடுவதும், நாய்களிருக்கும் பயத்தில் மீண்டும் வந்து கிளையில் அமர்வதுமாயிருந்த நாரையைக்கண்டு, குரைத்த கருப்பு, புளியமர நிழலில் குந்தியிருக்கும் தன் சேத்தாளிகளைப் பார்த்ததும், மரத்தடி நோக்கி ஓடியது. வந்து தரையிறங்கிய நாரை, சேற்றை வேவு பார்க்கதொடங்கியது.

சூரியனால் கானாங்கோழியின் வயிற்றை கீறி குடலை நாயிடம் போட்டான் ரவி. "தண்ணி வெடையா இருக்குடா ரவி." கிளம்பிய பெருமாளைப் பார்த்து, "அங்கெ பாருடா ஒத்தமவ சரோஜா ஆடு மேச்சிகிட்டு நிக்கிறா போயி குடிச்சிட்டு வர்றது தானே ஆரு வேண்டாம்னு சொன்னது..." முனுசாமி சொன்னதும் பயல்கள் எல்லோரும் சிரித்தனர். "சரிடா மாப்ள ஒக்கா மவ ராசம்மாளும் கூடத்தானே நிக்கிறா வாயேன் சேந்து பொயிட்டு வர்லாம்." இன்னும் போகாமல் முனுசாமியுடன் சரிக்கு சரியாய் வாயடித்துக் கொண்டிருந்த பெருமாளை பார்த்து ரவி சத்தம் போட்டான். இரண்டடி எடுத்து வைத்தவனை ரவியின் குரல் இடை மறித்தது.

"எலேய் பெருமாளு சட்டு சடுக்கிண்ணு போனோமா வந்தோமாண்ணு இருக்கணும், ஊராகாலி மாடாட்டும் நாக்க துருத்திகிட்டு பொயிடாதாடா." திரும்பவும் கிளம்பிய கெலிப்பு சத்தத்தில் புளியமரத்தில் குந்தியிருந்த கொட்டாபுளி குருவிகள் கத்திக்கொண்டே பறந்தோடின. ரவியின் சூரைப்பார்வையில் சிரிப்பிலைகள் உதிர்ந்தன.

கருப்பும் சேப்பியும்தான் தப்பியோடும் உருப்படிகளை பிடித்து கொடுக்கின்ற நன்றியுள்ள ஜீவன்கள். வேட்டையாடிகளுக்கு பசியெடுத்தால் ஆளுக்கு இரண்டு

அணில்களை தணலில் வாட்டி சுட்டு தின்று விட்டு தண்ணி குடிக்க வேண்டியதுதான். பசியென்று பாதியிலேயே வீட்டிற்கு போக முடியாது. அப்படி யாராவது போனால் அடுத்த முறை வேட்டையில் சேர்த்துக்கொள்ள மாட்டானுங்க. பெருமாள் தண்ணி குடிக்கப் போனதைப் பார்த்ததும், தயங்கி தயங்கி கேட்டான் காளிமுத்து. "முனுசாமி காத்தால கூழு குடிக்காம வந்துட்டேன் பசி கொடல சுருட்டுது ரெண்டு அணில சுட்டுக்குலாமாடா?' ஒவ்வொருத்தனுக்குள்ளும் பசி பதுங்கிக் கிடந்தாலும், ரவி 'மானங்கெடக்க' பேசிபுடுவாங்குற பயமே வாயை கட்டிப்போட்டிருந்தது. முனுசாமி ரவியிடம் மெதுமாய் கேட்டுப் பார்த்தான். இப்பவே அணில்களை சுடத்தொடங்கிவிட்டால் வேட்டை தடைபடுமென்று ரவி மறுத்துவிடவே, மனதிற்குள்ளேயே வைது, எழுந்த கோபத்தை தீர்த்துக் கொண்டான் காளிமுத்து. களைப்பாரியது போதுமென்று வேட்டைக்கு எல்லோரையும் கிளப்பினான் ரவி.

மேய்த்தது போதுமென்று ஆளுக்கு ஒரு தழைக்கட்டுகளோடு ராசம்மாவும் சரோஜாவும் ஆடோட்டிக்கொண்டு சென்றார்கள்.

ஆரசுபதித்தோப்பு, முந்திரிக்கொல்லை என்று வேட்டையை முடித்துக்கொண்டு ஓடையை நோக்கி போகின்ற வழியில் அடம்பாய் வளர்ந்திருந்த சூரப்புதரைக் கண்டதும் சுற்றிலும் கூட்டாளிகளை நிற்கச்சொன்னான்; ரவி... கிழக்கு பக்கம் முனுசாமியோடு இடையில் வந்து வேட்டையில் கலந்து கொண்ட கருப்பன் என்கின்ற கருப்பையனையும், மேற்கில் முத்துக் கண்ணுவும் வடக்கே பெருமாளுவையும் இப்படி புதரைச் சுற்றிலும் நிற்க வைத்தான். காளிமுத்து பயலை மட்டும் சனி மூலைப் பக்கமாய் நிற்கச் சொன்னான். புதரை விட்டு சற்று தள்ளி நின்று கொண்டான் ரவி. கருப்பை சங்கிலிப்போட்டு பிடித்துக் கொண்டான். பசியுள்ள நேரங்களில் அது பிடிக்கின்ற உருப்படிகளை லபக்கென்று விழுங்கி விடும். குழி பூனை நரி இப்படி பெரிய விலங்குகள் தென்பட்டால் மட்டுமே கருப்பை அவிழ்த்து விடுவார்கள். எப்படி ஓடினாலும் பிடிக்காமல் மட்டும் விடாது. ரவி ஒருத்தனின் சொல்லை மட்டுமே அதுகேட்கும். வேறு எவன் அதட்டிக் குரல் கொடுத்தாலும் சட்டை பண்ணாமல் பிடித்ததை தின்று முடித்து விட்டுதான் இடத்தை விட்டகலும்.

சேப்பியை புதருக்குள் விடவும், உள்ளே நுழைவதும் வெளியே வருவதுமாய் வாலாட்டி, பருக் பருக்கென பிறாண்டி சத்தம் கொடுப்பதுமாய் இருந்தது. பயல்கள் உஷாராயிட்டானுங்க. தங்கவேலுதான் சுளுக்கியின் அடிப்பகுதியால் ஒரு குத்து குத்தினான். கிழக்கு பக்கமாய் பார்த்து ஒரு உருப்படி வெளியே ஓடிவந்தது. இரட்டை நாக்கின் அசைவு மட்டும் தெரிய பயல்கள் பயந்துபோய் பின்வாங்குவதை பார்த்த ரவிதான் அது பாம்பு இல்லை அப்படியே நில்லுங்கடா என்றான். சொர சொரப்பான தோலுடன் சாம்பலும் பழுப்பும் கலந்த புது நிறத்தோடு சிவப்பு நாக்குகள் அலைபுரள கம்பீரமாய் வெளியே வந்தது உடும்பு. 'மிரட்சியின் நிழல்' படிந்திராத அதன் விழிகளில் செந்நிறம் உறைந்து போயிருந்தது. அது வைக்கும் ஒவ்வொரு அடியிலும் அலட்சியம் தெரிந்தது. பயல்களின் கூச்சலுக்கிடையே உடும்பின் வாலைக் கவ்வியது சேப்பி. கண்ணிமைக்கும் கணத்திற்குள் மூர்க்கமாய் திரும்பி சேப்பியின் சங்கைப் பிடித்தது உடும்பு. அதன் பிடி இறுக... இறுக... திமிறி பார்த்து முடியாமல் கத்திய சேப்பியின் உடல் நடுங்கியது. இப்படியே விட்டால் சங்கறுந்து சேப்பி செத்து விடுமென்று, அதுவரைக்கும் குரைத்தபடியே திமிறிக்கொண்டிருந்த கருப்பின் கழுத்து சங்கிலியை அவிழ்த்து விட்டான் ரவி. ஒரே பாய்ச்சல்... கறி ஒரு கிலோ தேறும், கழுத்தறுபட்ட உடும்பை தூக்கிக் கொண்டோடியது. அதட்டினான் ரவி. மசியவில்லை கருப்பு. ரவியின் குரலை சட்டைப் பண்ணாமல் கீழே போட்டுத் தின்னத் தொடங்கியதும் சத்தம் போட்டபடியே இவன் உருட்டுக் கழியை சுழற்றுவதைப் பார்த்ததும், உடும்பை அங்கெயே போட்டு விட்டு தூரத்தில் போய் படுத்துக் கொண்டு பதுவிசாட்டும் ரவியின் முகத்தைப் பார்த்து வாலாட்டிக்காட்டியது.

"அதானே பார்த்தேன் தின்னுருந்தே இன்னேரம் ஓம்புடுக்க அறுத்திருப்பேன்." வாலாட்டிய கருப்பின் முதுகை தடவி கொடுத்துவிட்டு உருப்படியை காளிமுத்துவிடம் கொடுத்தான் ரவி. கொளுத்தும் உச்சி வெயிலிலும் தொடர்ந்தது வேட்டை. கீழக்காடு, தெக்கிக்காடு என தாழையோடை வரைக்கும் முன்னேறினார்கள். ஆறேழு மையில் சுற்றியதிற்கு பலனாய் உருப்படிகளை சுமக்கும் ஆள் இரண்டாகியிருந்தான். இன்று 'வேட்டை' எசவுதான், என்று மகிழும்படி பயல்கள் ஒவ்வொருவரின் முகத்திலும் மகிழ்ச்சி வழிந்தன; வியர்வையைப்

போலவே. “இந்த வாட்டிதான் எல்லா உருப்படிகளும் நெரமா ஆம்புட்டிருக்கு.” குதூகலத்துடன் சொன்னான் ரவி. முப்பது அணிலு இருபது ஜோடி வரப்பெலிங்க இரண்டு கிலோவுக்கும் குறையாம முரட்டு உடும்பு இப்படி ஊர்வனையோடு நின்றுவிடாமல், பறப்பனவும் சேர்ந்திருந்தன. ஐந்து கௌதாரிகள் மூன்று கானாங் கோழிகளுமாய்... பயல்களை ரொம்பவே குஷிப்படுத்தி விட்டது. இன்றைய ‘வெயில்பாடு தந்த வேட்டை’ ஓடையோரத்தில் எல்லோரும் ஒதுங்கினார்கள். புங்கை மரல்களின் குளிர்ச்சியான வருடல் காங்கைக்கு இதமாயிருந்தது. நீரற்ற மணலோடை எங்கும் குண்டும் குழியுமாய் லாரி வந்துபோன தடம் நெளிநெளியாய் டயரின் பதிவை மணலில் காயவைத்துவிட்டு நீண்டு கிடந்தன.

சருகுகளையும் காய்ந்துபோய் கிடக்கும் மிலாரையும் பொறுக்கி வந்து தீ மூட்டினான் முனுசாமி. தலைக்கு இரண்டு அணில்கள் வீதம் ஒவ்வொன்றாய் எடுத்து மயிர் பொசுக்கி சுட்டுத் தின்று பசியாறிக் கொண்டனர். ஊற்று தோண்டி நீரறுந்த வழியின்றி தன் பொக்கிஷமான மணலையெல்லாம் மனுஷ பயல்களிடம் பறி கொடுத்துவிட்டு, குற்றுயிராய் கிடக்கிறது தாழையோடை. பையன்கள் எல்லோரும் அருகிலுள்ள பம்புசெட் கிணற்றின் படிகளில் வழியே உள்ளிறங்கி நீரள்ளி குடித்தபிறகே ‘தண்ணிவெடை’ தணிந்து போக, பீளையைப்போல் ஒட்டியிருந்த களைப்பை போக்கிக்கொண்டார்கள்.

தாழம்பூவின் மணம் ஓடையெங்கும் வீசியது. கள் குடிக்கும் ஆசை உசுப்பிவிட, பக்கத்திலுள்ள தென்னந்தோப்பிற்குள் நுழைந்தார்கள். தோப்பிற்குள் போகும் ஐடியாவை கொடுத்ததே, ‘கஞ்சித்தொட்டி’ என்கின்ற கருப்பன்தான். முதலில் வேண்டாமென்றது ‘காடை’ என்கின்ற ரவிதான், இருந்தாலும் ‘பானையன்’ முனுசாமியின் வற்புறுத்தலால் ஒத்துக்கொண்டான்.

“பெரியசாமி படையாச்சாலதான் எப்பாரு ஜெயிலுக்கு போனாரு, சாராயம் காச்சிருது இவனுங்க அதக் கூலிக்கு வித்து போலீசுகிட்ட அடிவாங்குறதும், குடிச்சே கொடலு வெந்து சாவுறதும் நம்மாளுங்க, இதுக்கெல்லாம் அந்தய்யாதான் காரணம் அதான் இன்னைக்கு இவந்தோப்ப

ரெண்டுல ஒண்ணு பாக்காம உடக்கூடாதுடா ரவி." குமுறினாள். 'கறியடைச்சான்' என்ற பெருமாளு. 'ஆந்தை முழியன்' முத்துக்கண்ணு பயலையும், 'திருப்புக்காலு' என்ற காளிமுத்து பயலையும் காவலுக்கு நிற்க வைத்துவிட்டு, ரவி, முனுசாமி, பெருமாள் தங்கவேல் நான்கு பேரும் தோப்புக்குள் நுழைந்தன. பம்புசெட் மோட்டார் கொட்டாய் குள்ளிருந்து எடுத்துவந்த வாளிக்கயிற்றில், கயிற்றை மட்டும் எடுத்துக்கொண்டு ஏறியவன், கலயத்தை கயிற்றில் கட்டிவிட கீழே இருந்தவன் வடிகட்டி ஊற்றி கொண்டான். இப்படி ஒவ்வொரு மரத்திலுமாய் 'கலயத்தை' இறக்கி வாளியில் வடித்தெடுத்து கொண்டு கடைசியாய் காலி கலையமொன்றில் ஊற்றிக்கொண்டு வெளியேறினார்கள். கடைசியாய் வந்த பெருமாள்தான் தென்னங்கீற்றால் கால்தடத்தை அழித்துக் கொண்டே வந்தான். கீழே கிடந்த கலையல்களை எல்லாம் தாழைப்புதரில் வீசிவிட்டு ஓடைக்கு வந்தனர். இங்கு பாதுகாப்பாய் இருக்காது யாராவது பார்த்துவிடுவார்கள் என்று எல்லோரையும் இரண்டு பர்லாங் தூரமுள்ள இலுப்பைத் தோப்பிற்கு ரவிதான் அழைத்துப்போனான்.

'கருந்தச்சி' போகும் குறுக்கு வழியையும் கடந்து ரொம்பதூரம் நடந்து வந்துவிட்டனர். தோப்பிலுள்ள கடைசி மரத்தினடியில் போய் வட்டமாய் அமர்ந்தார்கள். ஆளுக்கு ஒரு மிடரு கள் குடிக்க வேண்டுமென்ற நிபந்தனையோடு சுழற்சி முறையில் குடிக்கச்சொன்னான் ரவி. கலப்படமில்லாத கள்ளின் மணம் நுகரும் நாசிகளுக்கு நெகிழ்வையும், களைத்து போயிருந்த உடம்பிற்கு முறுக்கினையும், உணர்வினை கிளறிவிட்டு பரவசநிலையையும் வெளியேறும் வார்த்தைகளில் கிண்டலையும் அதிகமாக்கியது. உள்ளிறங்கிய கள் பயல்களை கிறங்கடித்து அவ்விடத்தையே உற்சாகமாக்கியது. பாண்டியன் மட்டும் பயத்தால் உளறினான். "இது வெளியில தெரிஞ் சிதுன்னா நம்மள சும்மா உடுவானுவளா ரவி?" கள்மணம் கமழ்ந்த வாயை துடைத்தபடியே சீறினான் முனுசாமி. "சாராயம் காச்சி ஊரு தாலிவள பூராத்தையும் அறுக்குறானே பெரியசாமி அவனெ இந்த கெவுருமன்டும் போலீசும் என்ன செஞ்சிடுச்சி? அவெங்கச்சி ஆளு எம்.எல்.ஏவா இருக்காங்குற திமிரில ஆட்டம் போட்டுக்கிட்டுல்ல திரியுரான், அவெனமாரி சாதிவெறிப்புடிச்ச பணவெறிப்புடிச்ச நாய நாம எப்புடிடா திருப்பி அடிக்கமுடியும்? எல்லாம் இப்படித்தான்" "ச்சூ... செத்தநாழி சும்மா இருங்கடா... எங்கப்பன் குதிருக்குள்ள

இல்லேங்குற மாரி பேசிகிட்டு.” ரவியின் அதட்டல் பயலுங்களை வாயை மூடவைத்தது. லுங்கியை நீக்கிவிட்டு அரைடவுசருக் குள்ளிருந்து பீடியொன்றை எடுத்து பற்றவைத்தான் பெருமாள். அவன் ஆங்கமாய் ஒரு இழுப்பு இழுத்து விட்டு புகை விடுவதைப் பார்த்ததும், ரவியும் முனுசாமியும் ஆளுக்கொன்று வாங்கிக்கொண்டார்கள். இலுப்பை மரப்பொந்தில் பதுங்கி இருந்த கிளி வெளியே வந்து எட்டிப்பார்ப்பதும் பின் தலையை உள்ளிழுத்து கொள்வதுமாயிருந்தது.

உள்ளேயிருந்து போதையேற்றிய கள் பேசு பேசு என்று உசுப்பிக்கொண்டே இருந்தது. போதை கிறுகிறுப்பில் திரும்பவம் காளிமுத்து பயதான் பேச்சை தொடங்கிவைச்சான்.

“கோணவாத்தி மவ இப்பெல்லாம் ஸ்கூலுக்கு வரமாட்டேங் குறாளே அவுளுக்கு என்னடா ஆச்சி?”

“நம்ப திருப்புக்காலு பயலுக்கு இதுக்கூட தெரியலடா.” பட்டபெயரைச் சொன்னதும் காளிமுத்துக்கு வெடுக்கென்று கோபம் தலைக்கேறியது. ‘ஏண்டா சொன்னோமென்று’ வாயை மூடிக்கொண்டான் முத்துக்கண்ணு. “அதானே பாத்தேன் என்னடா நம்ப ஆந்தமுழி வாயயும் சூத்தயும் மூடிக்கிட்டு இருக்கானேன்னு நெனச்சேன்.” தங்கவேலு சொன்னதுதான் தெரியும் முத்துக்கண்ணுக்கு, ‘அவென கேட்டதுக்கு இவனுக்கு அப்படியென்ன காண்டுகோலு மயிரு’ ண்ணு கோபம் பற்றிக்கொள்ள, “பட்டபெறாந்துன்னு ஒன்னெ சும்மாவ சொல்லுரானுங்க, எவன் அம்புடுவான் வம்பிழுக்குலாம்னு குறி வெக்கிறதுதானே ஒவ்வேல.” படாரென்று வெடித்தான்.

“ஆரூடா மொதல்ல பட்டபேருவெச்சி கூப்டது? சொல்லு ரதையும் சொல்லிபுட்டு இப்ப ஒன்ன சொன்னதும் ரோஷம் பொத்துக்கிட்டு வந்திடுச்சோ?” இதுதான் சமயமென்று முத்துக்கண்ணு பயலை ஒரு பிடிபிடித்தான் தங்கவேலு எல்லோரையும் சத்தம்போட்டு அடக்கிவிட்டு முத்துக்கண்ணுவ பேசச் சொன்னான் ரவி.

பொந்துக்குள்ளிருந்து வெளியே வந்த கிளி பயந்துபோய் கத்தியபடியே பறந்துபோனது. “கோணவாத்தி மவள் ஏழாம்பு பாஸாகி எட்டாம்பு வந்த ரெண்டு மாசத்திலேயே ஆளாயிட்டா... மூணாம் நாள் சடங்கு முடிஞ்சி பள்ளிக்கூடம் வருவாள்னுதான் பயலுங்களெல்லாம் நெனச்சிகிட்டு இருந்தானுங்க, அந்தெ கோவணவாத்திதான் படிச்சது

போதும்ணு நிப்பாட்டிபுட்டானாம்."

"படிப்பு சொல்லிக் குடுக்குற வாத்தியே இப்படி செய்வானாடா? இதுலாம் இவன் உடுற டூப்டா." சொல்லிவிட்டு கேலியாய் சிரித்தான் காளிமுத்து.

"ஒரு மசுரும் தெரியாம ஏன்டா குறுக்கால பேசுற? அந்தாளு மொதப்பொண்ணுதான் பத்தாம்பு படிச்சிகிட்டு இருந்தப்பவே மேலத்தெரு மணியாரு பேரன இழுத்துகிட்டு ஓடிப் பொயிட்டாள்ல அதான் சூடு கண்ட பூனையாட்டம் சின்ன மவளை நிப்பாட்டி புட்டான்."

"யேன் ரவி ஆளான எல்லா புள்ளைவோலுமா ஓடிப்போயிடும்? அப்படிலாம் பாத்தா நம்ப ரேணு டீச்சர் படிச்சிபுட்டு வேலைக்கு லாம் வந்திருக்க முடியுமா? இன்னும் டீச்சருக்கு கல்யாணம் கூட ஆவுல."

"ஏலேய் வாய மூடுடா... நம்ப கோலியன் பெருப்பா மலரு அக்காவ காலேஜ் வரைக்கும் படிக்க வெக்கில, அதாண்டா படிச்சி கிழிச்சவனெல்லாம் அறிவாளியுமில்லே கைரேக வைக்கிறவனெல்லாம் முட்டாளுமில்லடா புரிஞ்சுதா?" சத்தமாய் தங்கவேலு பேசியதும் அதன் உள்ளர்த்தமும் ரவியை எரிச்சலுண்டாக்க, "இவுரு பெரிய அறிவாளி சொல்லுராறு கேட்டுக்குங்கடா போடா... வாயில நல்லா வந்துற போவுது இருக்குறவன், இல்லாதவன், படிச்சவன், படிக்காதவன் எந்த யாம்மசுராண்டி டிங்களா இருந்தாலும் சாதின்னு வந்துட்டா அவனவனும் தன்ன விட எளிய சாதிக்காரங்கிட்ட தன்னோட சாதித் திமர காட்டாம இருக்க மாட்டானுங்கடா..."

"நீ சொல்லுரத நான் இல்லேங்குலடா ஓவூட்டுல மட்டும் என்ன வாழுதாம்? வடக்காலத்தெரு ஆளுங்க யாரு வந்தாலும் ஓவ்வூட்டுலேயும் மிரேடிய படவாசல்லதான் கழட்டி வெச்சிகிட்டு உள்ளே வரானுங்க... அப்புறம் நீ பேசுற எல்லார்கிட்டயும் சாதித்திமிர் இருக்குண்ணு? ஒரு பறையனே சக்கிலிவுள சமமா நடத்துல அப்புறம் மித்தவனெல்லாம் எப்படி நடந்துக்குவானுங்க... அவனவன் சாதி அந்தஸ்த்துக்கு ஏத்தமாரிதானே நடப்பும் இருக்கும்."

தங்கவேலுவின் குற்றச்சாட்டில் உள்ள உண்மை ரவியை சுட்டது. இருந்தாலும் விட்டுக் கொடுக்காமல் தானும் பேசத்

தொடங்கினான்.

“ஒன்னுகிட்டயும் தான்டா சாதிவெறி இருக்கு படிக்கிற நீயே வடக்காலத்தெரு காரங்கள அவன் இவன்னு சொல்லுற— அந்த ஆளுங்கண்ணு பிரிச்சி பேசுற, படிக்காத எங்க தாத்தா எப்புடிடா நடந்துக்குவான்? சரி உடு தாயா புள்ளையா பழகிகிட்டு இருக்கிற நாமளும் அவங்கள சமமா மதிக்கணும் இல்லேங்குல, நம்ம தலமொறையிலாவது நாம ரெண்டு சாதிவளும் ஒண்ணா இருப்பம்டா... இத்தோட இத உடு ஆவவேண்டியது பாப்பும்...”

பேசட்டும் என்று காத்துக்கொண்டிருந்தவன், ரவி பேசி முடிச்சதும் சொல்லிவிட்டு எழுந்து போனான் பெருமாளு. தாழை ஓடைக்கும் இலுப்பைத் தோப்பிற்கும் இடையிலொரு சின்ன ஓடை ஓடுகிறது. அடைமழைக் காலத்தில் மட்டும் வெள்ளம் பெருக்கெடுத்து ஓடும் ‘கருவாட்டு ஓடை’ என்ற பெயரோடு. வயிற்றைக் கலக்கவே அவசர அவசரமாய் எழுந்து ஓடிவந்தவன் மணலில் இறங்கி பீக்கருவை மறைவினில் போய் குந்தினான். இந்த பக்கமெல்லாம் வந்தால் மிகக்கவனமாய் இருக்க வேண்டுமென்று தாத்தா சொன்னது நினைவுக்கு வந்தது. நல்ல பாம்பு, கட்டு விரியன் கருவாலை இப்படி ஏதாவது ஒரு விஷப்பாம்புகள் சர்வ சாதாரணமாய் திரியுமாம் நினைக்கவே பயமாய் இருந்தது. இண்டு இடுக்குகளை எல்லாம் கூர்ந்து கவனித்தப்படியே குந்தியிருந்தான்.

ஓடையெங்கும் கானாங்கோழிகளின் கால் தடங்கள் அச்சாய் பதிந்து இருந்தன. மேடும் பள்ளமுமாய் சமமற்று வளைந்து வளைந்து போயக் கொண்டிருந்தது; கருவாட்டு ஓடை. எங்கோ பக்கத்திலிருந்து குசுகுசுவென்று பேசும் குரல்கள் மனதில் பீதியுண்டாக்கியது. ஏதேனும் முனியாக இருக்குமோ? பட்டப்பகலில் அதுவெல்லாம் நடமாடாதுண்ணு தாத்தா சொல்லி இருக்காரே... பேண்டதும் பேலாததுமாய் எழுந்து ஓடிவிடலாமா? ஒரு கணம் அப்படி நினைத்தாலும், என்ன வானாலும் ஆகட்டுமென்று உன்னிப்பாய் காதில் வாங்கினான். சரியாக புரியவில்லை. எழுந்துபோய் அடம்பாய் வளர்ந்திருந்த வெளாரி புதரின் மறைவினில் குந்தியபடி கவனித்தான். தெளிவாய் காதில் விழுந்தது.

“சித்ரா இதுயெனக்கு நல்லதாப்படுல நொப்பன் கையாலதான் யேவுசுரு போவபோவுதுண்ணு நெனைக்கிறேன்.”

"சும்மா வாய்ப்போட்டு அலம்பாத மாரி, கவுரவம் பாத்தேயப்பன் என்னெ பாதிக் கிழவியாக்கிட்டான். இதுல எப்பவோ மாசத்துல ஒரு 'நா' ஓடப்பக்கம் வர்றோம், நீயி என்னடான்னா சரியான தொடநடுங்கி பயலாயில்லே இருக்கே."

"அதுக்கில்ல சித்ரா களப்புக்கடயில எங்கத்தெரு ஆளுவளுக்கு தனி டவராவுல டீ குடுக்குறது நாயமாண்ணு கேட்டதுக்கே எங்காள்ல ஒருத்தன மரத்துல கட்டிவெச்சி அடிச்ச ஆளாச்சே ஒப்பாரு... நம்ம விசியம் மட்டும் தெரிஞ் சிதுன்னா, நெனச்சாலே குண்டிகொலயெல்லாம் நடுங்குது. உசுரோட கொளுத்திபுட மாட்டாரு, யேவுசுரு போவுரதப் பத்தி நான் பயப்புடுல என்னால எங்க சாதி சனமெல்லாம் எரிஞ்சி சாம்பலாவுணுமா?"

"நாம தெரிஞ்சோ தெரியாமலோ சேர்ந்துட்டோம் மாரி. எனக்கு கண்ணாலமாயிட்டா அப்புறம் இதுபோல நாம பேசிக்கொள்ள முடியுமா என்ன? இங்க இருக்குற வர மாசம் ஒருவாட்டி வந்துட்டு போவோம்னுதான் ஆசப்படுறேன். என்னை என்ன கட்டிக்கவா சொல்லுறேன்? சரி இதுலாம் ஒனக்கெங்கே தெரியப்போவுது? சரி சரி நாழியாவுது நான் முன்னால கெளம்புறேன் செத்தநாழி செண்டு பின்னால வா... ஒடனே கெளம்பிடாதே எவங்கண்ணுலியாவது பட்டுட போவுது பாத்து வந்து சேரு..."

மின்கம்பியில கையவெச்சது போல திகிலடித்துப் போயிருந் தான் பெருமாளு. பயத்தால் வியர்த்துகொட்டியது.

'மாரியண்ணனுக்கு ஏனிந்த வேல? இது வெளியில தெரிஞ் சிதுண்ணா அந்த பெரியசாமி ஆண்ட சும்மா உட்டுடுவானா? இது யெங்கப் போயி முடியுமோ?' அவனையும் மீறி கண்கள் கலங்கி 'முடிந்ததும் முடியாததுமாய்' தோப்புக்கு திரும்பினான்.

இவனைக் கண்டதும் ரவிதான் கேட்டான். "என்னடா பேலப்போன பெருமாளு பேதிக்கொண்டவனாட்டும் வர்றான்?" சுதாகரித்து கொண்டு பேசினான்; பெருமாள். "கருவாட்டு ஓடையில பாம்புங்க ரெண்டு பொணைஞ்சிகிட்டு கெடந்தத பார்த்ததும் பயந்து போயி ஓடியாந்துட்டேன் ரவி.

"சரி சரி பொழுது சாஞ்சிகிட்டே வருது, கறி நாறங்காட்டியும் ஊட்டப்பாக்க கிளம்பலாம்.' எல்லோரையும்

கிளம்பச் சொன்னான் ரவி. பையன்களெல்லாம் தத்தம் பங்குக் கறியோடு புறப்பட்டார்கள். உக்கிரம் குறைந்து போய் அடிக்கும் மஞ்சள் வெயிலில் அந்தியின் குங்கும ரேகை; பரவத் தொடங்கியது. சோர்வையும், பகலெல்லாம் காடு காடாய் அலைந்த களைப்பையும் மறைக்க 'வெடி' போட்டுக்கொண்டே போனார்கள்.

கிளுவையில் ஊடுருவிய ஒளி மரத்தின் அழகை மிகைப்படுத்தி காட்டியது. வேலிகளின் இடுக்குகளில் 'இருள் மொக்குகள்' மலரும் தருணத்திற்காக அரும்பத் தொடங்கின. வண்டித் தடமெங்கும் படிந்திருக்கும் செம்மண் புழுதியை நுகர்ந்து... ருசிக்கும் ஆசையில் நாசிகள் விடைக்க, நாவின் சுவையரும்புகள் தன்னிச்சையாய் சுரந்தன. உள்ளேயிருக்கும் தூக்கணாங்குருவிகளின் சேட்டையை ரசித்தபடி, நார்ப்பின்னல் கூடு காற்றில் அசைந்து கொண்டிருந்தது. பழுத்த மட்டையில் துயிலும் ஓணானை பார்த்ததும் வேட்டையாடும் நோக்கோடு 'சர்ர்றென' பறந்து வந்த எசா(ராஜாளி) தன் கூரிய நகமுள்ள கால் விரல்களால் கவ்வி பற்றியபடி பறந்து போனதை மௌனமாய் பார்த்து கொண்டிருந்தது ஒற்றைப்பனை.

முதல் வெடியை, திருப்புக்காலுதான் போட்டான்.

"சின்னச்சின்ன மூக்குத்தி
சிரிக்கும் அழகு மூக்குத்தி
ராவுலதான் போட்டு மெலுக்கும்
ராங்கிக்காரி மூக்குத்தி."

யோசித்து பார்த்து முடியாமல் போகவே, எதற்கும் இது விடையாக இருக்குமோவென்று நினைத்து தங்கவேலுவிடம் குசுகுசுத்தான் முத்துக்கண்ணு. இது விடையில்லை என்றதும் முகஞ்சுண்டிப் போனான். ரவி ஒரு அணியாகவும், முனுசாமி எதிரணியாகவும் போட்டியில் பங்கு கொண்டனர். வெடி போடுவதை விட, அது என்னவென்று வெடிப்பதில்தான் திறமையே இருக்கிறது. "நட்சத்திரம்" பதில் சொன்னான் முனுசாமி. சரியென்றான் காளிமுத்துவும். முன்னால் போய்க்கொண்டிருந்த தங்கவேலுவின் கழுத்தில் கையைப் போட்டு, "கண்ண எங்கடா வெச்சிக்கிட்டு போற, பீக்கெடக்கிறது தெரியில." முன்னெச்சரிக்கை செய்தான் முனுசாமி. "எப்பா மலப்பாம்பாட்டம்ல கெடக்கு." ரவியின் கிண்டல் எல்லோரையும் விழுந்து விழுந்து சிரிக்கவைத்தது.

பையன்களின் கூச்சலையும் களேபாரத்தையும் கண்டு, அழிஞ்சில் மரத்தில் குந்தியிருந்த கருவாட்டுவாலி குருவி தன் கருப்புவாலை ஆட்டிக்கொண்டே பறந்துபோனது. ஜெயித்த மிதப்பில் தன்னுடைய அணிக்காக பதில்வெடி போட்டான் முனுசாமி.

"ஊருக்கெல்லாம் நாட்டாரு — அவுரு
சூத்தக் கழுவ மாட்டாரு"

திரும்பவும் ரவிதான் கிண்டலடித்தான். "ஏண்டா முனுசாமி ரோட்டுல 'அத' ப் பாத்தும் 'இது' நெனப்பு வந்துடுச்சா?" மீண்டும் எல்லோரிடமும் கொல்லென்று சிரிப்பொலி எழுந்தது. பக்கத்து கொல்லையிலிருந்து மாடோட்டிக்கொண்டு வந்த தங்கராசுதான் பயலுங்களைப் பார்த்து சத்தம் போட்டார். "படிக்கிற புள்ளைவளா லெட்சணமா இல்லாம இதுயென்னடா காடு கரண்ணு திரிஞ்சிகிட்டு நாறப்பேச்சு பேசிகிட்டு போறீங்க?" "கோட லீவு விட்டுருக்காங்க அதான் வேட்டைக்கு பொயிட்டு வர்றோங்க." ரவிதான் பதில்சொன்னான். அவரின் தலை மறைகிறவரை பேசாமல் இருந்தனர். அவசரமாய் இருந்ததால் காளிமுத்து ரோட்டோரமாய் போய் குந்தினான். அவனைப்பார்த்ததும் சொல்லி வைத்ததைப்போல எல்லோருக்கும் வரவே, முட்டாய்ப்போய் குந்தினார்கள். இதுக்கும் ஒரு கதையை எடுத்து விட்டான் காடை. "வெள்ளக்காரன் நம்மகிட்ட நாட்ட ஏன் உட்டுட்டுப் போனான்னு தெரியுமா?" எல்லோரும் 'ஏன்' என்பதைப் போல ரவியையே பார்த்தார்கள்.

ஆந்தைமுழி பய மட்டும் முந்திக்கொண்டு சொன்னான். "நம்ம தலைவருங்க சத்தியாகிரகம் செஞ்சி போராடுதுனால ரவி." "ம் மசுரு படிச்சதலாம் ஏண்டா வாந்தியெடுக்கிற?" "பின்ன எதுக்குடா நம்ப காந்தி தாத்தாவாலதான் சுதந்திரம் கிடைச்சிதிண்ணு எழுதியிருக்காங்க...?"

"அவுரு வாங்கிக்குடுத்தது நமக்கில்லடா ஆந்தமுழி, மேல் சாதிகாரனுங்க நல்லா நம்ம நாட்ட சுரண்டி திங்கட்டும்ணுதான் குச்சி ஊணிக்கிட்டு நடந்தது... ஊரு ஊராப் போயி சனங்ககிட்ட பேசுனது, சோறு தண்ணிக் குடிக்காம பட்டினிப் போராட்டம் நடத்துனது எல்லாம்... நமக்கு மேலவுள்ளவங்க எல்லாம் நல்லாருக்கணும்ணு தானே."

"ஆமா இவுருதான் கிட்ட நிண்ணு பாத்தாரு...

கேட்டுக்குங்கடா...”

“கிட்ட இருந்து பாக்கணும்னா நாம யாரப் பத்தியும் பேசமுடியாதுடா தங்கவேலு, எல்லாம் எங்க காசிநாதன் மாமா சொன்ன செய்திதாண்டா... ஒனக்கு இன்னொண்ணையும் சொல்லுறேண்டா, காந்திக்கு நம்ம சனங்கமேலெல்லாம் நெஜமாலுமே அக்கறையும் இல்ல கிக்கறையும் இல்லடா, இருந்திருந்தா ‘ஹரிசனங்கண்ணு’ பேரவெச்சி நம்ம ஊரு குடியானுவ மாரியே ‘பட்டப்பேர’ வெச்சி கேவலப்படுத்தி இருப்பாரா?”

“சரிதான் ரவி நம்ப வாத்தியாருங்க யாரும் இதப்பத்திலாம்சொல்லி குடுக்கலியே! ஒங்கெ மாமாவுக்கு மட்டும் எல்லாமே தெரிஞ்சி இருக்குமா என்ன? அப்படி என்னதான் படிச்சிபுட்டு என்ன மாரி வேலயில இருக்காறு?”

“ஐ.டி.ஐ படிச்சிபுட்டு கும்பகோணத்துல உள்ள சோழன் பஸ் டெப்போவுல மெக்கானிக்கா இருக்காருடா, கம்யூனிஸ்ட் கட்சியில வேற இருக்காரு, போன வருஷம் லீவுல அவரு வூட்டுக்கு போயிருந்தப்ப பாத்தேன்டா, எப்பா! எவ்ளோ பொஸ்தகம் இருக்கு தெரியுமா? அம்முட்டும் படிச்சி முடிக்குணும்னா அஞ்சாரு வருஷம் ஆவும்டா.... அவுருதான் இதெல்லாம் எனக்கு சொல்லிக் குடுத்தாரு தினமும் அவர பாக்க யாராவது ஒருத்தங்க வந்து கிட்டே இருப்பாங்க... பாட புத்தகத்துல இல்லாத விஷயத்த எல்லாம் அவுருதான் எனக்கு சொல்லிக்குடுத்தாரு...”

“ஒங்க கதயெல்லாம் போதும் உடுங்கடா... சொல்ல வந்தத உட்டுபுட்டு நீங்க பாட்டுக்கு பேசிக்கிட்டே போறீங்களே...” பெருமாள்தான் சலித்துக்கொண்டான்.

“சரிடா பெருமாளு நான் இத்தோட நிறுத்திக்கிறேன், நல்ல விஷயம் பேசினா ஒனக்கு ஆவாதே... அந்த காலத்துல கூட்டமா நம்மாளுங்க வேலைக்கு போயிகிட்டு இருந்தானுங்களாம்... அதுல ஒருத்தன், நம்ப ‘திருப்புக்காலப் போல’ கருக்கல்லேயே நீராகாரத்த உட்டுகட்டிபுட்டு வந்திருப்பான் போலருக்கு. அவசரம் தாங்காம ரோட்டோரத்துல போயி ‘உட்டு அடிச் சிருக்கான்’ அவனப் பாத்ததும் அவனவனும் கோவணத்த நீக்கி கிட்டு குந்தியிருக்கானுங்க; எதுத்தாப்ல வெள்ளக்கார தொர வர்றதக்கூட கவனிக்காம. இதப்பாத்த தொரைக்கு ஒரே ஆச்சரியம், ‘இதுலியே’ இப்படி ஒத்துமையா இருக்கானுங்களே,

ஒரு சண்டைன்னு வந்துட்டா... நெனச்சி பாத்தான்... உட்டான் சவாரி அவென் நாட்டுக்கு. பயல்கள் எல்லோரும் கண்ணுதண்ணி வழியும்வரை விழுந்து விழுந்து சிரித்தார்கள்; ஒருத்தனைத் தவிர. காளிமுத்துதான் அவன், 'நல்ல விஷயம் பேசிகிட்டு இருந்தான் காட, இப்ப குறுக்கால பெருமாளு பேசி கெடுத்து புட்டானே பு...மவன், இதுல என்ன விஷயத்த கண்டு புடிச்சுட்டானுவளாம் மூத்திரம் உட்டானாம் வெள்ளக்காரன் உட்டுட்டு ஓடிப்பொயிட்டானாம் இதுலாம் ஒரு கதையா? என்னுமோ இதுக்குப்போயி சிரிக்கிறானுவளே...' மனதிற்குள்ளேயே வைதுகொண்டான், வெளியே சொன்னால் கொண்டு சண்டைக்கு வந்திடுவானுங்க, என்று வாயை மூடிக்கொண்டே வந்தான்.

திரும்பவும் 'வெடி'க்கு திரும்பினான் ரவி. "நீ போட்ட வெடிக்கு பதிலு நாயி தானே! ஆந்தமுழியைப் பார்த்து கண்ணடித்து சிரித்தான். அதற்குள் தெருவையும் நெருங்கிவிட்டனர். தெருவை நெருங்கி விட்டோமென்று நினைத்த கணத்திலேயே மணியின் கூத்துப்பாட்டு பையன்களை வரவேற்றது. இனி நள்ளிரவு வரை தொடரும் மணியின் கூத்துப்பாட்டு. பாட்டின் இடையிடையே அவனின் வேதனையையே வசவாக்கி, பலாண்டுகட்கு முன்பு அவன் பொஞ்சாதியை இழுத்துக்கொண்டு ஓடிவிட்டவனையும் ஓடிப்போனவளையும் வைதுதீர்ப்பான். ஆத்திரமும் இயலாமையும் சேர்ந்து வசவுகளாகி நெளியும். இரவின் தனிமைக்கும் வாலம்பாள் கிழவியின் ஒப்பாரிக்கும் துணையாக குமுறும். அவன் வேதனை தெருசனங்களுக்கும் தெரியுமாதலால் வழக்கமானது தானென்று சகித்தபடியே கண்ணயர்வார்கள்.

வெற்றி தோல்வியின்றி முடிந்தது 'வெடிவிளையாட்டு' பங்குக்கறியோடு பையன்கள் பிரிந்து போனார்கள்; அவரவர் வீடுகளுக்கு. முனுசாமி வீட்டிற்குள் நுழையும்போதே அவனய்யா அம்மாவை வைது கொண்டிருந்தார். இவனைக் கண்டதும் அவரின் கோபம் மேலும் கூடியது.

"வாடா பெரிய மனுஷா வா... வா பொழுதேனிக்கும் எவ சாண்ட குடிச்சிபுட்டு இருட்டிப்போயி வர்ற? குடித்தெரு புள்ளையா இருந்தாத் தெரியும்? பள்ளிக்கூடம் போனோமா, போயி வந்த நேரம் தவிர வூட்டுவேல பாத்தோமாண்ணு இல்லாம, இது நாறப்பய சாதியில்ல திருந்துமா? எலேய் வல்லாரோழி புள்ளையே ஓனக்குலாம்

மூணு வேளையும் மொண்டு வெக்கிறா பாரு... அவளெ ரெண்டு வெச்சா எல்லாம் சரியாப்பூடும்." மறுத்து ஒரு வார்த்தைக்கூட பேசாமல் மௌனமாகவே இருந்தான் முனுசாமி. சஞ்சலம் அவனை குடைந்து கொண்டே இருந்தது. அப்படியே திண்ணையில சுருண்டு படுத்து விட்டான். கொண்டு வந்திருந்த பங்குக்கறியை ஆய்ந்து அலசி குழம்பு வைத்துவிட்டு மகனை எழுப்பினாள் காளியம்மாள். இன்னமும் அய்யா வஞ்சிக்கொண்டே இருந்தார். படித்தது போதுமென்று எங்காவது ஓடிப்போய் விடலாமா? என்றுகூட யோசித்தான். அம்மா ஒருத்திக்காகத்தான் எல்லாவற்றையும் பொறுத்துக்கொள்ள வேண்டியதாய் இருக்கிறது.

மகனுக்கு சோறு போட்டு வைத்து விட்டு அருகேயே அமர்ந்து பாசத்தோடு தலையைக் கோதி விட்டாள். "ஏங்கண்ணு ஒய்யா கொணந்தான் ஓனக்கு தெரியுமில்லே, கோட லீவு உட்டா என்ன? அய்யாவுக்கு கூட மாடையா வேல வித்து செய்யுலாமில்லே, இப்புடியா ஊரு கொளவாரிங்கக் கூட சேந்து சுத்திபுட்டு வரணும். ஆச ஆசையா வளத்த யெந்தங்க மவள எமனுக்கு தூக்கிக் கொடுத்துபுட்டு நாதியத்து கெடக்கிற எங்களுக்கு ஒன்னெ உட்டா யாருய்யா இருக்காங்க? நீயாவது நாலெழுத்து படிச்சாதானே யேன்வுசுரு நிம்மதியா போய்ச்சேரும். சே! நாவொரு கூறுகெட்ட செறுக்கி புள்ளெ சோறு சாப்பிடும்போது அதயும் இதயும் பேசிகிட்டு... நீ சாப்புடு கண்ணு." மனதில் பட்டதையெல்லாம் மகனிடம் கூறி தன் பாரத்தைக் குறைத்துகொண்டாள் காளியம்மாள். மாரியம்மன் கோவிலிலிருந்து விசிலொலி விட்டுவிட்டு மூன்று முறை எழுந்து 'வாடா' என்று கூப்பிட்டாலும், கிளம்ப முடியாமலும், உற்சாகமில்லாமலும் பேசாமல் இருந்தான் முனுசாமி. 'நாங்க எல்லோரும் கூடி புட்டோம் சீக்கிரம் வாடா' என்கின்ற செய்தியை விசிலொலி அழைக்கிறதென்று பயலுக்கு தெரியும். என்ன செய்ய? இதுவரை வாங்கிக் கட்டிக் கொண்ட வசவே போதும்டா சாமியென்று, பாயை விரித்துபோட்டு படுத்தான்.

தெரு அசமடங்கி போயிருந்தது. மணியின் இராப்பாட்டும் ஓய்ந்து போயிருந்தது. வாலம்பாள் கிழவியின் அழுகுரல் மட்டும் குரைப்பொலியையும் மீறி தெருவெங்கும் அழுதபடியலைந்தது. கிழவியின் ஒரே மகன் நடேசனின் நினைவு வரும்போதெல்லாம் எழும் ஒப்பாரி தெருவையை வளைத்து கொண்டு உலுக்கும். தினமும் கேட்கும் சனங்களுக்குக் கூட இப்பொழுதுதான்

முதல்முறையாய் கேட்பது போலொரு அனுபவத்தைத்தரும். அவள் குரலில் இழையோடும் வேதனையை விட, 'சாதி சனத்தின் மானத்தைக் காக்க உசுரவிட்ட எம்மவனே...' என்பதைப்போல் ஆங்காரமாய் பீறிட்டுக் கிளம்பும். மடேர் மடேரென்று மாரில் அடித்துக் கொள்ளும் போதெல்லாம், ஒவ்வொரு மாரடியும் யாரையோ மனதில் வைத்து பழி தீர்ப்பதைப்போல் அதிர, கேட்பவர்களின் மனசும் பதறும். உள்ளுக்குள் உணர்வலைகள் மோதிச் சிதறும். சின்ன வயதிலிருந்து கிழவியின் ஒப்பாரியை கேட்டுத்தான் வருகின்றான். இருந்தாலும் ஒவ்வொரு முறையும் புதிதாகக் கேட்பது போலொரு அனுபவத்தைத் தருவதோடு தூக்கம் வராமல் புரளும் இரவுகளிலெல்லாம் சொல்லி வைத்ததுபோல், தன் துயரையும் உள்வாங்கிக் கொண்டு ஒலிப்பது போலொரு பிரம்மையைத் தர, ஒப்பாரியைக் கேட்ட சிறிது நேரத்திற்கெல்லாம் மனபாரத்தை வழித்தெறிந்துவிட்டு நிம்மதியாய் தூங்கிப் போயிருப்பான். வேம்பின் வருடலும் கிழவியின் ஒப்பாரியும் அவனை அறியாமலேயே தூக்கத்தின் அடியாழத்திற்குள் இழுத்துச்செல்ல. . . செல்ல அசந்து தூங்கிப்போயிருந்தான் முனுசாமி.

14

சாமக்கோழி கூவியபோதுதான் அஞ்சலைக்கு விழிப்புத் தட்டியது. கலைந்து கிடந்த சேலையை வாரிச்சுருட்டி கட்டிக்கொண்டு எழுந்தாள். தெருவில் கோழி இருக்கும் வீடுகளிலிருந்து கூவும் சேவல்களின் விதவிதமான குரலொலிகள் இன்னும் செத்த நாழிக்குள் மூணாம் சாமம் வரப்போகிறதென்று உணர்த்தின. 'அந்த ஆளு ஏயிப்படி ஆயிடுச்சி? மூணுநாளைக்கு ஒருக்க 'பேசாட்டிப்போன' அதுக்கு பித்துபிடிச்சது போல வம்பிழுத்து பவலா இருந்தாலும் யாருமில்லாத நேரமாப்பாத்து 'பேசக் கூப்பிடுமே,' இப்ப என்னடான்னா எட்டோடு எட்டு நாளாயியும் என்னான்னுக்கூட கேக்காம இருக்கே!' அஞ்சலையின் மனசெங்கும் காத்தமுத்துவை பற்றிய எண்ணங்களே சுற்றிச்சுழன்று கொண்டே இருந்தன. கல்யாணமாகி பதினேழு வருஷங்கள் ஓடிவிட்டன. 'இத்தன வருஷகாலத்துல காயலா கெடந்த போதோ விருந்தாடி வேத்தாடீன்னு வந்திருக்கிற போதோதான் அந்தாளு 'வெலகி' இருந்திருக்கு. மத்தபடி இப்புடி ஒரேடியா கண்டுக்காம இருந்ததே இல்லியே! பரமசிவம் ஆண்ட செத்த பெறவு ரெண்டொரு வாரம் வேல வித்திண்ணு அந்தய்யா வூட்டுக்கு போயிருக்கு, அப்ப ஏற்பட்ட பழக்கமோ இல்லெ இப்ப கிறுவல்ல ஏற்பட்டதோ தெரியில அந்த மகமாயிக்கே வெளிச்சம். அப்புடி அந்தாயிகிட்ட என்னத்தக் கண்டுதோ தெரியில. இது 'அங்க' தங்குறத பத்திக்கூட பெருசா சஞ்சலம் ஒண்ணுமில்ல. குடித்தெரு ஆளுவ கண்ணுல ஆம்புட்டுட்டா அப்புறம் நானும் யேன் ரெண்டு மவனுவளும்தானே தெருவுல நிக்கணும். அவங்க

சாதி சனத்துல ஒரு ஆம்பளக் கூடவாயில்ல, பறையனுதான் அந்தாயிக்கு வேணுமோ? த்தூ... நாடுமாரி செறுக்கி புருஷன மண்ணு திங்க கொடுத்துபுட்டு... அவள்லாம் ஒரு குடியானிச்சி..' தன்னுடைய ஆம்படையானை மடக்கிப்போட்டுக் கொண்ட பரமசிவன் மனைவியை ஆங்காரம் குறையக் குறைய மனசுக்குள்ளேயே வஞ்சி வாசாப்பு விட்டாள் அஞ்சலை.

விடியப்போவதை உணர்ந்த இவள் வீட்டு சேவல் கூவிய சிறிது நேரத்திற்கெல்லாம் அடுத்தடுத்து தெருவிலுள்ள சேவல்கள் கூவத்தொடங்கின. வயிறு கடமுடாவென்று தன் பணியை தொடங்கி வைக்கவும் படுக்கையிலிருந்து எழுந்து, சேலையை சரி செய்து கொண்டு அவிழ்ந்து கிடந்த கூந்தலை சுழற்றி கொண்டை போட்டபடியே கருவைக்காட்டு பக்கம் ஓடினாள்.

இருள் மெல்ல உதிரத்தொடங்கியது. தெருப் பெண்களெல்லாம் காலையில் எழுந்ததும், நந்தாங்குட்டைக்கு போகிற வழியில் குட்டைக்கு நேரெதிரே கிழக்கே கருவைக்காட்டுக்கோ, ஆரசுபதி தோப்புக்கோ போய்த்தான் அன்றைய நாளின் முதல் வேலையை செய்துமுடித்த பிறகே மற்றவற்றில் கவனத்தை செலுத்துவார்கள். நிலம் தெளிவதற்குள் செய்து முடிக்க வேண்டிய இறக்குமதி வேலையிது. விடிந்து விட்டாலோ கதை கந்தல்தான். கருவைக்காட்டுக்கு போகும் போதே சில பெண்மணிகள் கையோடேயே முறுவக்குட்டிகளையும் பிடித்துக்கொண்டு போவார்கள். ஒரே கல்லில் இரண்டு மாங்காய். கூடவரும் உருப்படிக்கு காலை உணவும், கூட்டிப் போறவளுக்கு தீனி போடும் வேலையின் ஒரு பகுதி குறைந்து விடுவதாலும் ஏற்படும் நிம்மதியே இந்த 'அவசர உலா' வின் அடிப்படை காரணமென்று கூறலாம். தோப்பிற்குப் போய் 'வேலை முடித்து விட்ட நிம்மதியோடு' கழுவிக்கொண்டு போகலாமென்று நகுட்டைக்கு வந்தாள். தெற்குக் கரையில் வயதானவர்கள் ஒருவர் பின் ஒருவராய், கருமமே கண்ணாய் இருந்தனர். ஆலமரக் கிளையொன்றில் தொங்கிக்கொண்டிருக்கும் குறும்புக்கார சிறுவனைப்போல, இளங்கன்றின் நச்சுக்கொடியை உள்வைத்து பின்னப்பட்ட வைக்கோல் பிரி காற்றிலாடிக் கொண்டிருந்தது. 'வெடியங்காட்டியும் வந்துட்டானுவ' பத்துப்பிடிச்சி காய்வதற்குள் வீட்டிற்கு போய்விடலாமென்று 'கழுவாமலேயே' திரும்பினாள் அஞ்சலை.

வாசலெங்கும் பழுத்து உதிர்ந்து கிடக்கும் பூவரசு இலைகள், புகையிலை கடுதாசி, வாழைநார் வேம்பின் சருகுகள்... காற்றால் அடித்து வரப்பட்ட கூளங்கள் யாவற்றையும் விளாரி மெலாரால் கூட்டியள்ளி குப்பைக்கூடையில் கொட்டினாள். வெளிச்சம் பரவத்தொடங்கிய பிறகு கூடையினுள்ளே முட்டி மோதிக்கொண்டிருந்த கோழிகளின் சத்தம் கேட்டதும், கூடையை இன்னும் திறந்து விடலையே! என்ற எண்ணம் வந்தது அஞ்சலைக்கு உள்ளே ஒன்றையொன்று கொத்திக் கொண்டிருந்தன. பூனை பிடித்து விடாமலிருக்க கூடையின் மேல்பாரம் வைத்திருந்த கருங்கல்லை தூக்கி அருகில் வைத்துவிட்டு திறந்து விட்டாள். ஒன்றையொன்று மோதிக்கொண்டு வெளியே ஓடின. சிறகினை விரித்து கொண்டையை கீழிருந்து மேலே தூக்கி 'கொம்பூதுவதைப் போல' அடித்தொண்டையிலிருந்து ஒலி உச்சஸ்தாதியில் வெளியேற, "கொக்கரக்கோ" வென்று கூவிய அடுத்த நொடியே வெடக்கோழியை துரத்தியது. 'அந்த கெட்டசாதிப்பய சேவல்.'

தென்னங்குறும்பை விளக்குமாரை எடுத்தவள், இழுத்து பெருமூச்சு விட்டபடியே கோழிப் பீயை கூட்டினாள். நாற்றம் பழகிப்போய் விட்டதால் ஒன்றும் தெரியவில்லை. கெளதாரி நிறத்திலிருக்கும் கோழிதான் இப்படி திட்டுத்திட்டாய் கழிந்து வைத்திருக்கிறது. 'வைத்தியரை பார்த்து அந்தக் கோழிக்கு மருந்து ஊற்ற வேண்டும்.' யோசித்தபடியே தட்டில் கொட்டி வைத்திருந்த அடுப்பு சாம்பலை அள்ளிவந்து கழிசலில் கொட்டி இரண்டு மூன்று முறை குறும்பை தொடப்பத்தால் நன்றாக அழுந்த தேய்த்து கோழிப்பீயை வாருவதற்கென்றே வைத்துள்ள உடைந்த பீங்கானில் அள்ளிக் கொண்டு போய் தெருமுனையிலுள்ள முட்டுச்சந்தில் கொட்டிவிட்டு வந்தாள்.

"காத்தமுத்து எலேய் காத்தமுத்து." ஒழுங்கையிலிருந்து பலமாய் சத்தம்கேட்கவும், உள்வீட்டு வேலையை அப்படியே போட்டுவிட்டு வாசலுக்கு வந்தாள்.

"என்னா அஞ்சல ஓம்படையான் இருக்கானா?"

"நந்தாங்குட்டைக்கு போயிருக்காரு என்ன விஷயம் சொல்லுங்க..."

"ஒண்ணுமில்ல மாந்தோப்புல வேலயிருக்கிண்ணு ஒன்னையும் ஓம்படையானையும் பெரியாண்ட வரச்சொன்னாரு." தானும் தன்னுடைய ஆம்படையானும் வந்து சேர்கிறோம்

என்று சொல்லி பெரிய ஆண்டையின் மகனை அனுப்பி வைத்துவிட்டு பாக்கியிருக்கும் வீட்டுவேலைகளை செய்யத் தொடங்கினாள். பாத்திரங்களை எல்லாம் விளக்கிக்கழுவி, தொட்டியின் அருகிலேயே சின்னதாய் நாலுகழிகளை வைத்து போடப்பட்ட பரணில் கவிழ்த்து வைத்தாள். ரெண்டு வாரமாகவே உபயோகப் படுத்தாமலிருக்கும் கறிச்சட்டியின் நினைவு வர, கூடவே வடக்காலத்தெரு நசையனின் கொழுப்பு மாட்டுக்கறியின் ருசி நாவிலுள்ள சுவை அரும்புகளை ‘முழிக்காட்டின.’

“தம்பி எலேய் பெரியவனே எயிந்திரிடா.” அஞ்சலை கூமா கூமாவென்று கூப்பிட்ட பிறகே நெட்டி முடித்துக்கொண்டே எழுந்தான் ரவி. ரவியை ஆடோட்டிக்கிட்டு கீழக்காட்டுக்கு போகச் சொன்னாள். எதற்கும் இருக்கட்டுமே என்று சொளகையும் முறத்தையும் எடுத்து வைத்து கொண்டாள். சேகரை எழுப்பி, பதனமாய் வீட்டிலிருக்கும்படி சொல்லிக்கொண்டிருந்தாள்.

“பொழுதாயிகிட்டே போவுது இன்னுமாடி கிளம்பாம இருக்கே?”

“தோ கெளம்பி விட்டேன்யா, பெரியாண்ட வரச் சொன்னாராம் இப்பதான் அவருமவன் வந்து சொல்லிபுட்டு போராறு.”

“சரி சரி கும்பாவுல களிய மொண்டு போடு சோறு குடிச்சி புட்டு போவுலாம்.”

வீட்டிலுள்ள வேப்பமரத்திலேறி பல் விளக்க குச்சியொன்றை ஒடித்துக்கொண்டு இறங்கியவன், தவலைப் பானையையும் வாளிக்கயிற்றையும் எடுத்துக்கொண்டு சர்க்காரு கேணிய பாக்க நடையைக் கட்டினான் ரவி. சரசரவென்று பொழுதேறத் தொடங்கியது. ரெண்டு எருதையும் அவிழ்த்து பிடித்துக் கொண்டார் காத்தமுத்து. தோளில் வாகாய் முந்தியிருந்தது மரம் வெட்டும் ‘கொடுவா’. கொடிப்புட்டியை கக்கத்தில் வைத்துக் கொண்டு கிடேரியை கையில் பிடித்தபடி பின்னாலேயே போனாள் அஞ்சலை.

வீட்டை ஒட்டியுள்ள பிரிகூட்டு தொம்பையில் அடைந்திருந்த இருளை, கூரையின் இடுக்குகளினூடே உள்நுழைந்த கதிரொளி மேயத்தொடங்கியது.

வெயில் உச்சிக்கு வந்திருந்தது. சின்னஞ்சிறு பிள்ளைகள் அவரவர் வீட்டிலும், ஆளரவமில்லாத ஒழுங்கையிலும் மாரியம்மன் கோவில் வெட்டையிலுமாய், கிட்டிப்புள்கெந்திக்கொண்டும், எரிபந்தை விட்டெறிந்து கொண்டும், திருடன் — போலீஸ் விளையாட்டு மும்பரத்திலும், கட்டம்கட்டி கோலிகுண்டு அடிப்பதிலும் இச்சா இனியாயென்று கோடு தாண்டியபடியும் பம்பரக் கட்டையை சுழற்றவிட்டு இலாவகமாய் அதை உள்ளங்கையில் ஏந்தி அதன் குறுகுறுப்பில் மகிழ்ந்த படியும் விளையாட்டு மும்பரத்திலிருந்தார்கள். தெருவின் கிழக்கே கடைசியாயுள்ள குருவிக்காரரின் வீட்டிலிருந்து உடுக்கடிக்கும் ஒலி 'டும்டும் ட்டும் ட்டும்' மென்று அதிர்வினை காற்றில் வீசிக்கொண்டிருந்தது. அம்மாசி மகன் சுப்பிரமணி, சுக்கிரன் மகன் தனபாலு காத்தமுத்துவின் மகன் சேகர் இன்னும் வேம்பு, தவமணி, லெட்சுமி மீனாட்சியென பெண்பிள்ளைகளுமாய் உடுக்குக்காரரின் எதிர்வீட்டை சேர்ந்த முத்துசாமியின் பெரிய தானிய தொம்பையில் குந்திக் கொண்டு வேடிக்கைப் பார்த்துக் கொண்டிருந்தனர்.

மூக்கின் நுனிவரை வெளிவந்து எட்டிப்பார்த்த ஊளையை, உம்மென்று உறிஞ்சி உள்ளிழுத்த படியே வேடிக்கைப் பார்த்து கொண்டிருந்த அய்யாசாமியை அருகிலழைத்து சிந்தச்சொல்லி பீச்சங்கையால் உருவி வெளியே போட்டுவிட்டு, தம்பியின் மூக்கையும் தன்னுடைய விரல்களையும் பாவாடையில் துடைத்துக்கொண்டாள் சிறுமி வேம்பு.

இடது கையால் உடுக்கை வாரைப் பிடித்துக்கொண்டு, மேலுங்கீழுமாய் அசைத்து வலதுகை விரல்களால் தாளம் மாற்றி மாற்றி அடித்து ஒலியெழுப்பியதோடு நின்றுவிடாமல் கொலுவைத்து பார்க்கும் பூசாரியைப் போல அவரின் முகத்தில் ஆவேசமும் குரலில் ஒப்பாரியின் சாயலும் தொடர ஆக்ரோஷமாய் விழிகளை விரிப்பதும் பின் இமைகளை மூடி அபிநயப்பதுமாய் இடைவிடாமல் அடைமழையைப் போல் உடுக்கையை அடித்துவிட்டு ஓய்ந்தார். துணியில்லாத மேனியில் பூசியிருந்த விபூதிப்பட்டைகள் வழிந்த வியர்வையில் கரைந்து போயிருந்தது. இடது கையில் கட்டியிருக்கும் சிவப்புக்கயிறு, யாரோ ஒரு மந்திரவாதியிடம் மந்திரித்து வாங்கிக்கொண்டு வந்ததைப்போல, தாயத்தோடு கட்டப்பட்டு இருப்பதை பார்க்கும் சிறுவர் சிறுமிகளை பயமுறுத்தி கொண்டிருந்தது. உடுக்கை கொண்டுபோய் உள்ளே வைத்துவிட்டு வந்தார்.

பிள்ளைகளின் எதிர்பார்ப்பும் ஆவலும் பொசுக்கொன்று உடைந்துபோன பலூனைப்போல் வடிந்துபோயிருந்தது. சரி கிளம்பலாமென்று நினைத்து கொண்டிருக்கும் போதே, எரவாணத்தில் கட்டிதொங்க விட்டிருந்த கூண்டை கிழவர் அவிழ்த்து திண்ணையில் வைக்கவே, திரும்பவும் 'வேடிக்கைப்' பார்ப்பதில் ஆர்வமாகி கலையாமல் நின்றனர். அவர் அருகிலேயே கிடந்த துணியின் முணிச்சை அவிழ்த்தார், துணியினுள்ளே நன்னி பயிரைப்போல கரும்பச்சை உருண்டைகள் இருந்தன. படியில் கொட்டினால் கால்படி தேறும். கொத்து பயிரையள்ளி மடியில் போட்டுக்கொண்டார். கிழவரை உடுக்கைக்காரர் என்றோ குருவிக்காரர் என்றோதான் ஊரிலும் தெருவிலும் அழைப்பார்கள். யாருக்கும் இவரின் நிஜப்பெயர் தெரியாது. கூண்டிலிருந்து பறவையை வெளியே எடுத்தார். அதன் சிறகுகினை இலாவகமாய் அழுத்தாமல் பிடித்தபடி, உமிழ்நீரை திரட்டி வாயினில் கொண்டு வந்து துப்புவதற்கு தயாரான நிலையில் இரு உதடுகளுக்கும் இடையே தேக்கி வைத்துகொண்டு, எச்சில் சுரந்த வாயில் கொண்டுபோய் பறவையின் அலகை வைத்தார். அது தன் நேசம்பொங்கும் விழிகளை உருட்டி பார்த்துவிட்டு, கண்களை மூடியவாரே உமிழ்நீரைக்குடித்தது. இடது கையால் பொசுபொசுவென்றிருந்த அதன் கொண்டையை நீவிவிட்டார். முகத்திற்கு நேராக அதைப்பிடித்துக் கொண்டு அதற்கு புரிந்ததோ இல்லையோ சங்கேத மொழியைப்போல ஏதேதோ பேசினார். முண்டாமல் முணகாமல், சிறகை விரிக்கமுடியாமல் அவரையே பார்த்து கொண்டிருந்த அப்பறவை, அவரின் காதில் குருதிச்சிவப்பு நிறத்தில் மின்னிக்கொண்டிருந்த கடுக்கனை தீனியோ என்று கொத்திப் பார்த்து ஏமாந்தது.

சிறுவர்கள் பெண்பிள்ளைகளெல்லாம் உனுப்பாய் பார்த்துக் கொண்டே நின்றனர். அய்யாசாமி, அக்காவின் இடுப்பில் சவாரி ஏறியிருந்தேன். பறவையின் சேட்டையைக் கண்டு ரசித்தவர், மடியிலிருந்து ஒவ்வொரு உருண்டையாய் எடுத்து உள்ளங்கையில் வைத்த உடனே லபக்கென கொத்தி விழுங்கின. விழுங்கும் அந்த தருணத்தில் விழிகள் மூடி பின் திறந்துகொண்டன. சாம்பல் மயிர்களின் அசைவுகளிலேயே தெரிந்தது; உருண்டை தொண்டைக்குள் இறங்குவது. நான்கு உருண்டைகளை விழுங்கியதும், பறவைக்கு தண்ணீர் கொடுக்கணுமே என்று சுற்று முற்றும் பார்த்தார். சேகர்

ஓடிவந்து கொட்டாங்குச்சியை எடுத்துகொடுத்தான். வாங்கியவர் ஏறயிறங்க பார்த்த படியே கேட்டார் "ஆருட்டு பய நீ?" "காத்தமுத்து மவங்க." பறவையை அப்படியே பிடுங்கிக்கொண்டு ஓடி விடுபவனைப்போல பார்த்துக்கொண்டே சொன்னான். "சரியீ குருவி மெரளும் எட்டப்போயி நில்லு." கொட்டாணியில் தண்ணீரை ஊற்றி பறவைக்கு கொடுத்துகொண்டே, இவனைப் பார்க்காமல் சொன்னார். பயலுக்கு முகம் தொங்கிப்போய் விட்டது. வெக்கினார் போல போய் தொம்பை ஓரத்தில் நின்றுகொண்டான். வேம்பு இவனைப் பார்த்து களுக்கென்று சிரித்தாள். தன்னை அவள் 'பயித்தாரம் பண்ணுறா' என்று நினைத்தவுடன், "என்னாப் பொட்டெ இளிக்கிற?" "என்னடா பொட்டெ நொட்டேங்குற?"

"பின்ன ஏண்டி என்னைப் பாத்து கெலிச்ச?"

"—ம்— ஒன்னப் பாத்தா அழவாருக்கு பாரு அதான் கெலிச்சேன், இனிமேலுபட்டு என்னெ பொட்டேன்னு சொன்னே எங்கய்யா கிட்டேச்சொல்லி ஓங்கொட்டைய பிதுக்கிபுடச் சொல்லுவேன் ஆமாங்... பல்லு நீட்டி படுவாய்க்கு பேச்ச பாரு..."

"யாரப்பாத்து டீ பல்லுண்ணு சொன்னே?"

"ஒன்னதாண்டா சொன்னேன்."

"இன்னொரு தாட்டி சொல்லு பாப்போம்"

"சொன்னா என்னடாப் பயலே செய்வே நீ"

"ஆடிக்கிட்டு வர்ற ஓம்மசுர அறுக்காம உடமாட்டேன்."

"எங்கடா அறு பாப்போம்..." கிட்டவந்து அவனை இடுத்துத் தள்ளி விடுவதைப்போல நின்றாள் வேம்பு. அக்காவும் சேகர் பயலும் சண்டைப்போட்டுக் கொள்வதைப் பார்த்ததும், அய்யாசாமிக்கு அழுகையாய் வந்தது.

"என்னாது சத்தம்? பேசாம இருக்க மாட்டீங்க?" உடுக்குக் காரரின் அதட்டலில் வேம்பை ஒருமுறை முறைத்துவிட்டு பேசாமல் நின்றான் சேகர்.

இரண்டு பறவைகளுக்கும் உருண்டைகளை கொடுத்து

பசியாத்தி விட்டார். கூண்டுக்குள் விட்டதும், அங்குமிங்கும் நடந்தபடியே இருந்தன. வழக்கம் போலவே பறவைகளுக்கு 'பாட்டை' பழக்கப்படுத்தத் தொடங்கினார். உதட்டைக் குவித்து விசிலொலி எழுப்பினார். ஒலியைக் கேட்டதுமே இரண்டும் சிறகை படபடவென்று அடித்துக்கொண்டு பாட தயாரான நிலைக்கு வந்திருந்தன. மீண்டும்...மீண்டும் விசிலொலியை எழுப்பிக்கொண்டிருந்தவர் தொண்டையைக் கனைத்து நிதானமாக “ஏய்...” அடித்தொண்டையிலிருந்து குரலெழுப்பி பாடஉத்தரவு போட்டார்.

“ஏய்”

“கேக்கலிக்கம்“

“ஏய்”

“கேக்கலிக்கம்“

“கேக்கலிக்கம்... கேக்கலிக்கம்“ அவரின் குரல் உற்சாகமாய் எழுந்து அடியெடுத்து கொடுக்க, வயிறு நிரம்பிவிட்ட தெம்பில் ஒருபறவை பாடத்தொடங்க மற்றது பின்பாட்டுப்பாட அந்த இடமே கௌதாரிகளின் கேக்கலிக்கம் பாடலால் நிறம்பி தெருவெங்கும் இன்னிசையாய் மிதந்தன... ...

அம்மாக்கிட்டே கூட்டிக்கிட்டு போவென்று அழுது அடம் பிடித்து கொண்டிருந்தான் அய்யாசாமி. உறியில் வேடுகட்டி வைத்திருந்த கம்மஞ்சோற்று பானையில் ஒரு ஆப்பை சோற்றை மொண்டு குண்டானியில் போட்டு கரைத்து பித்தளை ரோட்டாவில் ஊற்றிகொடுத்தாள் வேம்பு. தற்காலிகமாய் அழுகை நின்று போயிருந்தது; கம்மஞ்சோறு குடிப்பதில் அவன் கவனம் திரும்பியிருந்தது. “அக்கா கடிச்சிக்க”. ஆட்காட்டி விரலை கடிப்பதைப் போல பாவனை செய்து கேட்டான். உப்புக்கலத்தில் அம்மா நார்த்தங்காய் ஏதாவது போட்டு வைத்திருக்கிறதாவென்று துழாவிப் பார்த்தாள், ஒன்றும் அகப்படவில்லை. போன வாரம் பாளையம் சந்தையில் வாங்கிவந்த வெங்காயத்தில் மேல்சருவை உறித்துவிட்டு முதலில் ஒன்றை கொடுத்தாள். ஒரு மிடறு கம்மங்கூழை குடித்துவிட்டு வாயை திறந்துகாட்டினான் தம்பி. இவள் நீட்டவும் கடித்து கொண்டவன், பின்னும் செத்தைக்கெல்லாம் வெங்காய ஒரப்பு நாக்கைச் சுட, கழனி வடிய ஆவென்று கத்தினான்.

“அழுவாதடா தம்பீ எங்கண்ணுல்ல... யேஞ்செல்லமில்லே கூழக்குடிந்தா ஒரப்பு ஆறிபுடும். ‘ச்சி கெட்ட சாதிப்பய வெங்காயமே ஏந்தம்பியையா கடிச்சே! இரு இரு ஒன்னெ என்னப் பண்ணுறேன்னு பாரு சொல்லுரேன்.’ போலியாய் கோபம்காட்டி ஒரு முழு வெங்காயத்தையும் கடவாயில் வைத்து ‘பச்சக்‘ கென்று ஒருகடி கடித்தாள். இவளையும் வெங்காயம் சுரீரென பதம் பார்க்க அதையெல்லாம் பெரிதாக எடுத்துகொள்ளாமல் தம்பியின் அழுகையை நிறுத்துவதிலேயே குறிப்பாய் இருந்தாள். ‘அய்யோ தம்பி என்னியும் வெங்காயம் கடிச்சிபுடுச்சே...’ கண்ணை கசக்குயதைப் போல இவள் நடிப்பதைப்பார்த்து தம்பிக்கு சிரிப்பு வந்தது. ‘அப்பாடா’ வென்று ரோட்டாவையும் ரனத்தையும் கழுவி வைத்துவிட்டு, தம்பியை தூக்கிக்கொண்டு தெருவுக்கு வந்தாள் வேம்பு.

வெயில் உக்கிரமாய் கொளுத்தி கொண்டிருந்தது. பூவரசு நிழலில் போய் நின்றாள். காற்றில் கழன்று விழும் பழுப்பிலைகளைப் பார்த்து கைதட்டி சிரித்தான் தம்பி. தாவிப்பார்த்தாள் கீழ்கிளை எட்டாமல் மேலே வளைந்திருந்தது. எக்கி எக்கிப் பார்த்து முடியாதென்று தெரிந்தவுடன், பயலை கீழே நிற்க வைத்துவிட்டு, மரத்தின் சொரசொரப்பான பகுதியில் காலை அழுத்தி ஊன்றிக்கொண்டு, தாவி உருண்டையாய் பிதுங்கியிருந்த

முண்டை வலதுகையால் இறுக்கமாய் பற்றிக்கொண்டு இடதுகாலை தூக்கி போரை விழுந்துள்ள குழியில் பதித்து தாவி எட்டிய சிறிய கிளையொன்றை பற்றி இடதுகையால் வலுவான பெரிய கிளையை பிடித்துகொண்டு பூவரசம் பூக்களில் நான்கினை பறித்து கீழே போட்டாள். ஏறியதைப் போலவே சரசரவென்று கீழே இறங்கினாள் வேம்பு. மலர்களை எடுத்து மடியில் போட்டுக்கொண்டு தம்பியை அழைத்தபடியே திண்ணைக்கு வந்தமர்ந்தாள். பூவின் ஒவ்வொரு இதழ்களையும் பிய்த்தெறிந்து விட்டு, அடிக்கிண்ணத்தை எடுத்து பின்பகுதியை கடித்துவிட்டு வளையம் உடைந்துவிடாமல் மோதிரம் செய்வதில் கவனமாய் இருந்தாள். ஐந்து நிமிட இடைவெளியில் அவளிடம் இரண்டு புத்தம் புதிய பூ மோதிரம் தயாராகி விட்டது. தம்பியின் பிஞ்சு விரலில் ஒன்றை மாட்டிவிட்டு விட்டு தானொரு மோதிரத்தை போட்டுக் கொண்டாள். அக்காவிடம் விரலை நீட்டிக்காட்டி கும்மாளம் போட்டான் அய்யாசாமி.

கீழே கிடந்த பூவரசங்கொத்தில் ஒரு இலையைப் பறித்து வாகாய்ச்சுருட்டி நுனியை விரலால் அழுத்த டப்பென்ற ஒலியோடு, ஒன்றோடு ஒன்றாய் ஒட்டிக்கொள்ள வாயில்வைத்து மூச்சைத் தம்கட்டி ஊதினாள். குரலின் வழியே வெளியேறிய காற்று துளை வழியே நுழைந்து, ‘பீப்பீயென’ பிசிறில்லாமல் ஒலித்தது. தம்பிப்பயல் கைதட்டி ஆரவாரம் செய்தான். அக்காவிடமிருந்து பீப்பியை பிடுங்க தாவினான். கொடுக்காவிட்டால் எங்கோ அழுது விடுவானோ என்று பயந்தவளாய் பீப்பியை தம்பியிடம் கொடுத்துவிட்டு, திண்ணையோரத்தில் கிடந்த பாயை எடுத்து வேப்பமர நிழலில் போட்டு தம்பியை குந்த வைத்தாள். வீட்டிற்குள் சென்று தானியக் கூடையை கக்கத்தில் வைத்துக் கொண்டு வாசலுக்கு வந்தாள். ஏற்கெனவே கூட்டி வைத்திருந்ததால் தரை சுத்தமாயிருந்தது. கம்பை ஒரேயிடத்தில் குவியலாய்க் கொட்டி காலால் திரவி காயவைத்தாள். நாட்டுக்கம்பு இது. அம்மா கம்பறுக்க ஒருவாரமாய் போனதிற்காக கிடைத்த கூலி. கம்பை காயவைத்து அள்ளி வைக்க சொல்லிவிட்டு போயிருக்கிறது அது சொன்னதை செய்யாவிட்டால் அவ்வளவுதான், பச்சப்பிள்ளை என்றுகூட பார்க்காமல் மானாங்காணியாய் ஓழ்பாட்டு வைத்து தீர்த்துக் கட்டிவிடும். சுருள் பிரிந்த நிலையில் பீப்பீ மண்ணில் கிடந்தது. எச்சில் வாயிலிருந்து கழனியால் வடிய குந்திய நிலையிலேயே தம்பி சாமியாடிக் கொண்டிருந்தான். தெற்காலத் திண்ணையில் பாயை சுருட்டிப்போட்டு விட்டு, வடக்காலத் திண்ணையில் சுருட்டி எரவாணத்தில் சொறுவி வைக்கப்பட்டிருந்த துணி ஏணையை கீழே இறக்கி தம்பியை படுக்கவைத்தாள் வேம்பு. தூக்கம் கலைந்து தம்பிப்பயல் மீண்டும் அழத்தொடங்கினான். ஏணையை சீராக ஆட்டிக்கொண்டே தம்பிக்காக தாலாட்டுப் பாட்டொன்றை பாடத்தொடங்கினாள் வேம்பு.

“லே...லேலே...

ஆயியும் அப்பனும்
கத்தரிக் கொல்லைக்கு
களவெட்ட பொயிட்டாங்க
தூங்கு தக்காளி தூங்கு — நீ
தூங்கு தக்காளி தூங்கு
காக்கா வந்து
கண்ணுல கொத்தும்
தூங்கு தக்காளி தூங்கு — நீ

தூங்கு தக்காளி தூங்கு...”

தாலாட்டைக் கேட்கத்தொடங்கிய செத்தைக்கெல்லாம் தம்பிப்பயல் தூங்கிப்போயிருந்தான். ஏணையை ஆட்டிவிட்டு காயவைத்திருந்த கம்பை பார்க்க வெளியே வந்தாள். ஏணை மேலும் கீழுமாய் சீராக ஆடிக்கொண்டிருந்தது.

ஆடோட்டிக் கொண்டு போயிருந்த தங்கவேலு இப்பொழுது தான் வீடு வந்து ஒவ்வொரு ஆட்டையும் தனித்தனியாய் மொளக்குச்சியில் கட்டிவிட்டு வந்தான். தம்பியை இடுப்பில் வைத்துகொண்டு மேயும் கோழிகளை வேடிக்கைக் காட்டிக் கொண்டிருந்தாள் வேம்பு.

“வேம்பு அம்மா இன்னும் வல்ல?”

“வல்லண்ணே”

“தம்பிக்கு கூழு குடுத்தியா?”

“காத்தால கொடுத்தேண்ணே, இப்ப செத்தநாழிக்கு மின்னெயும் கரைச்சி கொடுத்தேன், குடிச்சிபுட்டாண்ணே.”

மீதமிருந்த வெளிச்சமும் கரையத்தொடங்கி இருள் வேகமாய் படிந்துகொண்டிருந்தது. வேலை கலைந்து வந்துள்ள சனங்களால் தெரு விழித்துகொண்டது. “பாப்பா அம்மா வருது நான் சர்க்காரு கேணிக்கு போறேன்னு சொல்லு.”

“சரிண்ணே.”

கொடியில் கிடந்த துண்டையெடுத்து கொண்டு வாசலுக்கு வந்தவன் திண்ணையோரத்தில் சாய்த்து வைக்கப்பட்டிருந்த வாளிக்கயிற்றை, எடுத்து இடதுகையால் பிடித்தபடி ஒழுங்கையில் இறங்கி நடக்கத்தொடங்கியவனை அம்மாவின் குரல் தடுத்து நிறுத்தியது.

“தங்கவேலு நில்லுடா”

“என்னம்மா?”

“குளிக்கத்தானே போறே அப்புடியே தவலைப்பானையையும் எடுத்துகிட்டு போனா என்ன? ராசாவாட்டம்ல கைய வீசிகிட்டு போற.”

“இப்பதான் ஆடு மேச்சிபுட்டு வாறேன், அதுங்காட்டியும் தண்ணியவேற தூக்கணுமா?

“நாங்கமட்டும் என்னடா படுத்துகெடந்துகிட்டா ஒன்னிய வேலவுடுரோம், காத்தால நீராகாரத்த குடிச்சிபுட்டு போனவதான் இப்பதான் வேல கலஞ்சி வாரேன். வயசு புள்ளெ நீயி ஓடுற பாம்ப மிதிக்கிற வயசு ஒரு நட தண்ணி கொண்டுகிட்டு வந்தாக்க கறிவொண்ணும் கொறைஞ்சிடாது எடுத்துகிட்டு போடா.”

முணுகியவாரே வாளிக்கயிற்றை கீழே வைத்துவிட்டு உள்ளே நுழைந்து தவலைப்பானையை எடுத்துக்கொண்டு வந்தான்.

“தங்கவேலு சட்டு சடுக்கிண்ணு போனோமா வந்தோமாண்ணு இருக்கணும் மேலத்தெரு செறுக்கிங்க எவகிட்டயாவுது பல்ல காட்டிட்டு நிக்காத, சீக்கிரமா வூட்டுக்கு வர்ற வழியப்பாரு... இன்னைக்கு ராத்திரி நெல்லுச்சோறும் புளிச்சக்கீரையும் கடைஞ்சி தாரேன்.”

நெல்லுச்சோறும் புளிச்சக்கீரையும் என்றால் தங்கவேலு ஆங்கமாய் இரண்டுவாய் சோறுதின்பான் என்பதால்தான் சலிப்புடனும் எரிச்சலோடும் போகும் மகனை சாந்தப்படுத்தும் விதமாய் மகனிடம் சொன்னாள் கமசலை. தெரு ஒழுங்கையைத் தாண்டி போயிருப்பான் பின்னாலேயே செப்புக்குடத்தை எடுத்துகொண்டு வேம்பன் மாமன் (புழுத்தன்) மகள் மருதாயி வந்து கொண்டிருந்தாள். ‘இவ எப்ப வந்திருப்பா?’ யோசித்தவாரே போய்க்கொண்டிருந்தான்.

“என்னா தங்கவேலு கண்டும் காணாமதாரி போற? சவுரியமா இருக்கியா?” மருதாயிதான் பேச்சுகுடுத்தாள்.

“இருக்கேன். அது இருக்கட்டும் ஊருலேருந்து நீ எப்ப வந்த?”

“உருமத்துல தான் ரெண்டு மணி சேங்கண்டம் போவுற பஸ்சுல வந்தேன், என்னா வெயிலு மணவிதியிலேருந்து வர்றதுக்குள்ள ‘கெண்டப்போட்டு’ பெறட்டிப்புடுச்சி, களையா இருக்கேன்னு செத்த படுப்புமேன்னு உழுந்தேன். ‘தே’ எங்காயி காட்டுக்கு பொயிட்டு வர்ற வரைக்கும் தூங்கிகிட்டு இருந்துருக்கேன். தூக்கசோட போவுட்டுமேன்னுதான் த்தா

தண்ணிக்கொடத்த எடுத்துகிட்டு வந்துட்டேன்."

"என்னா மருதாயி எப்ப வந்தேண்ணுதானே கேட்டேன் அதுக்கு என்ன ஓம்புராணத்தையே அவுத்து உடுருதா?"

"அப்படியே வாயில வந்துடுச்சு சரியீ இப்ப எத்தினாவுது படிக்கிற?"

"பத்தாவது பப்ளிக் பரிச்ச...சே! ஓனக்கு புரியாதில்ல பத்தாவது முழாண்டு பரிச்ச எழுதியிருக்கேன்."

"தங்கவேலு நான் மறந்துடபோறேன்... ஓங்கெத்தெரு இடும்பன் மாமாவ பாத்தீன்னா மிரேடி ரெண்டும் வாருபோட்டு எப்பாரு தச்சிவெச்சிட்டாரு காத்தால வந்து எடுத்துக்க சொல்லு... செத்த மிந்திதான் எங்காயி சொல்லிகிட்டு இருந்துச்சி."

"அது சரி மருதாயி, அதுயென்னா பேச்சு பேசுற ஓங்கத்தெரு — எங்கத்தெருண்ணு — கிட்டு."

"என்னயிருந்தாலும் நீங்க மேலமேலதான், நாங்க கீழ கீழதானே! இன்னெக்கும் ஓங்காளுங்க தெருவுக்குள்ளார வையிரதுன்னா எங்க சாதியத்தான சந்திக்கு இழுக்குறாங்க."

"இங்கு மட்டும் என்னவாம் குடியானவனும் எங்களை இழுத்துவையிரானுங்க நாமள எல்லாம் அவனுங்க கீழயில்ல வெச்சிருக்கானுங்க... அப்படித்தானே வம்மாள ஓழிங்க சாதியபிரிச்சி வெச்சிருக்கானுங்க, அதுக்காக... நாம சாதி வித்தியாசம் பாத்துக்கிலாமா? நாம என்ன அப்புடியா பழகினோம். இப்ப ஒன்னையே எடுத்துக்க, இடும்பன் பெரியப்பாவ எங்க அப்பாவ எல்லாம் மாமாண்ணுதானே கூப்புடுரே, ஓங்கெ அய்யாவ நானும் மாமான்னு மொறவெச்சிதானே கூப்புடுறேன், அப்புறம் எப்படி நீயி எங்கத்தெரு ஓங்கத்தெருண்ணு பிரிச்சி வெச்சி பேசலாம்? இனிமேலுபட்டு எம்முன்னால சொல்லு வெச்சிக்கிறேன். அந்தகாலத்து கெழக்கூதி மொவனுங்கதான் இன்னும் பிரிச்சி பிரிச்சி பேசிகிட்டு இருக்கானுங்க. நம்ப தலமொறயில அப்புடிலாம் இருக்காது பாறேன்."

தங்கவேலு பேச பேச சந்தோஷமாய் கேட்டுக்கொண்டே வந்தாள் மருதாயி.

"நீ மின்னெ என்ன சொன்ன, நாங்க மேல — நீங்க கீழன்னுதானே!"

"ஆமா! தங்கவேலு, ஊரு ஒலகத்துல வழங்கிறததானே நானும் சொன்னேன். ஒனக்காக வேண்டி இனிமேலுபட்டு அப்படி சொல்லலடா எம்மாமன் மவனே போதுமா?"

"சாதி வேத்துமைக்கு தாண்டி அப்புடி சொல்ல வேண்டாம்னேன், மத்தபடி பாத்தா நீ கீழ — நான் மேலதானே!"

"படிக்கிற பயலாடா நீ ஒனக்கு ஏண்டா புத்தி 'அங்கெ' போவுது?"

"நீ ஏண்டி படிப்புக்கும் இதுக்கும் முணிச்சி போடுற... கம்மங் கொல்லையில 'திருவு' வாங்கினதை எல்லாம் மறந்துபோனியா?"

"சீச்சி கண்ணாலத்துக்கு முன்ன நடந்தத எல்லாம் இப்ப ஏண்டா நெனப்பு மூட்டுற."

இரண்டொரு சனங்கள் தண்ணி தூக்கிக்கொண்டு வருவது தெரிந்ததும் பேச்சை மாற்றிக்கொண்டனர். இயல்பாக பேசிக்கொண்டு போவதைப் போன்ற பாவனையை பெற்றிருந்தது அவர்களின் முகபாவமும் உரையாடலும்.

சர்க்காரு கேணியில் தண்ணீர் மொண்டு கொண்டிருந்த ரெண்டொரு சனங்களும் போய்விட, மௌனமாகவே வீற்றிருக்கும் பூதத்தைப் போல சப்தம் ஏதுமின்றி இவர்களையே பார்த்துக் கொண்டிருந்தது கேணி.

"தங்கவேலு வாளிகயித்தகுடு யேஞ்செப்புக் கொடத்துக்கு மூணுவாளி போதும், எரைச்சிகிட்டு கிளம்புறேன்."

"இருடி ஏன் யக்காமவளே! இருட்டுல என்னிய ஒண்டியா உட்டுட்டு போவுலாம்னு பாக்குறியா..."

"ஆமா நீ இப்பதான் பாலு குடிக்கிற பாப்பா மினிகினி அடிச்சிட போவுது ஒண்டியா உட்டுபுட்டு போறானேம்ல ஒண்டியா..."

பேச்சுக் கொடுத்துகொண்டே குளித்துமுடித்தான். வாளிக்கயிற்றை மருதாயிடம் கொடுத்து விட்டு தலையை

பாப்லோ அறிவுக்குயில் | 229

துவட்டிக் கொண்டிருந்தான். இவன் வேட்டிகட்டி முடிப்பதற்குள் அவளின் செப்புக்குடத்திற்கும் இவனின் பித்தளை தவலைப்பானைக்குமாய் நீர் இரைத்து நிரப்பி வைத்திருந்தான்.

“இன்னும் ஒருவாளி மொள்ளு மருதாயி துண்ட அலசணும்.”

“நீ வேற தங்கவேலு இருட்டிவேற பூடுச்சி எங்காயி தேடிக்கிட்டு வந்தாலும் வந்துடும்டா...”

“அய்யே... ஆயா செத்த நில்லு மருதாயி சேந்தே போவுலாம்.”

அவள் தண்ணீர் இரைத்து ஊற்ற... ஊற்ற துண்டை நன்றாக அலசி கசக்கி பிழிந்து ஒரு உதரு உதறிவிட்டு சும்மாடு கோலி தலையில் வைத்துக்கொண்டு “ஒரு கைப்போடு மருதாயி” என்றான். “என்னடாப் பயலே கெடாப்பய கணக்கா இருக்குற ஒண்டியா தூக்கி தலையில வெப்பியா என்னெ தூக்கி உடுங்குறே” சொல்லிக்கொண்டே, குனிந்து தவலைப் பானையை தூக்கிவிட வந்தவளை, பட்டென்று ஒரு கையால் இறுகப்பற்றினான்.

“ஏ சாண்டக்குடிக்கி மார வலிக்குது கைய எடுடா யாராச்சும் வந்துட போறாங்க...” கோபமாய் அவள் பேசுவது போலிருந்தாலும் குரலில் ஒருகுழைவு இருந்தது. யாரோ இருவர் பேசிக்கொண்டு வருவது போல் தெரியவே, படக்கென்று கையை எடுத்துக்கொண்டு ஒரே மூச்சில் தவலைப் பானையை தூக்கிக்கொண்டான். இடுப்பில் செப்புக்குடத்தோடு நின்ற மருதாயி வாளிக்கயிறை அவன் கையில் கொடுக்கும் சாக்கில் வலிக்கும்படி கிள்ளிவிட்டு முன்னால் போய்க் கொண்டிருந்தாள். மின்கம்பியில் கையை வைத்தவனைப் போல உடலெங்கும் ஒரு அதிர்வு பரவ... இதயம் வேகமாய் துடித்து கொண்டிருந்தது. எதுவும் நடக்காததுபோல் பின்னால் தொடர்ந்தான் தங்கவேலு. இவனுக்கு முன்னும் பின்னுமாய் மின்மினி பூச்சிகள் கூட்டமாய் ஒளிப்புள்ளிகளைப் போல பறந்துகொண்டிருந்தன.

15

இரயில் பூண்டு செடிகளில் மினுங்கும் பச்சை நிற காய்களை பார்த்துக் கொண்டிருக்கும் போதே ஒவ்வொரு காய்களும் சொல்லிவைத்தது போலவே, எழுந்து பறப்பதைக் கண்டு அதிசயத்து பின்பு உற்றுக்கவனித்த போதுதான்... அடடா! நம்ப கண்களையே நம்ப முடியிலியே இதுவரைக்கும் செடியில் குந்தியிருந்ததெல்லாம், வண்டுகளா! ஆச்சரியத்தால் மலைத்து நின்றான். பளபளக்கும் பச்சை றெக்கைகளை அருகினில் சென்றுபார்த்தால் மட்டுமே தெரிந்துகொள்ள முடியும் போலிருந்தது. கண்களையே ஏமாற்றி விடுகிறது ஒத்த வடிவமும் அதன் நிறப்பொறுத்தமும்.

நந்தாங்குட்டை வழியாக போகும் செம்மண் — சரளைப் பாதையில் ஆடுகளோடு பசுங்கிடேரி ஒன்றும், மேய்ச்சலுக்காக போய்க்கொண்டிருந்தன. நான்குமுழ வேட்டியும் முண்டா பனியனுமாய் பெருமாளும், கைலியும் அரக்குநிற மேல்சட்டை யோடு பாண்டியனும் ஆடோட்டிக்கொண்டு போனார்கள். பெருமாளின் கொரா ஆடு திருகுக்கள்ளி வேலியில் தாவுகால் போட்டு கோவைத் தழைகளை பருபருவென மேய்ந்து விட்டு முன்னால் ஓடியது.

‘சுருவாடு’ (சுடும்காடு) என்கின்ற மயானம் முழுவதும் தும்பைச் செடிகளும் இரயில்பூண்டு செடிகளுமாய் போட்டிபோட்டுக் கொண்டு வளர்ந்திருந்தன. இடுகாட்டில் புதியமேடுகள் எதுவும் தென்படவில்லை. பெரும்பாலும் எல்லாமே எப்போதோ அடக்கம் செய்யப்பட்டவர்களின் புதைமேடுகள் தான். அண்மையிலென்றால் போன வருஷ

கடைசியில புதைக்கப்பட்ட ரவியோட அப்பாயி பூவரும்பு மோடைதான். அதற்கு சாட்சியாக நிறமிழந்து கிடக்கின்ற காகிதப்பூக்களும் மூங்கில் பாடையையும் சொல்லலாம். தலைப்பகுதியில் (வைக்கப்பட்ட) போடப்பட்ட மாலை மக்கிப் போன நிலையிலும் உருக்குலையாமலிருந்தது. மோடையைச் சுற்றிலும் கொத்து கொத்தாய் வளர்ந்திருந்த துலுக்கமல்லி பூச்செடிகளெல்லாம் கோடைவெயிலை தாங்க முடியாமல் வதங்கிக்கிடந்தன. இடையிடையே ஊடு பயிர்களைப் போல சூரைப்புதர்களும், நாயுருவிகளும் சப்பாத்தி கள்ளிகளுமாய் மண்டிக்கிடந்தன. நடுவில் நிற்கின்ற ஒற்றை உசிலைமரம் முழுவதிலும் முடிக்கற்றையோடு ஆணிகளால் அடிக்கப்பட்டு, கழுப்புக் கழிக்கப்பட்ட பேய்களை தன்னுள் பிடித்து வைத்துக்கொண்டு, பயமுறுத்தும் படியாய் கிளைகளை காற்றில் அசைத்தபடி நின்றன. பகலில் இம்மரத்தை சாதாரணமாய் பார்த்துக்கொண்டு போகிறவர்கள் கூட இரவுப்பொழுதில் நினைத்தாலே நடுக்கமடைவார்கள். சுடுகாடெங்கும் தெரு நாய்களால் கடித்துக்குதறி தின்றது போக எஞ்சிய மாட்டெழும்புகள் இங்குமங்குமாய் வெயில்காய்ந்தபடி கிடக்கும்.

பெருமாளின் ரெண்டு கொராவும் கெடாவும் முன்னால் போய்க்கொண்டிருக்க, பாண்டியனின் கொராவும் பசுங்கி டேரியும் அதனூடே கலந்து போய்கொண்டிருந்தன. பெருமாள் பய கட்டியிருந்த முண்டாசு ‘பொதவளக்கட்டியைப்’ போல் துருத்தியபடி இருந்தது. கிழக்கு திசையில் பிரிந்து செல்லும் வாரியில் இறங்கும் வரை பேசாமல் வந்தான். இது தெருசனங்களின் ‘திறந்தவெளி கழிவுக்காடு’ என்பதால், பீ நாற்றப்பாதையை கடக்கும் வரை துண்டிலுள்ள முணிச்சை அவிழ்காமலிருந்தான்.

ஆடு மேய்க்கும்போது ஊறலெடுக்கும் பல்லுக்கு உதவுமே என்று அவனம்மா சம்பூர்ணத்திடம் மல்லுக்கட்டி, புட்டியில் கொட்டி வைத்திருந்த புளியங்கொட்டையில் அரைப்படியெடுத்து வறுவோட்டில் இவனே கொட்டி வறுத்தெடுத்து, கல்லுரலில் வரகு வைக்கோலையும் சேர்த்துபோட்டு பெரிய பூணுள்ள உலக்கையால் நன்றாக குத்தியெடுத்து முறத்தில் அள்ளிப்போட்டுக் கொண்டுபோய் அம்மாவிடம் கொடுத்தான், பெருமாள். நன்றாக புடைத்து தொலும்பை நீக்கவிட்டு மகனிடம் கொடுத்தாள் சம்பூர்ணம். இடிக்கப்பட்ட புளியங்கொட்டையை சருவசட்டியில்

கொட்டி கொஞ்சமாய் மஞ்சள்தூளையும் உப்புக்கல்லையும் போட்டு தண்ணீர் ஊற்றிவைக்க இரவெல்லாம் நன்றாக ஊறிப்போயிருந்ததை, நீரையெல்லாம் வடிகட்டிவிட்டு எடுத்துவைத்த தீனியாச்சே! ஆடு மேய்த்து கொண்டு வீடுவந்து சேரும் வரைக்கும் — தீயாய் எழும் பசியையும் தாகத்தையும் தீர்த்துவைக்கும் பண்டமல்லவா. அதான்... பதனமாக வைத்திருக்கிறான்.

"லேய் பெருமாளு நம்ப ஓட்டக்கிண்ணி பயலும் பானையனும் ஒருவாரத்துக்கு ஆடு மேக்க வரமாட்டானுவ தெரியுமாடா?"

"ஆமா... ஆமாம் நேத்து ராத்திரியே முருகேசன் எங்கிட்ட சொல்லிபுட்டான், மேலக்கிலாம் படிக்க வெக்க முடியாதிண்ணு அவனய்யா சொல்லிட்டாராம், இவன்தான் மேலபடிக்கிறதுக்கு நானே சம்பாரிச்சிக்கிறேன்னு வூட்ல சொல்லிபுட்டு, நம்ப இடும்பன் மாமாக்கூட கேணிவெட்ட போப்போறேன்னு சொன்னான்டா."

வாரியில் போய்க் கொண்டிருந்தன; ஆடுகளெல்லாம். வாரியின் இருபுறத்திலும் குடித்தெருக்காரர்களின் பிஞ்சைக்காடுகளே மணக்கொல்லையாய் பறந்து கிடக்கின்றன. இருபுறமுள்ள கொல்லைகளுக்கு அரணாக ஆள் உயரத்திற்கு மேடும் அதன்மேல் திருகுக்கள்ளியும் நெருக்கமாய் வளர்ந்திருந்தது. மழைக்காலங்களில் நிலங்களின் வடிகாலாகி, திடீர் ஓடையாய் அவதாரமெடுக்கும் வாரி. வாரியிலிருந்து விலகி 'ஆட்டுக்காரன்கொட்டா' சண்முகம் படையாச்சி கொல்லையை நோக்கி போன தன்னுடைய பசுமாட்டையும் ஆடுகளையும் ஓடிப்போய் வளைத்துக்கொண்டு வந்தான் பாண்டியன். அது வெறுங்கொல்லைதான், என்றாலும், அந்தய்யாவோ அந்தய்யா வீட்டு சனங்களோ பார்த்துவிட்டால் அவ்வளவுதான், படிக்கிற பையன்கள் என்றுகூட பார்க்காமல், நாறப்பாட்டு வைத்துக்கொடுப்பாங்க, பொம்பள பிள்ளையாக இருந்துவிட்டாலே கேக்கவே வேண்டாம், அப்பெண்பிள்ளைகள் அழுதழுது கண் சிவந்துவிடும் அளவிற்கு நாக்கூசும் வசவுகளால் குதறிவிடுவான். வேலிகளில் படர்ந்து கிடக்கின்ற உத்தாமணி, முசுட்டை கோவை கொடிகளை எல்லாம் தழைகளோடு சேர்த்தே கையில் வைத்திருந்த 'அலவாங்கால்' அறுத்து போட்டான் பெருமாள். வேலியிலிருந்து பழித்துக்காட்டிய ஓணானை பார்த்ததும்,

கைபரபரக்க கீழே கிடந்த மண்கட்டியை குனிந்தெடுத்து விட்டெறிந்தான் பாண்டியன். குறி பிசகி கள்ளியில்பட்டு நாலாப்பக்கமும் மண்தூள்களாக சிதறியது.

இருவரின் குரலுக்கு இடையிலே நுழைந்தது ஒரு பெண்ணின் குரல்.

"அடப்புல கல்லெறிஞ்சது யார்றா அது?"

"அது அந்தய்யா மவ குமாரிடா... நம்மவூரு பள்ளிக்கூடத்துலதான் எட்டாம்பு படிக்கிறா... அவ திமிர பாத்தியா?"

"சரி பேசாம இரு, அப்புறம் வாயக்குடுத்து வம்புல மாட்டிக்கணும்." காதில் விழுந்தும், பேசாமல் இருந்தார்கள். அதற்குள் அந்த பெண்ணே மேட்டிலிருந்து கள்ளியின் இடுக்கின் வழியே பார்த்துவிட்டு, மீண்டும் சத்தமாய் கத்தி பேசினாள்.

"ஆடு மேய்க்க போற பயலுங்க ஒழுங்கு மரியாதையா போவமாட்டீங்க.. யாருண்ணு கேட்டதுக்கு சத்தத்தையே காணுமே வாயதொறந்து சொன்னா என்ன? எல்லாம் டவுனுல படிக்கிற அதப்பு..."

"பாத்து பேசு குமாரி நாங்கவொண்ணும் ஒங்க அடப்ப கடிச்சி தின்னுடுல." பெருமாள்தான் நின்று பதில் சொன்னான்.

"பின்ன ஏண்டாயெங்க அடப்புல கல்லெடுத்து வீசுன?"

"என்னா பொட்டெ ரொம்பதான் வாய் நீளுது வயசு வித்தியாசமில்லாம" எழுந்த கோபத்தை பாண்டியன் அடக்கிக் கொண்டே போனான். திரும்பவும் பெருமாள்தான் நின்று பேசினான். இவன் 'பொட்டே' என்றதும் அவளின் கோபத்தை மேலும் கிளறியது.

"அய்யய்யே பாளையத்து ஜமீனூட்டு புள்ளைவோங்குற நெனப்பு மருவாதக் கொறவா பேசிபுட்டேன்... ஒழுங்கு மரியாதையா ஆடு மேய்க்கிற வேலைய பாருங்கடா... பொட்டை யாமில்ல — பொட்டெ..."

"வாயக்குடுக்காம வாடான்னா கேக்குறியா? இப்ப அவ பேசுறத பாத்தியா அவளப்பத்திதான் ஊருக்கே தெரியுமே

அப்புறமேலும் யேன் வார்த்தைய உடுற?" பெருமாளை அமத்தும் விதமாய் பாண்டியன்தான் பேசினான். பயல்கள் இருவரும் பேசிக்கொண்டதை எப்படித்தான் கேட்டாளோ தெரியவில்லை. அவள் நிற்கும் மேட்டைப்போலவே கோபத்தால் முகஞ்சிவந்து போகவே, பெருங்குரலெடுத்து வையத்தொடங்கினான்.

"குடியாவன்வூட்டு புள்ளே பேசிட்டு போவுதுண்ணு உடாம ஊரு சோத்த தின்னு வயிறு கழுவுர பறப்பயலுங்களுக்கெல்லாம் வாயப்பாரு... ஒரு மட்டுமரியாதை இல்லாம பேசுறானுங்க..."

கோபத்தை இதுக்கு மேலும் அடக்க முடியாதென்று வாரியில் கிழக்கப்பாத்து போய்க் கொண்டிருந்த பாண்டியன்தான் திரும்பி வந்து பதிலடி கொடுத்தான்.

"என்னாடியிப்ப பண்ணுனூரங்குற ஊ... ஒ... பு... டெ இப்ப எதுக்குடி சாதிய இழுத்து வெய்யிற? குடியானிச்சின்னா என்னடி மூணு மொலைவுளா இருக்கு? வழியில போறவனுவ 'இதப்புடிச்சி' ரண்டி கயித்தக்கட்டி இழுக்குற, படிக்கிற புள்ளை யாச்சே உடுகெடக்கிண்ணு உட்டுட்டுப் போனாக்க என்னுமோ கீழ மேல பேசுறீயே!"

"என்னயாடா டீ போட்டு பேசுனே... என்னியாடா டீ போட்டே... பு... கடிக்கி, இரு இரு எய்யாகிட்ட சொல்லி ஒன்னெ பஞ்சாயத்துல நிக்கவெக்கிறேன், மரத்துல கட்டிவெச்சி ஓந்தோல உறிக்க வெக்கில நான் குடியானிச்சி இல்ல... என்னுகிட்ட அப்புறம் பாருடா ஏன் பற சிறியக்கடிக்கி எனக்கு எத்தன மொல இருக்குண்ணு." ஆத்திரமும் அழுகையுமாய் குமாரி பேசத் தொடங்கியதும் 'இதுபோதும் அவளுக்கு' என்று வாயை மூடிக்கொண்டான் பாண்டியன்.

"உடு பாப்பா கெடக்கு... நீயும் பாத்து பேசாம வாத்தைய அள்ளி கெடாசிபுட்டெ அவுனும் கோவத்துல வாத்தைய உட்டுபுட்டான். படிக்கிற புள்ளைவோங்க நீங்கள்லாமா இப்புடி படிக்காத கூமுட்டக்கணக்கா பேசிக்கிறது? உடுசாமி... ஒனக்கு புண்ணியமா போவும். இந்த யேன் நக்கிவூட்டு புள்ளிவோதான் குடியானவூட்டு புள்ளண்ணு பாக்காம பேசிபுடிச்சீங்க மனசுல ஒண்ணும் வெச்சிக்காத உடு ஆயா... எலேய் என்னடா நிக்கிறீங்க? ஆடுமாடெல்லாம் போய் சேர்ந்திடுச்சி போங்கடா போங்க... போங்க யாரு எவுறு? நம்ப ஆண்ட மவதானே! ரெண்டு வாத்ததான்

சொன்னாயென்ன? யேங்கட்டிய கடிக்குவளா... நாமதான் பறக்குடியாச்சே பட்டுகிட்டுதான் போவுணும். அது வய்யிரதுக்கு பாத்தியமுள்ள புள்ளே வஞ்சாதான் என்ன? ஓங்க கிரீடம் மண்ணுல உழுந்துடுமோ? போங்க... போங்க இனிமேப்பட்டு எங்காண்டவூட்டு பேரப்புள்ள வாத்தைய எடுக்கக்கூடாது ஆமாம், இந்தெ எல்லையில கொல்லையில அடிவெக்கப்படாது ஆமாஞ் சொல்லிபுட்டேன். போசாமி. நீ போ... அந்த யேன் நஞ்சத்தின்னூட்டு மக்கள கண்டிச்சி வெக்கிறேன் நீ போ சாமி... இத இத்தோடு உட்டுடுடு ஆயா சின்னாண்டகிட்ட சொல்லிபுடாதே அது கோவக்கார சாமி குத்து கொலண்ணு உழுந்து அந்தபாவம் ஒனக்கெதுக்கு? காலம்பூரா அவப்பேரா பூடும்..."

கிழவியின் ஆறுதலான வார்த்தைகள் அவளுள் கனன்று கொண்டிருந்த கோபத்தை மெல்ல மெல்ல குறைக்க முயன்றுகொண்டிருந்தன. நாலு பட்டக்கள்ளிகளை முறித்து தட்டுக்கூடையில் போட்டுக்கொண்டு, வந்த முத்துக்கண்ணு பயலின் அப்பாயியை பையன்கள் சரியாக கவனிக்கவில்லை. வடக்கு மோட்டு கொல்லையிலிருந்து இறங்கி வந்த முளவிக்கிழவிதான் அணைத்தார் போல் வார்த்தையை விட்டு, குமுறிக்கொண்டிருந்த சண்முகம் படையாச்சியின் மகள் குமாரியை அமத்தி சமாதானம்படுத்திய கையோடு, கூடையை இடுப்பில் இடுக்கிக்கொண்டு தெருவைப்பாக்க நடையைக் கட்டினாள் முளவிக்கிழவி.

"அந்த அம்மய்யி குறுக்கால வந்ததால உட்டுபுட்டேன்... இல்லேண்ணா..."

"அந்த பேச்ச உட்டுபுட்டு வேறபேச்ச பேசுடா..." என்றான் பெருமாள்.

இருவரும் வாரியைக் கடந்து போயிருந்தனர். உள்ளுக்குள் அலைமோதிக்கொண்டே இருந்தது கோபம். இயல்பு நிலைக்கு பாண்டியன் இன்னும் வரவில்லை என்பதை இறுக்கமாயிருந்த அவன் முகமே காட்டிக்கொடுத்தது. சுற்றிலும் ஒருமுறை பார்த்துவிட்டு சன்னமான குரலில் பெருமாள்தான் பேசினான். "இம்மாந்திமிறா பறையன் பறையங்குறாளே குமாரி அவக்கத தெரியுமாடா ஒனக்கு?" குறும்பு இழையோட சொன்னான்.

"இந்த வேவாதவெய்யிலுல அந்தயேம்மயிரா பேச்ச

ஏண்டா எடுக்குற?" முகங்கோணலாக எரிச்சலாய் பேசினான் பாண்டியன். ஆர்வமாய் கேட்டானென்றால் அப்படியாவது கோபம் அடங்கிப்போய் சகஜமான நிலைக்கு வருவானென்றுதான் இந்த விஷயத்தையே சொல்லத்தொடங்கினான். இவன் என்னடான்னா இன்னும் அந்த சண்ட நெனப்புலேயே இருக்கானே, பேசாமல் வந்தான் பெருமாள். ஆலமர நிழலில் அடைந்துகொண்டது பசுங்கிடேரி. ஆடுகளெல்லாம் 'வடைகடையான் பாழு' வயக்காடுவளுக்கு போகும் பாதையின் தென்புறமுள்ள தரிசில் மேய்ந்துகொண்டிருந்தன.

வெண்மானூருக்கு அண்டை கிராமம் வடகடல். இவ்விரண்டு ஊர்களுக்கும் நடுவே 'சுத்தமல்லி' ஊருக்கு போகும் பாதையின் அருகேயுள்ள நிலமெல்லாம் ஒரு காலத்தில் விவசாயம் செய்யவே லாயக்கற்றதாய் களராய்... பாழாகிப்போயிருந்ததால், நான்கு மையில் சுற்றளவுள்ள இந்நிலப்பகுதியினை இரண்டு ஊர் சனங்களும் 'வடைகடையான் பாழு' என்றே அழைக்கிறார்கள். கடந்த இரண்டு வருடங்களாகத்தான் இந்த பகுதியில் முப்போகமும் விவசாயம் நடந்துவருகிறது இதற்கெல்லாம் முழு முதற்காரணம் ஊர் நடுத்தெருவை சேர்ந்த கோவிந்த படையாச்சிதான். அவர்தான் முதன்முதலாக துணிந்து அடிமாட்டு விலைக்கு சுத்தமல்லி உடையாரிடமிருந்து பக்துகாணி நிலத்தை வாங்கிப்போட்டவர். ஆறுமாத காலங்களாக நிலத்திலுள்ள மேடு பள்ளங்களை சமன்செய்து வண்டி வண்டியாய் சாணி எருவையெல்லாம் கொட்டி குப்பை கூளங்களை எல்லாம் எரித்து சாம்பலை மண்ணோடு மண்ணாய் கலந்து ஏர்பூட்டி உழுதுபோட்ட பிறகு, குளங்குட்டை ஏரிகளிலிருந்தெல்லாம் வாரியெடுக்கப்பட்ட 'வண்டல்மண்' இருபது வண்டிகளுக்கும் குறையாமல் களரில்கொண்டு வந்து கொட்டி திரும்பவும் உழுது.. இப்படியெல்லாம் சீர்திருத்தபட்ட நிலத்தில்தான் சாகுபடியையே தொடங்கினார். மருவருஷமே மோட்டரையும் போட்டுவிட்டார். தண்ணீர் கற்கண்டு சுவையோடு ஓடிவந்து மகசூலை ஒவ்வொரு வருஷமும் வாரிக்கொடுத்து கொண்டிருக்கிறது. கரும்பு பருத்தியென மாற்றி மாற்றி பயிர்வைத்து, இலாபத்தை அறுவடை செய்வதைக்கண்டு, ஊர் பெரிய மனிதர்களெல்லாம் நான் நீயென நிலம் வாங்கிப்போட்டு விவசாயத்தில் இறங்க.., ஊரிலேயே மிகவும் செழிப்பான பகுதியாக இருப்பதே 'வடைகடையான் பாழ்'

தான்.

அடிக்கின்ற ‘வெயில்’ தண்ணிவெடையையும் பசியையும் கிளப்பி விடவே, இனியும் காத்திருக்க முடியாதென்று, துண்டில் முனையிலிருந்த முணிச்சை அவிழ்த்து புளியங்கொட்டையில் ஒரு கை அள்ளி பாண்டியனுக்கு தின்னக்கொடுத்தான். துவர்ப்பும் புளிப்பும் உப்புமாய் பல்லில் வைத்து மெல்லும்போதே உமிழ்நீரை மிகுதியாய் சுரக்கவைத்து பல்லூறலை உணக்கையாக்கியது. கொரட்டில் அடக்கிவைத்திருந்து நாவால் சுழற்றியெடுத்து மெல்லும்போது — ஆகா! அமிழ்தம் தோற்றது இதனிடம்.

வாயிலிட்டு மெல்ல மெல்ல எஞ்சியிருந்த கோபத்தின் சின்ன துகள்களும் கரைந்து விழுங்கப்பட்டுவிட, தன் ருசியால் கிறங்கடித்தது புளியங்கொட்டை. தரிசிலிருந்து ஓடிவந்த முயல் இவர்களைக் கண்டதும் திரும்பிக்கொண்டு கிழக்குதிசையில் ஓடி திருகுக்கள்ளியின் அடம்பினுள் நுழைந்து மறைந்தது. “இப்ப மட்டும் நம்ப காடெ இருந்திருந்தான்னா கல்லாலியே அடிச்சி தூக்கியிருப்பான்.” தன்னுடைய இயலாமையை மறைக்கும் விதமாய் ரவியின் தீரத்தைப் பற்றி பேசி சமாதானம் அடைந்து கொண்டான் பெருமாள்.

“ஆடோட்டிகிட்டு வரும்போது சொன்னியே என்னுமோ குமாரிய பத்தி” மெல்ல பேச்சுக்கொடுத்து தெரிந்துகொள்ளும் ஆவலில் பெருமாளின் வாயைக் கிளறினான் பாண்டியன். “இப்ப என்னாத்துக்குடா அந்த பொட்டையோட பேச்ச எடுக்குற?” வேண்டுமென்றே பொய்க்கோபத்தோடு பேசினான் பெருமாள்.

“அப்ப கோவத்துல இருந்ததால சொன்னேண்டா.” “ஒனக்கு சொல்ல விரும்பமிருந்தா சொல்லு... இப்பதான் எனக்கே கேக்குணும் போல தோணுது...” இருவரும் பேசிக்கொண்டிருக்கும் போதே ‘வடகடையான்பாழை’ நோக்கி வேலை செய்யிற ஆட்களுக்கு சோறு கொண்டுகிட்டு போகும் நபர்கள் வரவே, அவர் களின் தலைமறையும் வரைக்கும் பேசாமல் இருந்தனர். துண்டில் மீதமிருந்த புளியங்கொட்டையில் ஒரு கையள்ளி பாண்டியனுக்கு கொடுத்துவிட்டு எஞ்சியவற்றை வாயில்போட்டு குதப்பியபடியே துண்டை உதறி முண்டாசாய் கட்டிக்கொண்டான் பெருமாள்.

அசைபோட்டது போதுமென்று எழுந்துபோய் மேயத்

தொடங்கிய பசுங்கிடேரியின் முதுகில், கருவாட்டுவாலி குருவிவொன்று ஓசி சவாரி செய்தபடியே நொறுக்குத்தீனியாய் அதன் மேனியில் குருதியுறுஞ்சி கொண்டிருந்த உண்ணிகளை பொறுக்கதொடங்கியது.

"எலேய் கறியடைச்சான் இப்பயாச்சும் சொல்லுடா." பெருமாளின் தாவாயை பிடித்தபடி செல்லமாய் கெஞ் சினான் பாண்டியன். "சொல்லுறேண்டா ஒடைப்படையா முட்டயக் கடிக்கி" பதிலுக்கு பெருமாளும் வாயடித்தான். அந்த "அதி முக்கியமான" விஷயத்தை கேட்க ஆர்வமாய் இருக்கிறானென்பதை புரிந்துகொண்டவன் சொல்ல தொடங்கினான்.

"நம்ப மதி மாமன்ல அதாண்டா ஓம்பங்காளி, ஒண்ணனைத் தான் சொல்லுறேன், அந்தய்யா வூட்டுக்கு அடப்பு அடைக்கிற வேலக்கி போயிருக்காரு போலருக்கு அதுலாம் எனக்குத்தெரியாது. நாம முழாண்டு பரிச்ச எழுதிகிட்டு இருந்தோமே அப்பதான்... அறிவியியல் பரிச்சைக்கு முன்னாடி ஒரு 'நா' லீவு உட்டாங்க பாரு அன்னைக்குதான், படிக்கலாம்னு பொஸ்த்தகத்த எடுத்துகிட்டு பூச்சிமவன் கெணத்த ஒட்டியுள்ள கொல்லைக்கு போய்க்கிட்டு இருந்தப்பதான் மதி மாமாவோட அம்மா அந்த பேச்சியாயி அத்த, எங்கடா போறேன்னு கேட்டதும் நான் சொன்னேனா... அப்புடீன்னா ஓம்மாமன் உள்ளூட்டு தொரவாய மறதியா எடுத்துகிட்டு பொயிட்டான் செத்தபோயி வாங்கிகிட்டு வாப்பான்னு சொன்னாங்க, எந்த வூட்டுல வேலசெய்யிதுண்ணு கேட்டதுக்கு, 'ஆட்டுக்காரன்கொட்டா' சண்முகம் படையாச்சி வூட்டுலன்னு சொன்னதும், நானும் சரின்னுட்டு ஓடினேன்." பேச்சை நிறுத்திவிட்டு ஆடுகள் மேய்கின்றவொ என்று தரிசைப்பார்த்தான் பெருமாள்.

"அதுலாம் மேயிது மேக்கொண்டு சொல்லுடா..." என்று நச்சரித்தான்.

"அய்யே... சிறிய அந்தமாதிரி கதன்னா ருசியா கேப்பியே"

"சொல்லுடா கீநுட்டு மசுரா பேசுறே."

"அப்ப மணி கால பத்துக்கும் மேலருக்கும் தெருவுல ஒரு ஈக்குஞ்ச காணுல. படவாசலாண்ட நின்னுகிட்டு 'மாமா மாமா' ன்னு கூப்புட்டு பாத்தேன். ஒரு சத்தத்தையும் காணும்

வூட்ல ஆளு இருக்குறமாரியும் தெரியில, கூப்புட்டு பாத்துட்டு விடுவிடுண்ணு உள்ளேபோனேன், முன்னாடியும் கதவு சாத்தி இருந்துச்சி, பிங்கட்டு பக்கமாவது இருப்பாங்களான்னு பாக்க போனேனா கதவு மட்டும் ஒருக்களிச்சி இருந்துச்சி என்னடா சத்தத்தையே காணுமேன்னுட்டு, தலைய நொழச்சி எட்டிப்பாத்தேன். ஒண்ணத்தான் நடுவூட்டு உள்ளார இந்த குமாரிக் குட்டியோட கொஞ்சி கொலாவிகிட்டு இருக்குது, சத்தங்காட்டாம வந்த வழியாவே திரும்பிட்டேன். அப்பேர்பட்ட யேஞ்..சு..மவ நம்பளப்பாத்து பறையன் பறையங்குரா" சட்டென்று ஆத்திரப்பட்டு வைதான் பெருமாள்.

சூரியன் சாயத்தொடங்கிவிட்டான். காலையில குடித்துவிட்டு வந்த களியுருண்டை எப்பொழுதோ கரைந்து செரித்தும்விட்டது. ஆடுகளும் வயிராற மேய்ந்துவிட்டதால் ஓட்டிக்கொண்டு போகலாமாவென்றுதான் கேட்டான் பெருமாள். கதைகேட்ட குஷியில் ஆடுகளை வளைத்து வளைத்து ஓட்டிக்கொண்டு வரஓடினான் பாண்டியன். 'ஆத்திரப்பட்டு வைத குமாரியா அப்படி?' நம்ப மறுத்தது அவனின் உள்மனது. 'இது இந்தப்பயலின் கட்டுக்கதையாக இருக்குமோ? பட்டப்பகல்ல போயி அதுவும் அந்தய்யா வூட்டுலேயே... மாட்டிக்கிட்டா என்னாவும்னு மதியண்ணனுக்கு தெரியாதா என்ன? இதுபோல ஒரு சங்கதியில தான் வடக்காலத்தெரு ஆறுமுகத்த கட்டிவெச்சி அடிச்சதோடு உசுரோடவே குழிவெட்டி புதைச்சிவிட்டாங்கண்ணு இன்னமும் தெருவுல சனங்க பேசிக்கிட்டு இருக்காங்களே... அப்புடி வூட்டு உள்ளார பெருமாளு பாத்தது குமாரியோட ஆயியா இருக்குமோ? இல்ல இந்தப்பயதான் புளுவுரானா? எது எப்படியோ திமிரான அவள் பேச்சும் அழகும் மனதை என்னவோ செய்துகொண்டிருந்தது.

அந்தி வெயில்பட்டு கொத்துக்கொத்தாய் பூத்துக் குலுங்கிக்கொண்டிருந்த மலர்களெல்லாம் மஞ்சள் நிறம் தகதகக்க கண்ணை பறித்து பார்க்கும் விழிகளையே சொக்கவைத்தது. இது சித்திரை மாதமென்பதை சொல்லாமல் சொல்லியது சரக்கொன்றை மரமும் அதன் மலர்க்கொழித்து நிற்கும் கம்பீரத் தோற்றமும்.

மாடுகளை எல்லாம் தண்ணிக்காட்டி கொட்டாயில் கட்டிவிட்டு வெளியே வந்தான் மாரி; வைக்கல் பிடுங்க

வேண்டுமென்று.

"மாரீ ஒன்னே அம்மா கூப்புடுது."

"மாடுவளுக்கு அஞ்சாரு வைக்க போட்டுட்டு வர்றேன்னு போயி சொல்லும்" கத்தரி வெய்யிலிலே மாடு மேய்த்துவிட்டு வந்த அசதிவேறு உடம்பில் பூட்டு பூட்டாய் வலித்தது. போதாதிற்கு பசிவேறு ஆளை உண்டு இல்லையென்று குடலை மெல்லத்தொடங்கி இருந்தது. 'இங்கெ என்ன சும்மாவா இருக்குறேன் வந்ததும் வரங்காட்டியும் ஒடியா ஒடியாங்குறாங்க... எல்லாம் நோனி வலிக்காம குந்திகிட்டு திங்கிற மதம், மனுஷனோட வலிநலி தெரியாத இவங்களெல்லாம் என்னா ஜென்மங்களோ...' அவன் மனதில் தேங்கிய துயரம், உடலின் வேதனை, மாரியை இப்படியெல்லாம் எரிச்சல் படவைத்தது.

மேற்கு கிழக்காக 'கோக்காலி' போட்டு அதன்மேல் குன்றைப் போல பெரிதாய் போட்டிருந்த நெல்லு வைக்கோல் போரில் இரண்டு கைகளையும் உள் நுழைத்து பிடுங்கி காலுக்கடியில் போட்டுக்கொண்டிருந்தான். முதலில் வீட்டிலிருந்தபடியே கூப்பிட்டவள் இப்பொழுது கிட்டவே நெருங்கி வந்துவிட்டாள். எட்டயிருந்த வரும்போதே அவளுக்கு முன்னே வந்து ஆளைத் தூக்கியடித்தது; பூசியிருந்த பவுடரின் வாசனை. குளிச்சி சிங்காரிச்சிகிட்டு அம்மாக்கண்ணு கிட்டவந்து நிக்கிறா என்னபப்பாரு என்னழகப் பாருன்னுகிட்டு. "எம்மான் நாழியா கூப்புடுறது, அங்கெ அம்மா ஒன்னெ வஞ்சிகிட்டுருக்கு." பேசிக்கொண்டே நெருங்கி வந்து நின்றவள் வியர்வை வழிந்து கொண்டிருந்த அவன் இடுப்பைப் பிடித்து கிள்ளினான். வைக்கபிடுங்குவதை நிறுத்திவிட்டு சுற்றும் முற்றும் ஒரு தரம் நோட்டமிட்டவன், அவளை அப்படியே போர்ப்பட்டி சொணையில் வைத்து அழுத்தியவன், இரண்டையும் வருடியபடியே உதட்டைக் கடித்தான். "அய்யோ அம்மா வருது." உதட்டின் அழுத்தலில் பாதியொலியோடு பேசியவளை அப்படியே விட்டுவிட்டு பட்டென்று கிழக்குதிசையை பார்த்தான். "நல்லா பயிந்துட்டியா?" சிணுங்கலாய் சொன்னவள், உடம்பிலும் தாவணியிலும் ஒட்டியிருந்த வைக்கோல் இழைகளையும் தூசியையும் தட்டிவிட்டு, சத்தமாய் பேசினாள்; இரண்டடி தள்ளி நின்றுகொண்டு. "சட்டு சடுக்கிண்ணு வைக்கல போட்டுவிட்டு வா மாரீ..." திரும்பிப் போனவளின் திரட்சியான பின்புறத்தை ஒரு

தட்டு தட்டிவிட்டு, வைக்கோலை அள்ளிக்கொண்டுபோய் தொழுவத்தில் போட்டான். இருள் கவிழ்வதற்கு முன்பே இரவின் வருகையை அறிவிப்பதைப் போல இராப்பூச்சிகள் பாடத்தொடங்கி விட்டன.

தலையில் முண்டாசாய் கட்டியிருந்த துண்டை அவிழ்த்து, தோள்பட்டை மார்பு அக்குள் இடுப்பென்று நசநசவென்றிருந்த இடத்தையெல்லாம் அழுந்த துடைத்துகொண்டான். நெல்லு சொனை வேறு நமநமத்து அரித்து கொண்டிருந்தது.

‘கருவாட்டு ஓடை’—க்கு போய்வந்து நாளாகி விட்டதால் தான் இந்த கொணட்டல், சிணுங்கல் துள்ளாட்டமெல்லாம். கடந்த இரண்டு நாளாகவே, ‘எப்பப் போவலாம்‘— எப்பப் போவலாமென்று நச்சரிக்க தொடங்கிவிட்டாள். அவள் கூப்பிட்டவுடனே ஆஜராக இவனென்ன மாமன் மகனா? இல்லை அவள்தான் இவனோட அக்காள் மகளா? சொந்த சாதிக்குள்ளேயே பணங்காசு நிலம் நீச்சென்று வசதியா இருந்துட்டாலே, ஒண்ணுமில்லாத பயலுக்கு அவ்ளோ ஆச்சான்னு தாண்டிக்குதிக்கிற உலகமாச்சே! இது அப்புடியா? ஊரிலேயே பெரிய மனுஷன், சொத்து பத்தென்று மிராசைப்போல இருக்கிறவன் வூட்டு பொண்ணாச்சே! நினைத்து பார்க்கவே நடுக்கமாயிருந்தது. தொட்டுவிட்டானென்று தெரிந்துவிட்டால் அவ்வளவுதான்... பறச்சேரியில ஒரு வீடுகூட மிஞ்சாதே... தெருவுல திரியிற நாயைக்கூட உயிரோடு கொளுத்தாம உடமாட்டானுங்க... இவன் விலகிப்போனாலும் அவள் விடுவதாய் தெரியவில்லையே!

வீட்டைச் சுற்றிக்கொண்டு பின்கட்டிற்கு வந்தான். இவன் தலையைக் கண்டதும் சகுந்தலா ஆயி வஞ்சியப்படியே வெளியே வந்தாள்.

“ஒன்ன எத்தனவாட்டிடா கூப்பிடுறது? ஒரு மனுஷி இங்கெ தொண்டதத்தன்னி போவ கத்திக்கிட்டு கெடக்குறேன், பத்தாததுக்கு இவளும் ரெண்டுவாட்டி கூப்புட்டுவிட்டு வந்துட்டா, அதங்குவேனான்னுன்டா இம்மாந்நாழியாயி வருவே மாடுவளுக்கு வக்கில போட்டுட்டு வரவேணாம். நீ, சட்டு சடுக்குண்ணு அம்மாங் கொழுப்பு வெச்சிக்கெடக்கு, சோத்துக்கு தண்ணிக்கு செத்து கெடந்தீன்னா கூப்படாங்காட்டியும் வந்து நிப்பே, கறியேறி போச்சில்ல...”

அம்மாவையே முறைத்து பார்த்து கொண்டிருந்தாள்

சித்ரா. இவனும் என்ன ஏதென்று மறுத்து ஒருவார்த்தைக் கூட பேசாமல் கேட்டுக்கொண்டே நின்றான். "ரெண்டு ஊரியா (யூரியா) மூட்ட தத்தனூறு செட்டிக்கடையாண்ட கெடக்காம் தூக்கியாந்து வூட்டுல போடச்சொல்லிட்டு ஆண்டெ சேங்கணம் போயிருக்காரு, பொயிட்டு சடுதியா வந்து சேரு."

"சரியாயி"

சுவரில் சாய்த்து வைக்கப்பட்டிருந்த சைக்கிளை எடுத்து தள்ளிக்கொண்டே போனவனை தடுத்து நிறுத்தியது சித்ராவின் குரல். என்னவென்பதைப் போல நின்றான்.

அரப்பு பொட்டலம் ஒண்ணும் பவுருலைட்டு சவுக்கார கட்டியொண்ணும் வாங்கிகிட்டு வா மாரி" ஒரு ரூவாத்தாளை அவன் கையில் திணித்தாள்.

"அரப்பு பொட்டலம் பாஞ்சி காசி சவுக்காரக்கட்டி காரூவா அப்புறமென்ன வாங்கணும்?"

மீதி சில்லரைக்கு கெழவனுக்கு வெத்தலபாக்கு வாங்கிட்டு வா" தலையாட்டி ஆமோதித்தவன், வீதியில் இறங்கிய பிறகும் தள்ளிக்கொண்டே போனான். நெல்லுபளம் ஏரியை தாண்டும் வரைக்கும் ஏறிமிதித்து கொண்டெல்லாம் போகமுடியாது. இடையில குடித்தெருக்காரங்கள பாத்துபுட்டாலே கீழே இறங்கிக்கணும். இன்னும் ஊரு வழக்கம் மாறல.

"ஏக்கூறுகெட்ட தட்டுவாணி செறுக்கி பண்ணக்கார பயகிட்ட எப்படிடீ பணங்கொடுக்குறது, தூக்கில்ல குடுக்கணும், ஒனக்கு எங்கதான் புத்திவெச்சி படைச்சானோ கடவுளு, குடியானவன் வூட்டு புள்ளையா லெச்சணமா நடந்துக்க வேணாம்.. தீட்டு தெடக்கின்னு இல்லாம கைய தொட்டுக்கிட்டுல்ல குடுக்குறா, யேங் சொத்தன் கொழுத்தன் பாத்திருந்தா என்னாவுறது, இதாடி புள்ளே வளத்த லெச்சணம்னு யேம் மூச்சியில காறித்துப்ப மாட்டானுவ..."

"ஓ! இதுக்குதான் அம்மா வையிராளா என்று தெரிந்து கொண்டதும், பதிலெதுவும் பேசாமல் நின்றுகொண்டிருந்து விட்டு வீட்டிற்குள் நுழைந்தாள் சித்ரா. களுக்கென்று தெறித்துவிட தெரிந்த சிரிப்பை சிரமப்பட்டு அடக்கிக்கொண்டாள்."

16

கால்நீட்டிய நிலையில் அப்படியே சுவரில் சாய்ந்தபடியே அமர்ந்திருந்தாள். பக்கத்திலேயே வட்டிலில் போட்டிருந்த வரவுச்சோற்றை எடுத்து பிசையத்தொடங்கினாள். அதுவரைக்கும் சந்தங்காட்டாமல் உள்ளே இருந்தது இவள் பிசையைத் தொடங்கியவுடனே மெல்ல தலைநீட்டி தன்னிருப்பை உணர்த்தும் விதமாய் சலம்பத் தொடங்கியது பசி. ரெண்டு அள்ளிப்போட்டால்தான் ‘வவுத்து கோவம்’ தீருமென்றெண்ணி அள்ளிப்போட்டுக் கொண்டிருந்தாள் வாலம்பாள். வாசலில் ஈச்சம்பாயை விரித்துப் போட்டு படுத்தவள்தான், கொல்லைக்காட்டில் வேலைசெய்த அசதி மகள் சேப்பாக்கியம் அசந்து தூங்கிக்கொண்டிருந்தாள் இருக்கும் சீமத்தண்ணியே போதும் நான் ஒப்பேற்றி விடுவேன் என்பதைப்போல அரிக்கேன் சன்னமாய் மஞ்சள் ஒளியை இருளில் கசியவிட்டு கொண்டிருந்தது. அந்த வெளிச்சத்திலும் மங்கலாய் தெரிந்தது நடேசனின் முகம். நடேசன் மிலிட்டெரியில் சேர்ந்து பெங்களூரில் இராணுவப் பயிற்சியை முடித்துகொண்டதின் நினைவாக எடுத்துக்கொண்ட புகைப்படம் இது. அரும்பு மீசையும் துருதுருவென்ற கபடமில்லாத விழிகளுமாய் சிப்பாய் உடுப்பில் கம்பீரமாய் இருந்தார். வேலையிலிருந்து முதன்முதலாக லீவில் வந்தபோது, கையோடு கொண்டுவந்து மாட்டிய போட்டோதான் இது. ‘பெத்த ஆயிக்கு நெனப்பு எடுக்கிறப்லாம் இத பாத்துக்கிட்டு கெடடீ கெழமுண்டன்னிட்டு மாட்டிபுட்டு பொயிட்டான் எம்புள்ளெ? வந்துபோகும் சனங்களிடமெல்லாம் போட்டோவைக்காட்டி அங்கலாய்க்கும் கிழவி.

ஆந்தையொன்று அலறிவிட்டு எங்கோ பறந்துபோனது. பாளையத்துக்கு பத்து பாஞ்சி முற படையெடுத்தில்ல இவள கட்டிக்கிட்டு வந்தாரு சீனிவாசன் பறத்தெருவிலுள்ள பங்காளி ஒறமுறையென பாதித்தெருவையே தெரட்டிக்கொண்டு போயில்ல பொண்ணு கேட்டாரு. ஆனால் ஒவ்வொரு முறையும் தட்டிக்கிட்டே போனது. அவளய்யா பாளையத்து ஜமீன்ல பண்ணையம் பாக்கிற ஆளாச்சே! லேசுபாசான குடும்பத்துல பொண்ணக் கொடுப்பாரா? அதுவும் குளங்குட்டயிண்ணு, 'தேத்தாங்கொட்டைய' தேச்சி தண்ணிய தெரியவச்சி மொண்டு வந்து குடிச்சி ஊரும் சேரியுமா பாதிசனங்களுமே 'நரம்புசெலந்தி' நோவு வந்தவங்களாச்சே, இவனுக்கு மட்டும் வரதாங்குறது என்ன நிச்சயம்?, பெண் குடுக்க முடியாதென்று கறாராக சொல்லிவிட்டார். கட்டுனா அந்த பொண்ணதான் கட்டுவேன்னு சீனிவானும் அந்த பொண்ண நினச்சிக்கிட்டே இவன் 'ஒரண்டு புடிச்சிகிட்டு' கெடக்கானேண்ணுட்டு சாமிநாதனோட அய்யா சின்னப்பயலைக் கூட்டிக்கிட்டு போனாரு வீரன். சேர்ந்துபோயி ஜமீனுல காரியதரிசா வேல பாக்குற முத்துக்குமாரசாமி முதலியார் வீட்டுல பழியாக்கெடந்து, அவரோட மனசில இடம்பிடிச்சி அந்தக்காரியதரிசியின் மூலமாகவே நாலுகலம் தானியத்தையும் ஒரு பசுங்கிடேரியையும் சீதனமாய்க்கொடுத்து வாலம்பாளைக் கட்டிக்கொண்டு வந்தார் சீனிவாசன்.

ஆம்படையான் வீட்டுக்கு வந்து ரெண்டு வருஷங்கழிச்சி சிறுமியாய் இருந்தவ குமரியாய் ஆகி, அடுத்தடுத்து இரண்டு பெண்குழந்தைகளை பெற்று அதை மண்ணுக்கே கொடுத்தவள் அடைந்து துயரம் கொஞ்சமா நஞ்சமா... மூன்றாம் பொருவாய் பிறந்த சேப்பாக்கியம்தான் தங்கி வாழ்ந்தாள் சீனிவாசன்—வாலம்பாள் தம்பதிக்கு ஆசைக்கு ஒரு பெண்ணாக அதன் பிறகு ஆறு ஆண்டுகள் குழந்தைகள் எதுவுமின்றி, சாதி சனங்களாலும் தெருப்பெண்களாலும் கேலிக்கும் கிண்டலுக்கும் ஆளானவள், தினம் தினமும் மாமியார்க்காரியின் நாக்கூசும் வசவுகளால் குத்திக்கிழிக்கப் பட்டாள். ஆண்பிள்ளை வேண்டுமென்று வேண்டாத சாமியா போகாத ஊர்களா வீட்டிற்கும் கிழக்ககாலவுள்ள சீயப்பர் கோயில் வீரனாரிடம், ஆடுவெட்டி படைப்பதாக கடைசியாக வேண்டிக்கொண்டார் சீனிவாசன். நான்காவது குழந்தையாக பிறந்தான் நடேசன்.

கால்நீட்டி அமர்ந்த நிலையிலேயே மல்லையில் கைக்

கழுவினான். சுவரில் சாய்ந்தபடியிருந்த வாலம்பாளின் கன்னங்களிலிருந்து கோடாய் இறங்கிக்கொண்டிருந்தது கண்ணீர். அவளை பிடித்துள்ள துயரம் விடாமல் உலுக்கிக்கொண்டிருக்க ஒப்பாரி வைக்கத்தொடங்கினாள்.

“அரும்பெடுத்து செண்டுகட்டி
அந்த ஆண்டவன் காலடியில்
பூவால பூச செஞ்சேன்
பூவால பூச செஞ்ச அந்த
புண்ணியத்தால் நீ பொறந்தெ....

தும்ப மலரெடுத்து
நாம்பெத்த கண்மணியே — அந்த
மகமாயி கோயிலுக்கு
மாலகட்டிப் போட்டேனே
மாலகட்டிப் போட்டதால நீயெனக்கு
மகனாப் பொறந்தாயே....
அந்த சீயப்பர் கோயிலையும் யென்
அருமக் கண்மணியே
நித்தம் சீர்செஞ்சி
நெய்வெளக்கு ஏத்தி வெச்சி
குளிச்சி முழுவிப்புட்டு
கும்புட்டு வந்தேனே

கும்புட்டு வந்ததாலே யேங்
கொலம் வெளங்க வந்தாயோ....
கீழ்ே ஒனப்போட்டா
கட்டடெறும்பு நெருப்பெறும்பு
கடிச்சி புடுமுண்ணு
எம்மேலே ஒனப்போட்டு
ஏஞ்சாமி வளத்தேனே...

வாசலில போட்டாக்க
வவ்வால் அடிக்குமுண்ணு
யேங்கண்ணே ரெத்தினமே
யெங்கொடுங்கையில போட்டுத்தான்
என்னபெத்த அய்யா உன்னெ
எங்கண்ணா வளத்தேனே....
அள்ளு துளசிமணி கட்டிலிலே

அடயேஞ் செல்லமே நீ
தூங்குறாயோ என்றிருந்தேன் — உன்
தூக்கம் தெளியுமுன்னே
அட நாம்பெத்த ரெத்தினமே
அந்த பழிகார(ன்) எமதூதன் — என்னவுட்டு
அழச்சிகிட்டு போனானோ....

அந்தெ பவளமணி கட்டிலிலே
அடியேஞ் சுத்த வீரனே — நீ
அசந்து தூங்குறேன்னு நானிருந்தேன்
நீ தூங்கி முழிக்கு(ம்) முன்னே
நீசக்கார பரமன்வந்து அழைச்சானோ....

வாசலில் கட்டிலைப்போட்டு படுத்திருந்தவருக்கு தூக்கமே வரவில்லை. வெற்றிலைப் பாக்கு போடுவதும் இரண்டு அதக்கு அதக்கிவிட்டு துப்பி விடுவதுமாய் இருந்தாரே ஒழிய படுத்தோமா செத்தநேரம் கண்ணயசஞ்ந்தோமோவென்று நிம்மதியாய் கட்டையை கட்டிலில் கெடத்தியப் பாடாய்த்தெரியவில்லை. எப்பொழுதும்தான் அந்த ஒப்பாரியைக் கேட்கிறார் ஆனால் இன்று மட்டும் ஏனோத் தெரியவில்லை மனசைப்பிசைகிறது; அந்த துயரம் பின்னியக்குரலும் அந்த ஒப்பாரியினுள் பொதிந்திருந்த பொருளும்.

நடேசன் எப்பேர்ப்பட்ட வடிவான துடுக்கான பயல். இம்மாம் பெரிய ஊருல ஒண்டிக்கு ஒண்டியா அவங்கிட்ட மல்லுக்கட்டி செயிக்க ஒருப்பயலால முடியலியே! அப்பேர்ப்பட்டவனை... இழுத்து பெருமூச்சுவிட்டார் சாமிநாதன். மேகம் திடீரென திரண்டு நிலவை மூடியிருந்ததால் தற்காலிகமாக அங்கே இருள் சூழ்ந்திருந்தது.

முதல்முறையாக லீவில் வந்தபோதே நடேசனின் அய்யா கல்யாணப்பேச்சை எடுத்தார். இப்பத்தானே பட்டாளத்துல சேர்ந்திருக்கேன், அடுத்த முற லீவுல வரும்போது, பாத்துக்கலா மென்று சொல்லியிருந்தார். அதுபோலவே இரண்டாம் முறை மகன் வந்த இரண்டாவது நாளே, ‘கண்ணால’ பேச்சையெடுத்தார் சீனிவாசன், அதற்கு சரியானப் பதிலைக் கூறாமல் தட்டிக்கழித்து விட்டார் நடேசன்.

தன் வயதை ஒத்தவர்களையும் தன்னிலும் இளைய

வயது உடையவர்களையும் அழைத்து ஊரைப்பற்றியும் தெருசனங்களைப் பற்றியும் தானில்லாத சமயத்தில் ஊரில் நடந்திருந்த — நடக்கிற விஷயங்களை எல்லாம் கேட்டுத் தெரிந்து கொண்டவர், தன்னுடைய மனதில் பட்டவற்றை எல்லாம் வந்திருந்த இளவட்டங்களோடு வெளிப்படையாய் பகிர்ந்துகொண்டார்.

- வெட்டி வேலை — பண்ணை வேலை செய்வதை முதலில் விடவேண்டும்.
- கூலியில்லாத ஓழிச வேலைகளையெல்லாம் செய்யக் கூடாது.
- பண்டிகை காலம் மட்டுமின்றி மற்ற நாட்களிலும் குடித் தெருவுக்கு யாரும் சோறெடுக்கப் போகக் கூடாது.
- எழவுச்சொல்ல போகச் சொன்னால் அதற்கானக் கூலியை எவ்வளவு என்று பேசிக் கொண்ட பிறகே ஒத்துக்கொள்ள வேண்டும்.
- செத்துபோன மாடுகளை தூக்கப் போகக் கூடாது.
- அப்புறம் செத்தமாட்டுக் கறி திங்கவோ அம்மாட்டை அறுக்கவோ கூடாது.
- குறிப்பா பெரியசாமியிடம் யாரும் வட்டிக்கு பணம் வாங்கக்கூடாது.
- ஒவ்வொருவரும் தங்கள் வீட்டுக்குழந்தைகளை கட்டாயம் பள்ளிக்கூடம் அனுப்பவேண்டும். பெண்பிள்ளைகளாக இருந்தாலும் பள்ளிக்கூடத்திலிருந்து நிறுத்தக்கூடாது.
- இதையெல்லாம் கடைபிடிக்க வேண்டுமானால் நீங்களெல்லாம் முதலில் செய்யவேண்டியது தெருவில் ஒரு அமைப்பை கட்டவேண்டும்.

"சொல்லிட்டு நீ பாட்டுக்கு பட்டாளத்துக்கு பொயிடுவ இங்க விடிஞ்சி எழுந்திருச்சா நாங்க எல்லாம் குடியானவன் கொல்லையில போயிதானே நிக்கணும்."

இடும்பன் மகன் மாரிமுத்துதான் முதலில் தன்னுடைய கருத்தை சொன்னது. இதுபோல ஒவ்வொருத்தனும் இதையெல்லாம் நடைமுறைப்படுத்த முடியாதென்றும்,

சோத்துக்கே வழியில்லாத நம்மால இதெல்லாம் கடைபிடிக்க முடியுமா? எதையாவது ஒரு காரணத்தைக் கூறி விலகுவதிலேயே குறியாய் இருந்தனர். ஒருவார காலமாக ஒவ்வொருத்தர் வீட்டுக்கும் சென்று பேசிப் பார்த்தார். நடேசனின் குரலின் வழியே வெளியேறிய வார்த்தைகள் அவர்களின் காது அரிப்பை நீக்க மட்டுமே பயன்பட்டன.

மறுநாளே செய்தி போய் சேர்ந்தது சண்முகம் படையாட்சிக்கு; அவரின் காதுகளாய் இருப்பது மு. இடும்பனும் இ. மாரிமுத்துவுமாய் இருக்கும்போது பறத்தெருவுல எவன் எதைச்சொன்னாலும், எவன் எதைச் செய்தாலும், யார் வீட்டுல என்ன சண்டை, எவன் எவனோடும் எவள் எவளோடும் சண்டைப் போட்டுக் கொண்டார்கள் என்பதிலிருந்து, குடித்தெருவுக்கு எதிராக எவனாவது குசுவிட்டால் கூட அதுக்கூட அதே அதிர்வு நிலைகளோடு, அந்தாளின் காதினுள் நுழைந்து பெரியசாமி வரை வந்துசேரும்.

நடேசன் வந்து பத்துநாள் ஆகியிருக்காது மேலத்தெரு மணி மிகக் கடுமையாக தாக்கப்பட்ட செய்தி பன்னீர் மூலம் வந்து சேர்ந்தது. உடனே கிளம்பி என்ன ஏதென்று வினவினார்.

“ஒண்ணுல்ல தம்பி நம்ப ரோவம்பா கடயில சுடுதண்ணி குடிக்கப் போனேனா... மறதியா டவராவ கழுவாம குடுத்துட் டேம்பா அந்தய்யா, ‘பொண்டாட்டிய ஊர ஓ..க்க வுட்டுப்போட்டு திரியிற பறப்புண்டெ கழுவி வெச்சா என்னடான்னு’ உட்டான் பாரு எம்மா யேங் ஈரக்கொலைய இன்னும் வலிக்குதய்யா... அதோடு உட்டானா? ஏப்பாவி... கழுவி வெய்யிண்ணா வெச்சிட்டுப் போறேன் ஆண்டே அதுக்குயேன் வய்யிறீங்கண்ணு சொல்லி வா மூடுல, ஆணி வெச்ச செருப்பாலேயே மூஞ்சியிலேயே அடிச்சாரு தம்பி மூக்குலேருந்து ரெத்தம் வர வர... எட்டி எட்டி ஒதச்சாரு உசுருநெலக்கூட வீக்கிப்போச்சுய்யா...”

கூத்துப்பாட்டை பாடும் மணியண்ணனின் நிலையும் அவர் நடந்த ஒண்ணு விடாம சொல்லிய விதமும், வேதனையையும் கோபத்தையும் ஒருசேரக் கிளப்பி விடவே, அப்பொழுது அவரோடு நின்று கொண்டிருந்த அம்மாசி தம்பி துரைசாமியை தன்னுடைய சைக்கிள்லுல மணியை உக்காரவெச்சி செயங்கொண்டம் தர்மாசுபத்திரியில சேக்கச்சொல்லி ஐம்பது ரூபாயக்கொடுத்தார் நடேசன்.

அடுத்த பத்தாவது நிமிடம் அவர்போன இடம் ரோவம்பா டீக்கடைக்குதான்.

காலில் மிலிட்டெரி பூட்சும், கை வைத்த வெள்ளை நிற பனியனை பேன்டிற்குள் விட்டு 'இன்' செய்த நிலையில் பெல்ட்டை மட்டும் போட்டுக் கொண்டு கிளம்பிய மகனைப்பார்த்துப் பதறி, என்ன ஏதென்று விசாரித்தார் சீனிவாசன் எதுவுமே பதில் பேசாமல் போனவரின் பின்னாலேயே போனவரை "வீட்டுலேயே கெடய்யா தோ வந்துடுறேன்" சாதாரணமாய் சொன்னவர், பின்னாலேயே தொடர்ந்து கொண்டு வரும் அய்யாவை பார்த்து முகத்தை கடுமையாக வைத்துக்கொண்டு "போண்ணு சொல்லுரேன்ல ஏய்யா நாயென்ன சின்னப்புள்ளையா? யேன் இப்புடி இருக்கே." கடுங்கோபத்துடன் சத்தம் போட்டதும், முகம் வாடிப்போய் திரும்பினார் கிழவர். வந்தவர் சும்மா இருக்கவில்லை. சாமிநாதன் வீட்டிற்கு ஓடியவர், "மாமா கோவமா நடேசன் குடித் தெருவுக்குப் போறான்... ஒம்மொவன் இருந்தா பின்னாலேயே ஓடச்சொல்லேன்." என்னவாக இருக்குமென்று முதலில் குழம்பியவர், என்ன ஏதென்று விஷயத்தைப் புரிந்துகொண்டவர், தன் மகன் காத்தமுத்துவை பின்னாலேயே ஓடச் சொன்னார்.

நடேசன் கிளம்பியபோது வாலம்பாள் வீட்டிலில்லை; இருந்திருந்தால், கூடவே புறப்பட்டு விடுவாள், சாதாரணமாகப் போனாலே எங்கே? ஏன்? எப்பவருவே? "ஓடுய்யா ஓடு புள்ளெ போவுது" என்பாள், இதுபோல் கோபமாய் என்றால் சொல்லவே வேண்டும். அழுது ஒப்பாரி வைத்து முடியாவிட்டால் காலில் விழுந்தாவது தடுத்துவிடுவாள். நடேசன் போகின்ற வேகத்தையும் இறுக்கமான முகத்தையும் பார்த்து, விசாரிக்கவேண்டும், பேச வேண்டுமென்று நினைத்தவர்கள் கூட வாயை மூடிக்கொண்டார்கள். ஒளி முகமதுதான் கேட்டார், "என்னா பட்டாளத்தாரே வேகமாய் போறாப்ல இருக்கு.." வேகத்தைக் குறைத்து திரும்பிப்பார்த்தவர், பாய் கடையில குடியானத்தெரு ஆளுங்க ரெண்டுபேர் நிக்கிறதைப்பார்த்தும் கடையை பார்த்து நடந்தவர் மேடேரி (கடை மேட்டில்தான் இருக்கிறது) "ஒளி ஒரு சார்மினார் குடு" என்றார் கேட்டக்கேள்விக்கு பதிலைக் கூறாமல் "என்னா பட்டாளம் இதுயென்ன டவுனா இங்கு ஆரு சிகரட்டெல்லாம் குடிப்பாங்க? நம்மக்கிட்ட இருப்பதெல்லாம் ஹாட்டின், காஜா கணேசு

பீடிங்க இருக்கு, இதவுட்டா பூட்டு மார்க்கு சுருட்டு இருக்கு இதெல்லாம் ஒங்களுக்கு பிடிக்குமா?” பாயின் முகத்தைப் பார்த்ததும் சிரிப்புவந்தது நடேசனுக்கு, “லேய் நடேசா” என்று கூப்பிட்ட வாய், என்னா மரியாதக்குடுத்து பேசுதுபாரு? நினைத்து பார்த்துக்கொண்டார். ஒரு கால் பூட்ஸ்லிலுள்ள லேஸ் தளர்வாக இருப்பது போலிருக்கவே, கடையை ஒட்டியுள்ள ஆள் அமரும் மண்திண்டில் இடதுகாலைத் தூக்கி மேலேவைத்து, தளர்ந்து போயிருந்த லேஸை இறுக்கிக் கட்டிக்கொண்டிருப்பதையே, ‘வெறிவெறி’ண்ணு அந்த ரெண்டாளும் பார்த்துகிட்டு இருந்தனர், ‘முரட்டு பயகிட்ட அதுவும் பட்டாளத்துக்கு எல்லாம் பொயிட்டு வந்திருக்கான் அவங்கிட்ட வாயக்குடுத்துட்டு நாலுபேரு முன்னாடி மானங்கெட்டு போவமுடியாது’ என்று உள்ளுக்குள்ளேயே எழுந்த ஆத்திரத்தை அடக்கிக்கொண்டனர். ஆளுங்களின் மாறிய முகபாவனையையும் இவரின் செயலையும் பார்த்துக் கொண்டே நின்ற ஒளிபாய், ‘ஏண்டா போனவனை கூப்பிட்டுத் தொலைத்தோமென்று’ தன்னையே வைதுக்கொண்டார்.

“பாய் மேற்க பொயிட்டு வந்துடுறேன்...” தலையை ஆட்டினாரே ஒழிய வேறெதுவும் பேசவில்லை. உள்ளே இறங்கி இருந்த ஒருபெக் ‘மிலிட்டரி ‘XXX’ சுதியேத்திக் கொண்டிருந்தது. காயடிக்கப்படாத காளையைப் போன்ற நடையும் உள்ளே மூர்க்கமான மனோநிலையும் நடேசனை எதைப்பற்றியும் அச்சப்படவோ யோசிக்கவோ வழிவிடாமல் இயக்கிக் கொண்டிருந்தது. ‘அடி’ பட்ட வலி இன்னும் ஆறாமல் காயத்தின் மேல் தேய்க்கப்பட்ட மிளகாய்ப் பொடிபோல நெடியோடு எரிந்துகொண்டு இருக்கும்போது எப்படி அமைதியாயிருக்க முடியும்? ‘வெள்ளையும் சொள்ளையுமாய் முறுக்கிய மீசையோடும் செருப்புக்காலோடும் ஊர் நிலவரம் தெரியாமல், பெண்பார்க்க வந்த வெளியூர்ப்பறையனை கட்டிவெச்சி அடிச்சதோடு பறயனுக்கு எதுக்குடா முறுக்கிய மீசையிண்ணு நெருப்பாலேயே மீசை மசுரை பொசுக்கிய ஊருதானே இது...’ ஏற்கெனவே நிகழ்ந்துள்ளவைகள் ஒவ்வொன்றாய் நினைவிற்கு வந்து கோபத்தை மேலும் மேலும் கிளப்பிவிட்டாலும், நிதானித்து செயல்பட வேண்டுமென்று மனம் ஒரு பக்கம் எச்சரித்துகொண்டே வந்தது.

கடையின் முன்னால் வந்ததும், கை இயல்பாகவே பேன்டிற்குள் நுழைந்து சேர்மினார் சிகரெட் பாக்கெட்டை வெளியிலேடுத்து அதிலிருந்து ஒன்றை உருவி உதட்டில்

வைத்து லைட்டரால் பற்றவைத்து, இடதுகையால் மீசையை முறுக்கியபடியே கடையில் டீ ஆற்றிக் கொண்டிருந்த ரோவம்பாளிடம் "எங்கம்மா ஒங்க வூட்டுக்காரரு?" கணீரென்று ஒலித்தது நடேசனின் குரல்.

"என்ன விஷயம் நடேசா எங்கிட்டச் சொல்லேன்."

"ஒண்ணுல்ல ரோவம்பா ஓம் புருஷன் அதான் முத்துச்சாமிய பாத்து ஒரு முக்கியமான விஷயமா பேசணும்."

"பாத்துப்பேசு பட்டாளத்தாரே"

"சரி சரி எங்கெ ஓம்புருஷன்?"

டீக்கடையில் இருக்கின்றவர்களும் வெறிக்க பார்த்துக் கொண்டு இருந்தார்களே ஒழிய, என்ன ஏதென்று வாயைத் திறக்கவில்லை. என்னதான் நடக்கிறதென்று பார்த்துக் கொண்டிருந்தார்கள். அதற்குள் கடையை ஒட்டியேயிருந்த வீட்டிற்குள்ளிருந்து வெளியே வந்தார் முத்துசாமி படையாச்சி.

"ஒன்னதான் பாக்க வந்தேன், வா முத்துசாமி... வா வா."

"என்ன நடேசா பட்டாளத்துக்கு பொயிட்டு வந்துட்டா என்னா ஜில்லா கலக்கட்டருண்ணு நெனப்பா?"

"ஏண்டா பேஞ்சூத் ஒனக்கு என்னாத்திமிரு இருந்திருந்தா மணிய டவராசெட்ட கழுவி வெக்கிலேண்ணு அடிச்சிருப்ப.."

"டேய் நடேசா சர்க்காரு வேலயில உள்ள மெதப்புல பேசாத யாரு எவுறுண்ணு பாத்து பேசுடா..." முத்துசாமி பேசிக்கொண்டே வெளியே வரவும், வலதுகையால் இழுத்துத் தெருவில் போட்டார் நடேசன்.

"அய்யோ எம் பிருசன ஒரு பறப்பய இழுத்தெறியிறான் பாத்துகிட்டு இருக்கீங்களேடா பாவிவளா..." ரோவம்பாதான் கத்தினா அதற்குள் கடையில் குந்தியிருந்தவர்களில் வயசான ஒருவரைத் தவிர, ஓடி வந்த இருவரில் ஒருவன் முத்துசாமியை தூக்கி விட்டான், இன்னொருவனோ நடேசனின் முதுகில் குத்தியதுதான் தெரியும். பூட்ஸ்காலால் விசையோடு உதைத்து தள்ள தூரப் போய் விழுந்தவன், "என்னியாடா ஒதைச்ச பற ஒம்மாளவோழி இர்றா வர்றேன்" ஆள் கூட்டிக் கொண்டுவர தெருவுக்கு ஓடினான். முத்துசாமியும் இன்னொரு ஆளும்

அடிக்க வந்த மரக்கட்டையாலேயே அடியை வாங்கிகொண்டு ஓடினார்கள். குடித்தெருவில் பெரும்பாலும் கொல்லைக் காட்டுக்கும் வேலை வித்துக்கென்றும் போய்விட்ட நேரம் என்பதால் சின்னக் குழந்தைகளும் வயதானவர்களும் மட்டுமே வேடிக்கைப் பார்த்தபடியே இருந்தார்கள். சீனிவாசன், காத்தமுத்து, பன்னீரு அம்மாசி இன்னும் தெருவைச் சேர்ந்த ஆட்கள் நாலுபேர் ஓடிவந்து கோபத்தோடு துரத்தி அடித்துக் கொண்டிருந்த நடேசனை பிரயத்தனப்பட்டு அழைத்து கொண்டு போனார்கள்.

நடேசன் உடையார்பாளையம் போலீஸ் ஸ்டேசனின் மணியை வைத்து புகார் கொடுத்தது, போலீஸ்காரர்கள் ஊருக்குள் வந்து விசாரித்துவிட்டு வழக்கைப் பதிவுசெய்தது, அடுத்த ஒரு வாரத்தில் எப்பொழுதும் போலவே நட்பாய் பழகி அழைத்துச்சென்று சாராயத்தில் விஷங்கலந்து தங்கராசு மகன் பழனிமுத்துவும் அவன் ஆட்களுமே நயவஞ்சகமாய் நடேசனை கொன்றதின் மூலமாக ஊரின் 'கட்டுப்பாட்டை' காப்பாற்றிய பெருமையை பெற்றார்கள்.

சண்டை நடந்த அன்றிரவே அதுவரைக்கும் பகையாயிருந்த தன் பங்காளியான பழனிமுத்துவை தன்னுடைய கவுரவத்தைப் பார்க்காமல் பெரியசாமி சந்தித்தார் என்றும், பெரியசாமியும் பழனிமுத்துவும் ராசியான கையோடு திட்டம் போட்டுதான் நடேசனை தீர்த்துக்கட்டியது என்றும், விஷயம் தாமதமாகவே நடேசனின் கருமாதி அன்றுதான் தெருவுக்கு தெரியவந்தது 'தெரிந்து ஆகப்போவது ஒன்றுமில்லை போன உயிர் போனது தானே' மகன் இறந்து விட்டான் என்ற செய்தி தெரிந்த அடுத்தக் கணமே புத்திப் பேதலித்துப் போய் புலம்பிக்கொண்டே இருந்த சீனிவாசன் நடேசன் இறந்து முழுவதுமாய் ஒரு வருஷம் ஆகவில்லை வயிறுமுட்ட பொத்தமண்டையன் வீட்டு சாராயத்தைக் குடித்துவிட்டு, சின்னேரிக் கரையில் கிடந்தார் பிணமாக.

கூட்டாளிகளோடு மாரியம்மன் கோவிலில் வந்து படுத்துக் கொண்டான் ரவி. கூத்துப் பார்க்கும் ஆசையில் முன்கூட்டியே த. குடிக்காட்டிற்கு பாண்டியனும் முத்துக்கண்ணு பயலும் கிளம்பிப் போய்விட்டனர். கிளிமங்கலம் அக்கா வீட்டிற்குபோன தங்கவேலு இன்றும் வரவில்லை. தெக்கிக் காட்டுக்கு ராக்காவலுக்கென்று கருப்பனும் போய்விட்டான். நேரமாகி விட்டதென்று எல்லோரையும் கிளப்பினான்

முருகேசன். பண்ண வேலையை முடித்துவிட்டு வந்த மதியும் உடையார்பாளையம் போய்விட்டு வந்திருந்த பெருமாளும் இவன்களோடு வந்து சேர்ந்து கொண்டனர். சினிமா பார்க்கும் ஆசையை தூண்டிவிட்டு விட்டு காளிமுத்துவும் முனுசாமியும் ஆளுக்கொரு மூலையில் தூங்கிக்கொண்டிருந்தனர். முருகேசன்தான் இருவரையும் எழுப்பி பார்த்துவிட்டு முடியாமல் ரவியை எழுப்பச் சொன்னான். ரவி விட்ட ஒவ்வொரு எத்திலும் பயல்கள் அலறிக்கொண்டு எழுந்தனர்.

சினிமா செலவிற்கு என்ன செய்யலாமென்று பயல்களெல்லாம் நந்தாங்குட்டை கரையிலமர்ந்து கூடி முடிவெடுத்தனர். முருகேசன்தான் நல்ல யோசனையாய் சொன்னான்; பெரியசாமி படையாச்சி முந்திரிக் கொல்லையில் நுழையலாமென்று. ஊரிலிருந்து ஒரு மையில் தொலைவில் இருக்கிறது முந்திரிக்கொல்லை. வட்டியென்ற பெயரில் ஊரிலுள்ள எளிய குடும்பங்களிடம் இருப்பதையெல்லாம் பிடுங்கிக்கொண்டு, ஊரைவிட்டு ஊர் ஓடவைத்தான். கடன் வாங்கிகொண்டு வட்டிக் கொடுத்தே மாள முடியாதவனின் மனைவிகளைக்கூட விட்டுவைக்காமல், தன்னுடைய மணக்கொல்லை வீட்டிற்கு வரச்சொல்லி அவர்களிடம் மிச்சமிருந்த ‘குடும்ப கௌரவத்தையும்’ விட்டுவைக்காமல் அழித்தவன். பல குடும்பங்களின் எதிர்கால வாழ்க்கையை கேள்விக்குறியாக்கியவன். ஊரிலோ பெரிய மனிதன் கட்சிக்காரனுக்கெல்லாம் அவன்தான் நன்கொடையாளன். அப்பேர்பட்ட பெரியசாமியுடைய முந்திரிக்கொல்லையில தான் ‘கொட்டைய உருவிடலாமென்று’ பயல்கள் திட்டம்போட்டனர்.

முன்னேற்பாடாய் சைக்கிள் டயரையும் நெருப்புப் பெட்டியையும் எடுத்துகொண்டு வந்திருந்தான் ரவி. சினிமா டூரிங் கொட்டாயிக்கு ஓடையைத் தாண்டிதான் போயாகவேண்டும். இரவுநேரப் பொழுதென்றால் ஆளரவமில்லாததாலும் மணலில் படிந்து போயிருக்கும் குளிருக்காகவும், இண்டு இடுக்கிலிருந்தும் பொந்து பொதாரிலிருந்தும் ‘காற்று வாங்கும் பொறுட்டு’ விரியன் நல்லது என்று விஷப்பாம்புகள் வந்து படுத்துகிடக்கலாம். கழி, தீவட்டி இல்லாமல் போகவே முடியாது. கொல்லைக்காட்டு வழியாக குறுக்குபாதை வழியாகப்போனால் ரெண்டு மையில் தூரம்தான். முந்திரிக்கொட்டையை திருட போவுறதால

ஆறுமையில் அளவிற்கு சுற்றிக் கொண்டுதான் போக வேண்டும். எப்படியும் கடைசி ரெக்கார்டு போடும் போதுதான் போய்ச் சேரவே முடியும்.

ஊர் — தெரு — வெளியெங்கும் கறுத்த போர்வையால் சுற்றப்பட்டிருந்தது போலிருந்தது இரவு. மனித உருவங்கள், மரங்கள் இன்ன பிற உயிர்களெல்லாம் நிழல் பிம்பங்களாக தெரிய உதவியாயிருந்தது. எங்கோ வெகு தொலைவிலிருந்து ஒளியை கசியவிடும் நட்சத்திரங்களால். ஊரை கடந்து ரோட்டில் போய்க்கொண்டிருந்தபோது இரண்டொரு சைக்கிள்கள் மட்டுமே இவர்களை ஒதுக்கிவிட்டு போயக்கொண்டிருந்தன. கொல்லையை நெறுங்கும்வரை வேறுயாரையும் ரோட்டில் பார்க்கவும் இல்லை மிதிவண்டிகள் எதுவும் குறுக்கிடவுமில்லை. கொல்லைக்கு வெளியே காளிமுத்தையும் பெருமாளையும் நிற்கவைத்தான். காளிமுத்துவால வேகமாய் ஓடமுடியாது என்பதாலும், ஆள்வரும் அரவங்கேட்டாலே கிளியைப்போல கத்தி உஷார்படுத்துவதில் பெருமாள் கில்லாடி என்பதாலும், இரண்டு பேரையும் வெளியே நிற்க வைத்துவிட்டு, மற்ற பையன்களெல்லாம் கொல்லையினுள் நுழைந்தார்கள்.

முந்திரிக்கொல்லை மூன்று காணி இருக்கும். கொல்லை முழுக்கவும் அலைய முடியாதென்பதால் குறிப்பிட்ட சில மரங்களை மட்டுமே தெரிவு செய்து வைத்திருந்தான்; முருகேசன். இரண்டொரு முறை கொல்லைக்காரர் கூப்பிட்டாரென்று பழம் பொறுக்கி கொட்டைத் திருவி கொடுக்க வந்தவர்களில் இவனும் ஒருவனாய் வந்திருக்கிறான். மதி, முனுசாமி, முருகேசன் மூன்று பேரும் அடம்பாய் பரந்து கிடந்த மரத்தினடியில் நின்றபடி ரவியை 'நோட்டம்' விட்டு விட்டு வரச்சொன்னார்கள். ரவி கொஞ்சதூரம் தான் போயிருப்பான், பத்தடி தூரத்தில் கையில் கழியோடும் முண்டாசு தலையோடும் ஆள் நிற்பது தெரியவே, அப்படியே கைலியோடு மூத்திரம் வந்திடும் போலிருந்தது. 'இன்னைக்கு நாம அவ்ளோதான் காவக்காரன் நிக்கிறான் போலருக்கு, இப்படியே திரும்பிப்போயிடலா' மென்று பயந்துகொண்டு தயங்கி நின்றவனின் தோளில் பின்னாலேயே வந்த முருகேசன்தான் கைப்போட்டு, இருடாவென்று சொல்லிவிட்டு, பூனையைப் போல பதுங்கி பதுங்கிப்போய் பக்கவாட்டில் நின்றபடி கவனித்தான். உருவம் அசைவதாய் தெரியவில்லை. பூனையைப்போலவே மெல்ல குரலெழுப்பி பார்த்தான். அதனிடமிருந்து எதிர்வினையெதுவும் இல்லாததால்,

இன்றும் கிட்டே நெருங்கிப்போய் பார்த்தான்... ஒருவழியாய் ஆளில்லை என்று தெரிந்துகொண்டே அடுத்தநொடியே படபடப்பும் பயமும் குறைந்து நிம்மதி பெருமூச்சு வந்தது இருவருக்கும், சிலுவைப்போல கழியைக்கட்டி அதன்மேல் வைக்கோல் பிரியை சுற்றிவிட்டு வெள்ளைநிற சட்டையை போட்டுவிட்டதோடு முண்டாசும் கட்டிவிட்டிருக்கிறார்கள். அது வேறொன்றுமில்லை, 'வைக்கோல்பிரி பொம்மையை' தான் அச்சு அசலாய் மனிதனொருவன் நிற்பது போலவே செய்து நிற்க வைத்திருக்கிறார்கள். இதை இதற்கு முன்பெல்லாம் முருகேசனும் பார்த்ததில்லை அதான் அவனும் பயந்துபோய்விட்டான். "கிர்கிர்ரிக் கிர்ரிக்" மரத்தில் நின்றவர்களும் வந்து சேர்ந்தனர்.

இதுபோன்ற திருட்டு வேலைக்கெல்லாம் போகும்போது குசுகுசுவென்றுகூட பேசிக்கொள்வது ஆபத்தில் கொண்டுபோய் விடலாமென்பதால், பையன்கள் தேவையில்லாமல் பேசிக் கொள்வதில்லை. பீடி பற்றவைக்கக்கூடாது. முந்திரியில் சருகுகளை கூட்டியள்ளி குவித்து வைத்திருப்பார்கள். கவனமாய் பார்த்து நடக்கவேண்டும். மரத்தை உலுக்கக்கூடாது. இதையெல்லாம் முன்னாலேயே கூடிப்பேசிக்கொண்ட பிறகே இந்த 'வேட்டைக்கு' பயல்கள் வந்திருக்கிறார்கள். ஒவ்வொருவரும் ஒவ்வொரு மரமாக ஏறி கையிலுள்ள தூக்குப்பையில் கொட்டையோடு முந்திரிப்பழங்களையும் திருவித் திருவிப் போட்டுக்கொண்டார்கள். பதினைந்து நிமிட இடைவெளியில் பறித்த பழங்களையெல்லாம் ஒரே இடத்தில் கொட்டி, கொட்டைகளை மட்டும் திருவிக்கொண்டு, பழங்களை மரத்தினடியே ஈரமான இடமாய் பார்த்து குழிப்பறித்து அதில்கொட்டி மூடி மேலே சருகைப்பரப்பி வைத்தார்கள். இதுவரை உருவியதே போதுமென்று எல்லோரையும் கிளம்பச் சொன்னான் ரவி. வெளியில் காவல் காத்துக்கொண்டிருந்த இரண்டு பயல்களுக்கும், ஒரே உதைப்பாயிருந்தது. 'யாராவது வந்துட்டா என்னாவுறது இன்னும் என்ன பண்ணிக்கிட்டு இருக்கானுங்க? போனேமா காரியத்த முடிச்சிகிட்டு வந்தோமாண்ணுல இருக்கணும்' நேரம் ஆகஆக பயம் தொடங்கியது. காளிமுத்து வேறு புலம்பத் தொடங்கிவிட்டான். தொடையைத் திருகி சத்தம் போடாதடாவென்று சமிஞ்ஞை செய்தான் பெருமாள். ஒவ்வொருவனாய் வேலியோரத்திலுள்ள புளியமரத்திலேரி கிளைவழியாக வெளிப்புறச் சிம்பிற்கு வந்து நுனியில்

தொங்கியபடியே கீழே குதித்தார்கள். காலடியோசை மட்டும் தார்ச்சாலையில் ஒரேசீராய் போய்க்கொண்டிருந்தது.

சுத்தமல்லியை நெருங்கி இருப்பார்கள். முதலாட்டம் முடிந்ததிற்கு அடியாளமாய் 'ரெக்காடு' சத்தம் ஒலிக்கத்தொடங்கியிருந்தது. நடையைக் கொஞ்சம் எட்டிப்போட்டார்கள். ஒளியை உமிழ்ந்தபடியே இருட்டிலலையும் மின்மினியை பார்க்கும்போது நடையிலொரு துள்ளல் தெரிந்தது. முந்திரிக்கொட்டை ரூபாயாக மாறும்வரை பேசக்கூடாதென்று சொல்லி வைத்திருந்தான் ரவி. பையன்களின் குராலாலிகள் பயந்தின் அடியில் பதுங்கிக் கொண்டன.

கடைத்தெருவில் சில கடைகளில் மட்டுமே காண்டா விளக்கு சிரித்து கொண்டிருந்தன. மாமூலாய்விற்கும் கடைசி கடைக்குக்குப் போனான் முருகேசன். திருட்டுக்கொட்டைகளை எப்பொழுதும் என்கிற சொலவத்தை இவரிடம்தான் விற்பார்கள். மூச்சிவிடமாட்டார், நல்ல மனுஷன். ஆனாலொன்று எடைதான் சரியாக இருக்காது. எடைத்தட்டு எவ்வளவு போட்டாலும் படுத்தேக்கிடக்கும்; கிழமாடு கணக்காய். இவரிடம் விற்றால்தானே விஷயம் வெளியேவராது. 'அண்ணனைப் போனவ ஆருகிட்ட சொல்லுவா' போலவே, ஒண்ணுக்கு பாதியா கொடுத்துவிட்டு வர வேண்டியதுதான்.

ஐந்து கிலோவிற்கு குறையாதென்று முருகேசன்தான் சொல்லிஇருந்தான். ரவியும் சரிதானென்று ஆமோதித்து இருந்தான். ஆனால் கடைக்காரனோ மூன்று கிலோதான் இருக்கிறதென்று சொன்னான். புதூத்தாளாய் மூன்று பத்து ரூபாயை வாங்கிக்கொண்டனர். கடைசி ரெக்கார்டும் போட்டுத் தொலைத்துவிட்டான். இவனுங்க டிக்கட்டை வாங்கிக்கொண்டு உள்ளே நுழைவதற்கும் பாட்டு முடிந்து வார்ரீலு போடுறதுக்கும் நேரம் சரியாயிருந்தது.

ஆளொன்றுக்கு டிக்கட் அறுபது பைசாதான், முனுசாமிதான் சலவை நோட்டாய் கொடுத்து ஆறு டிக்கெட்டுகள் எடுத்தான். எல்லோரையும் உள்ளே அனுப்பிவிட்டு, ஒருகட்டு காஜாபீடியும் ஒரு பொட்டலம் பொட்டுக்கடலையும் சர்க்கரையும் வாங்கிக்கொண்டு மீதி சில்லரையை வேட்டியுள்ளே இருந்த டவுசரில் போட்டுக் கொண்டான் முனுசாமி. எவ்வளவு

பணமிருந்தாலும் பெஞ்சு டிக்கட் எடுக்கமுடியது. இது கிராமத்திலுள்ள டூரிங்டாக்கிஸ், உள்ளூர்க்காரன் எவனாவது பார்த்துவிட்டால் அவ்வளவுதான், விரியன்பாம்பு கணக்கா குறிவைத்து கொண்டே இருப்பானுங்க; எப்ப சிக்குவான் நாலுசாத்து சாத்தலாமென்று. ஆனால் பசங்களுக்கு தரையில குந்தி பாக்குறதுலேயும் ஒரு சுகம் இருக்கென்று பெஞ்சி பக்கம் திரும்பிக்கூட பார்க்க மாட்டானுங்க.

ஜெயங்கொண்டம் போய் ஜனகர் தியேட்டரில் பார்த்தது 'முள்ளும் மலரும்' படம், இது அந்த படத்திற்கு இணையான படம்தான், காசுக்கு அழும்பில்லை. எம்.ஜ.ஆர் படம்தான். வார்ரீலு முடிந்து படம் போடதொடங்கினான்.

எம்.ஜ.ஆர் வாளை சுழற்றிச் சுழற்றி தாக்குதல் தொடுத்து இறுதியில் நம்பியாரை அடித்து வீழ்த்தும் போதெல்லாம், ரவிக்கு தலையிலிருந்து உடல் முழுவதும் குருதி பாய்ந்து ஜிவ்வென்ராகி சின்னவளையத்து "எம்.ஆர்" வாத்தியாரையும் பெரியசாமியையும் அடித்து புரட்டியெடுப்பதைப் போல அப்படியொரு ஆனந்தம் அவனுள் எழுந்தது. ஆக்ரோஷமாய் விசிலடித்து கோபத்தை தீர்த்துக்கொண்டான்.

சினிமா விட்டதுதான் தெரியும், கூட்டம் முட்டி மோதிக்கொண்டு கலையத்தொடங்கியது. சைக்கிள்காரர்கள் கிணுகிணுவென்ற பெல்லொலி உண்டாக்கிய இரைச்சல் இரவின் அமைதியான இடங்களிலெல்லாம் முட்டிமோதி நாலாபுறமும் சிதறி ஊடுருவி அலையலையாய் பரவி... வீட்டிலுள்ளும் திண்ணையிலுமாய் தூங்குகின்றவர்களுக்கு எரிச்சலையும், கூடிக்களிக்கலாமென்று ரகஸியமாய் துணையைத் தேடிப்போகும் கள்ளக் காதலர்களுக்கு கோபத்தையும் உண்டாக்கின. அரைத்தூக்கத்தில் அடைந்திருந்த கோழிகளுக்கு 'விடிந்துவிட்டதோ' வென்ற சந்தேகத்தை கிளப்பின பாதசாரிகளின் காலெடியோசை.

மையிருள் பயத்தை உண்டாக்கயே, டயரை கொளுத்தி எடுத்துகொண்டான் முருகேசன். வெளிச்சம் போதுமானதாய் இருந்தாலாவது டயரை கொளுத்தும் தேவை இருந்திருக்காது. இந்த சனியன் உருகி கக்கும் கரும்புகை வேறு குமட்டலையும் எரிச்சலையும் தந்தது. ஒற்றையடிப் பாதையை கடந்தவுடன் வந்தது 'கருவாட்டு ஓடை' இந்த ஓடையை கவனமாக கடக்க வேண்டுமென்றும் இரவுப்பொழுதுகளில் ஒண்டிசண்டியாய்

போகக்கூடாதென்றும், தெரு சனங்களெல்லாம் அவ்வப்போது சொன்னது எல்லாம், சமயம் பார்த்து நினைவுக்கு வந்து தொலைந்தது. தூக்க அசதி பையன்களை தள்ளாடவைத்தது. எங்கோ காட்டிலிருந்து கேட்கும் நரியின் ஊளை கிலியூட்டியது. அருகிலிருக்கும் அடம்பிலிருந்து விட்டுவிட்டு கேட்கும் இரவுப்பூச்சிகளின் கிரீச்சொலியும் இரவின் அமைதியும் வளைந்து போகும் பாதையாய் நீண்டபடியாய் இருந்தன. பையன்கள் எதுவுமே பேசிக்கொள்ளவில்லை. எப்படா தெரு வரும் போய் முடங்கிக் கொள்ளலாமென்ற அசதி ஒவ்வொருவரையும் வட்டியெடுத்து கொண்டிருந்தது. தெருவுக்குள் நுழையும் போதே கூச்சலும் களேபாரமும் எங்கும் அழகுரலுமாய் திமிலோகப்பட்டுக் கிடந்தது. பையன்களின் மனதில் இருளைப்போல் சூழ்ந்திருந்த தூக்கம் கலைந்துபோய் குழப்பமும் இனம் புரியாத பயமும் விழித்துக்கொள்ள நடையைக் கொஞ்சம் வேகமாய் எடுத்தடிவைத்தார்கள்.

அமைதியின் இறுக்கத்தால் சலனமில்லாமல் இருந்த தெருவில் திடீரென எழுந்த அபயக்குரல்களால் பீதியடைந்த தெருநாய்கள் குரைக்கத்தொடங்கின. மாரியம்மன் கோயில் வெட்டையில் சேரி சனங்களெல்லாம் கூடியிருந்தனர். மதிதான் பயத்தோடும் படபடப்போடும் போய் இடும்பன் பெரியப்பாவிடம் விசாரிக்கத்தொடங்கினான். “அடப்பாவிவளா நம்ப மாரிப்பய பெரியசாமி ஆண்ட மவள இழுத்துகிட்டு ஓடிட்டாண்டா...” பெருங்குரலெடுத்து கத்தினார். இனிமேலுக்கு பறத்தெரு என்னாகுமோ வென்றபயமே அவரின் குரலின் வழியே அலறலாய் வெளியேறியது.

“குடித்தெருவில் இன்னும் விஷயம் கசிந்திருக்கவில்லை. வெளியூரப்பாக்க போயிருக்கிற பெரியசாமிக்கு இன்னும் எதுவுமே தெரியாது, அவரோட அய்யா முனியமுத்தாரும் பொண்டாட்டி சகுந்தலா ஆயிக்கும் மட்டுமே விஷயம் தெரியுமாம். அந்தாயியும் கிழவனும் சித்ராப்பொட்டெய வீட்டு வாசல்லேயும் தோட்டத்தொரவுலேயும் காணுமேன்னு ரெண்டுபேரும் தாழையோட தோப்புல காவலுக்கு போயிருந்த மாரிய பாத்திட்டு வரலாமுண்ணு போயிருக்காங்க... அங்க என்னடான்னா ஆளும் ஆளிருந்த அடையாளமுமில்லாம வெறுந்தோப்பும், பூட்டாமல் விட்டெ வெறும்படலும் மட்டுமே இருப்பதை பார்த்ததும், ‘அய்யோ மோசம் பொயிட்டேனே பறயேன் நஞ்சத்தின்னிப்பய எங்கொலய அறுத்துட்டானே !’ வாய்விட்டு காட்டுலேயே கதறிய

அந்தாயியை வாயை மூடச்சொல்லி அமத்திய முனியமுத்தாரு, 'மூச்சிக்கட்டுப் புள்ளெ இது வெளியேத் தெரிஞ்சுதுனா எங்குடும்ப கவுருதையே காத்துல போயிடும்'னு வீட்டுக்கு அழைச்சிகிட்டு வந்திருக்காரு, வீட்டுக்கு வந்து படுத்த ஆயிதான் காயலா கெடக்காம், கிழவருதான் தெருவுக்கு வந்து நம்ப இடும்பங்கிட்ட அந்தப்பயல எப்ப பாத்தேண்ணு வெசாரிச்சுபுட்டு விடியங்காட்டியும், பெரியசாமி ஊரு வந்து சேரங்காட்டியும் அவனும்—அவளும் எங்கெ இருந்தாலும் கையோட இழுத்துகிட்டு வந்துடுங்க, இல்லேண்ணா பறச்சேரியில ஒருத்தனும் உசுரோட இருக்கமுடியாது'—ன்னுட்டு போயிருக்காராம். அதான் அந்த மாரியோட சொந்தபந்தம், உத்தான் ஒறமுற உடன் பங்காளி எல்லோரையும் கெளம்பு கெளம்புண்ணு அவசரப்படுத்திகிட்டு இருக்காரு இடும்பன்.

மூச்சுவிடாமல் சொல்லிமுடித்தான் மதி.

கூக்குரலும் ஒப்பாரியும் தெருவின் அமைதியை பிரிபிரியாய் கிழித்து கொண்டிருந்தது.

"கூறுகெட்ட கம்னாட்டி குடியான வூட்லபோயி கைவெக்கலாமா? இவனும் அவளும் மதங்கொண்டு போவுறதுக்கு இப்புடி நாலஞ்சி குடும்பத்த அலையவெச்சிட்டானே பழிகார படுபாவி."

முளவிக்கிழவிதான் புலம்பலும் ஒப்பாரியுமாய் ஊரைவிட்டு கிளம்பும் குடும்பங்களுக்காக ஓடிப்போன மாரியை வைது தீர்த்துக்கட்டிக் கொண்டிருந்தாள். மாரியோட சித்தப்பாவான அம்மாசி பிள்ளைக்குட்டிகளோடு தன் மாமனார் ஊரான காமரசவல்லிக்கு கிளம்பிக்கொண்டிருந்தார்.

"அந்தெ கொலகார பாவியோட சொந்தபந்தமெல்லாம் சட்டுசடுக்கிண்ணு கெளம்புங்க... கெளம்புங்க ஊரு படாச்சுவளுக்கு தெரியங்காட்டியும் எல்லைய தாண்டிப்புடுங்க தாமுசம் பண்ணாம சுருக்கா கெளம்புங்க ஏச்சனங்களா!" பதற்றமும் பயமும் குரலில் இழையோட எல்லோரையும் அவசரப்படுத்தி கொண்டிருந்தார். இடும்பன், இந்த வீட்டுக்கு போய் சொல்லுவதும், அடுத்தடுத்த மாரியோட உற்றார் உறவினர்களை உசுப்பிவிடுவதுமாய், ஓங்குதாங்கான ஆளாக இருந்தாலும் தலையில் அடித்துக்கொண்டு அழுதபடியே திரும்பவும் பேசத்தொடங்கினார். "எலேய் பழிகாரப் பயலே!

பறத்தெரு சனங்களுக்கு தீவென செய்யிரதுக்கிண்ணே கோடாரி காம்பால்ல பொறந்து வந்திருக்கான்... அடி மாரியாயீ சின்னப்பட்டு சீரழியிற ஓம் மக்கள காப்பாத்தடீ..."

பையன்களின் அசதியெல்லாம் எங்கே போனதென்றே தெரியவில்லை. கோவில் திண்ணையில் முட்டாய் குந்தியிருந்தனர். "இது எங்கப்போயி முடியுமோ?" "இந்த கங்காசி ஊரு உலகத்துல எங்கியாச்சும் நடக்குமா?"

"கேட்டியாடி கதய குட்டி கொலைச்சி நாய் தலையில வெச்சதுங்குறது இதான்டியம்மா போலருக்கு." தெருப்பெண்கள் ஒருவர் மற்றவர்களிடம் சொல்லிச்சொல்லி அங்கலாய்த்து கொண்டிருந்தனர்.

"தின்னோமா கையக் கழுவினோமான்னு இல்லாம இப்புடி செய்யலாமாண்ணே..." இடும்பனிடம் காத்தமுத்து புலம்பியதை எரிச்சலோடு பார்த்தான் ரவி.

"அவுங்க ரெண்டுபேரும் ஓடுனத்துக்கு இவனுங்க ஏண்டா இப்படி பயிந்து சாவுறானுங்க..." காளிமுத்துதான் குசுகுசுவென்று ரவியிடம் சொன்னான். எதுவுமே பேசாமல் திருதிருவென முழித்து கொண்டிருந்த பெருமாளிடம் கேட்டான் ரவி. "லேய் நீ பேலப்போன எடத்துல பொணச்சிகிட்டு ரெண்டு பாம்புங்க கெடந்ததிண்ணு சொன்னியே அது இந்த பாம்புங்களாடா." பயல்கள் சிரிப்பதைப் பார்த்து பெரிசுகள் கோபங் கொண்டி ருந்தனர். பதிலெதுவும் பேசாமல் பெருமாள் அமைதியாக இருந்தாலும்... மனதில் மாரியும் சித்ராவும் கட்டிப்பிடித்து கொண்டிருந்த காட்சியே வார்ரீலாய் ஓடிக்கொண்டிருந்தது.

"எம்மவன கொண்ண பாவிங்க வம்சத்துக்கு இந்த பயதான் வதுலடி கொடுத்திருக்கான்." வாலம்பாள் கிழவிதான் முதன் முதலாய் சத்தம்போட்டு சிரித்தாள்.

கவிதாசரண்
அ. மார்க்ஸ்
சிவகாமி இ.ஆ.ப
கிறிஸ்துதாஸ் காந்தி இ.ஆ.ப
நாஞ்சில் நாடன்
யாக்கன்
யூமா வாசுகி
அரச முருகபாண்டியன்
கோணங்கி
ஜெயமோகன்
மு. சிவகுருநாதன்
சிவகுமார் முத்தைய்யா
ஜோதிராணி
க. பூர்ணசந்திரன்
மணலி சோமன்
விஸ்வம்
தய். கந்தசாமி
வ. இளங்கோவன்
மொ. பாலுசாமி
உ. பிரபாகரன்
பொ. விஜயன்
ப. பாஸ்கர்
கமலேஸ்வர்
யுகபாரதி
ஜெ. வளர்மதி
ஜெ. மகேந்திரன்
ஸ்டீபன் சந்திரசேகர்
அ.சேகர்
கு. இராசேந்திரன்
இரே. கலியபெருமாள்
க. நீலமேகம்
க. கிருஷ்ணமூர்த்தி